શાહબુદ્દીન રાઠોડ

ઇમેજ પબ્લિકેશન્સ પ્રા. લિ.
મુંબઈ • અમદાવાદ

Hasyano Varghodo : Essays by Shabuddin Rathod

VZ 07306490

પ્રકાશક:

ઇમેજ પબ્લિકેશન્સ પ્રા. લિ.

૧૯૯/૧, ગોપાલ ભુવન
પ્રિન્સેસ સ્ટ્રીટ
મુંબઈ ૪૦૦ ૦૦૨
ફોન : ૨૨૦૦ ૨૬૯૧, ૨૨૦૦ ૧૩૫૮

૧-૨, અપર લેવલ, સેન્ચૂરી બજાર
આંબાવાડી સર્કલ, આંબાવાડી
અમદાવાદ ૩૮૦ ૦૦૬
ફોન: ૨૬૫૬ ૦૫૦૪, ૨૬૪૪ ૨૮૩૬

Email : info@imagepublications.com
Visit us on : http://www.imagepublications.com

પ્રથમ આવૃત્તિ : જુલાઈ, ૨૦૦૭

મૂલ્ય : રૂ. ૧૫૦.૦૦

ISBN : 81-7997-236-4

આવરણ: સંદીપ ભાટિયા

લેઆઉટ / ટાઇપસેટિંગ:
કમલ થોભાણી
ઇમેજ પબ્લિકેશન્સ પ્રા. લિ.
અમદાવાદ

મુદ્રક :
મુદ્રેશ પુરોહિત
સૂર્યા ઑફસેટ
આંબલી

ડૉ. વસંતભાઈ પરીખને...

જેમના પ્રેમાક્રમણથી મેં
લખવાનો પ્રારંભ કર્યો.

હાસ્યસમ્રાટ

ઝાલાવાડ (સુરેન્દ્રનગર જિલ્લો)ની સૂકીભટ ધરતીમાં ચોટીલા તાલુકાના થાનગઢ ગામની આજુબાજુનો વિસ્તાર ખૂબ જ પછાત. કુદરત સાથે કાયમ એને અલેણું. લોકો પાસે જીવનનાં ટાંચા સાધનો અને ગરીબડી ખેતી. લોકો માંડ માંડ પેટિયાનું પૂરું કરે. એવામાં થાનગઢની આજુબાજુનાં ગામોની માટીમાંથી કુદરતે ચમત્કાર સર્જ્યો. ચોમાસામાં જેમ બિલાડીના ટોપ ફૂટી નીકળે તેમ, જોતજોતામાં થાનગઢમાં સિરામિકના કારખાનાંની ચીમનીઓ દેખાવા લાગી.

વર્ષો પહેલાં ધરતીમાં ધરબાયેલી કુદરતી સંપત્તિને પહેચાનનાર એક પારસી ગૃહસ્થ સોરાબજી દલાલે સિરામિકની પ્રથમ ફેક્ટરી થાનગઢમાં શરૂ કરેલી. આ દલાલ પારસી સજ્જન સાથે કચ્છના અબડાસા ગામના સિરામિકના અચ્છા કારીગર સિદ્દીકભાઈ નામે કારખાનામાં કામે લાગેલા. આ સિદ્દીકભાઈની આર્થિક સ્થિતિ તે વખતે સાવ સાધારણ. આવી સ્થિતિમાં પણ સિદ્દીકભાઈએ એ જમાનામાં મુંબઈની જે. જે. સ્કૂલ ઑફ આર્ટ્સમાં સિરામિકની તાલીમ લીધી. સ્કૂલમાં નવો નવો અભ્યાસક્રમ શરૂ થયેલો. જે. જે. સ્કૂલ ઑફ આર્ટ્સ સ્કૂલની પહેલી બૅંચના પહેલા વિદ્યાર્થી આ સિદ્દીકભાઈ હતા. અભ્યાસ પતાવી તે થાનગઢ આવી પારસીબાવાની સિરામિકની ફેક્ટરીમાં કામે લાગી ગયા.

સિરામિક કામના નિષ્ણાત આ કચ્છી કારીગર સિદ્દીકભાઈના ઘરે થાનગઢમાં તા. ૯ ડિસેમ્બર, ૧૯૩૭ના રોજ લોકોના હૈયે વસેલા, હાસ્યસમ્રાટ શાહબુદ્દીન રાઠોડનો જન્મ થયો હતો. સિદ્દીકભાઈને ચાર સંતાનો પૈકી શાહબુદ્દીન રાઠોડ ત્રીજા ક્રમના.

હાસ્યના આવા શિરમોર કલાકાર શાહબુદ્દીન રાઠોડે હાસ્યકલાક્ષેત્રે એક કેડી નથી કંડારી, પણ પોતાની સૂઝબૂઝથી હાસ્યકલાના નૅશનલ હાઈવેનું નિર્માણ કર્યું છે.

અભ્યાસ: શાહબુદ્દીનભાઈએ પ્રાથમિક શિક્ષણ થાનગઢમાં લીધું. મૅટ્રિક સુધીનો અભ્યાસ ભાવનગર કર્યો. બાકીનો અભ્યાસ નોકરી કરતાં કરતાં પોતાની સૂઝબૂઝથી આગળ વધ્યા.૧૯૬૧માં ઇતિહાસ અને રાજશાસ્ત્રના વિષય સાથે બી. એ. કર્યું. ત્યાર બાદ તેમણે ૧૯૬૯માં અંગ્રેજી અને હિન્દી વિષય સાથે બી. ઍડ્. કર્યું.

વ્યવસાય: ૧૯૫૮ ફેબ્રુઆરીમાં તેઓ થાનગઢ મ્યુનિસિપાલિટી હાઈસ્કૂલમાં શિક્ષક તરીકે જોડાયા. ૧૯૭૧માં તેમને આ જ શાળામાં આચાર્ય તરીકે બઢતી મળી. તે છેક નિવૃત્ત થયા ત્યાં સુધી, આ એક જ શાળામાં આચાર્યપદેથી નિવૃત્ત

થયા. શાહબુદ્દીનભાઈ થાનગઢની આ એક જ શાળામાં ૧૩ વર્ષ શિક્ષક તરીકે અને ૩૫ વર્ષ સુધી આચાર્ય તરીકેની ભૂમિકા નિભાવી માનભેર ૧૯૯૬માં સુખરૂપ નિવૃત્ત થયા.

નાટકપ્રવૃત્તિ : શ્રી રાઠોડે કૉલેજના અભ્યાસકાળ દરમિયાન સંખ્યાબંધ નાટકો લખ્યાં અને ભજવ્યાં. તે સમયે તેમનાં નાટકો ખૂબ જ વખણાયેલાં અને કેટલાંક નાટકોને તો પુરસ્કાર પણ મળેલા.

શાહબુદ્દીનભાઈએ શરૂઆતમાં નાટક લખ્યાં તે 'મુસાફિર', 'આજ અને કાલ', 'સૂરજદાદાનો ગોખ', 'કર્મની કઠણાઈ' અને 'માંગડાવાળો'. આમાંથી 'આજ અને કાલ' તથા 'સૂરજદાદાનો ગોખ' એ બે નાટકો તો રાજ્યકક્ષાએ પ્રથમ આવેલાં. આ પછી તો તેમણે 'શિક્ષકનું સર્જન' અને 'ઇન્સાનિયત' નામનાં બે એકાંકી પણ લખ્યાં હતાં. તેમણે એક નાટક 'એમ્પાયર ઑફ ખોરાસાન' અંગ્રેજી ભાષામાં લખ્યું છે. તેઓ કહે છે, 'આ નાટકોમાં હાસ્યરસ રહેતો. પછી ધીરે ધીરે નાટકોનો આ હાસ્યરસ જાહેરમાં હાસ્ય કાર્યક્રમો રજૂ કરવા સુધી પહોંચી ગયો.'

થાનગઢના આ પનોતા પુતરે જોયું કે નાટકો, ફિલ્મો અને જાહેર કાર્યક્રમોમાં રજૂ કરાતા હાસ્યમાં અશ્લીલતા અને દ્વિઅર્થપણું ભારોભાર રહેતું. તેમને થયું કે આ બધા સિવાય નિર્દોષ અને પારિવારિક હાસ્ય ન પીરસી શકાય...?? તેઓ કહે છે કે, 'બસ! આ વિચારે જ મને હાસ્યકલાકાર બનવા તરફ ધકેલ્યો. સમગ્ર પરિવાર એકસાથે બેસીને, સાંભળીને મજા લઈ શકે તેવું પારિવારિક અને નિર્દોષ હાસ્ય રજૂ કરવું એવો સંકલ્પ કર્યો અને પછી એ દિશામાં મન મૂકીને ઓતપ્રોત થઈ આગળ વધ્યો.'

શાહબુદ્દીન રાઠોડે તેમની ઉજ્જ્વળ કારકિર્દીનો પહેલવહેલો જાહેર કાર્યક્રમ ૧૪ નવેમ્બર, ૧૯૬૯ના રોજ લીંબડી મુકામે આપ્યો. જીવનની અંદરના પ્રથમ શોની એ ક્ષણોને વાગોળતાં રોમાન્સ અનુભવે છે. બસ પછી તો વિવિધ ડાયરાઓમાં અને અન્ય કાર્યક્રમોમાં હાસ્યના જાહેર કાર્યક્રમો રજૂ કરવા લાગ્યા.

તેમના કાર્યક્રમોમાં 'વનેચંદનો વરઘોડો' નામના તેમના હાસ્યના કાર્યક્રમની તેમની ખાસ – સ્પેશિયાલિટીએ તેમને ગુજરાતનાં ગામડાં અને શહેરોમાં ખૂબ જ ખ્યાતિ અપાવી.

શાહબુદ્દીન રાઠોડની એક એવી કુદરતી ખાસિયત અને શૈલી છે કે જે અન્ય હાસ્યકલાકારો કરતાં તદ્દન અલગ તરી આવે છે. ગમે તેવી પેટ પકડીને હસાવે તેવી વાત કે ટુચકા હોય તો પણ હાસ્યના આ બેતાજ બાદશાહના ચહેરા પરની એક પણ રેખા બદલાતી નથી. બસ! આ જ એક ઉચ્ચ કોટિના કલાકારની કુદરતી કલાની બક્ષિશ છે. જે લોકહૃદય પર લાંબા સમય સુધી અસર છોડી જાય છે. હાથના લટકા કે આંખનાં મટકાં તેમના કાર્યક્રમોમાં બિલકુલ હોતાં નથી. સીધા

પોતાના મુખમાંથી નીકળતા શબ્દોની માયાજાળ શ્રોતાઓને હાસ્યના રસ મહાસાગરમાં તરબોળ કરી નાખે છે.

હાસ્યના આ બેનમૂન કલાકાર ફક્ત એકલું હાસ્યનું મનોરંજન જ નથી પીરસતા! નિર્દોષ અને પારિવારિક હાસ્યની સાથે જીવનફિલસૂફી, બોધદાયક વાતો, જીવનઉપયોગી અનેક વિચારકણિકાઓ કે. બોધ વચનો ભાવકોને પીરસે છે. આવી રીતે આ કલાકાર અન્ય હાસ્યકલાકારો કરતાં સમજદાર શ્રોતાગણ પર એક અલગ જ છાપ છોડી જાય છે. અને સાથે સાથે પોતાની વિદ્વત્તાની મહેક પણ હવામાં આ કલાકાર છોડતો જાય છે.

હાસ્યની વાતો અને ટુચકા સંભળાવતાં સંભળાવતાં થાનગઢનું આ અનમોલ હીર, સમાજનાં કુરિવાજો, અજ્ઞાનતા, અંધશ્રદ્ધા, વિશ્વના મહાન વિદ્વાનોની અને મોટા લોકોની જિંદગીનાં ગ્રહણ કરવા લાયક સ્મરણોની વાતોને પણ પોતાના હાસ્ય કાર્યક્રમમાં ગૂંથીને શ્રોતાગણને સામાજિક તાલીમ પણ આપે છે.

વિદ્વાન છે, કેળવણીકાર છે, દેશનો અને વિદેશોનો અનુભવ છે. ૨૫ વર્ષના હાઈસ્કૂલના આચાર્યના અનુભવનો ઉપયોગ પણ નિરાળો કલાકાર બખૂબી હાસ્યમાં પલટી શકે છે. આવા વિદ્વત્તાપૂર્ણ હાસ્યકલાકારો જવલ્લે જ જન્મતા હોય છે. ગુજરાત માટે આ એક અદકેરું ધન છે. આ એક કુદરતી બક્ષિશ છે. એટલા માટે જ શાહબુદ્દીનભાઈને ગુજરાતમાં, દેશમાં અને વિદેશમાં ઉચ્ચ સંસ્કારી લોકોના પ્રસંગે ખાસ આમંત્રણ આપી બોલાવવામાં આવે છે.

સિરામિક નગરી થાનગઢની ફેક્ટરીઓમાંથી નીકળતા ધુમાડાઓ વચ્ચે ૬૭ વર્ષ સુધી જિંદગી બસર કરનાર (વ્યતીત કરનાર) આ અનોખા હાસ્યકલાકાર શાહબુદ્દીન રાઠોડે પોતાની જનમભોમકા થાનગઢની એ તપોભૂમિને પણ કોઈ અજીબોગરીબ આગવી પહેચાન કરાવી દીધી છે.

આમ તો આ થાનગઢ, ગામ પહેલાં પરશુરામ પૉટરીથી પ્રખ્યાત હતું. પછી પૉટરી નગર તરીકે આખા દેશમાં ખ્યાતિ મેળવી. હવે છેલ્લાં ૨૦-૨૫ વર્ષથી થાનગઢ ગામ પોતાના બે સપૂતોની ઉજ્જવળ કારકિર્દીથી ભારતમાં જ નહીં, પણ વિદેશોમાં પણ ખ્યાતિ મેળવી પોતાની જનમભોમકાને ઉજાગર કરી છે. તેમાંના એક છે ઇન્ટરનૅશનલ વાઇલ્ડ લાઇફ ફોટોગ્રાફર મરહૂમ જનાબ સુલેમાન પટેલ. જેની ફોટોગ્રાફિક કલાએ ભારતના સીમાડા વટાવીને ફોટોગ્રાફી કલાક્ષેત્રે થાનગઢ ગામ અને ગુજરાતને ચાર ચાંદ લગાવી દીધા છે. જ્યારે બીજા છે આપણા ગૌરવશાળી, સદાબહાર હાસ્યસમ્રાટ જનાબ શાહબુદ્દીન રાઠોડ.

ઘણીખરી વ્યક્તિઓ ગામથી ઓળખાય છે. જ્યારે આ બે કલાકારોએ પોતાની જિંદગીની તેજસ્વી તેજરેખાથી ગામને અને પ્રદેશને ઉજ્જવળ કારકિર્દી અપાવી ભારતના સીમાડા બહાર થાનગઢ ગામને ખ્યાતિ અપાવી છે.

પોતાની કુદરતી કરામતથી અને સૂઝબૂઝથી થાનગઢ ગામના આ બે સપૂતોએ ગામની ઇજ્જત અને નામ રોશન કરી અપૂર્વ નામના અપાવી છે. હવે ફરજ છે થાનગઢ ગામના સમજદાર સજ્જનોની. આ બે કલાકારોની જિંદગીની કારકિર્દીનો રોશન ચિરાગ સદા પ્રજ્વલિત રહે તેવું વિચારવું, ગોઠવવું અને સમાજમાં એક નમૂનેદાર કદરદાનીરૂપે કંઈક કરી બતાવવાનો થાનગઢ ગામની કલાપ્રેમી આમપ્રજા માટે સમય આવી ગયો છે.

વિદેશયાત્રા: આવા વિવિધલક્ષી થાનગઢ ગામને ઉજ્જ્વળ કરી બતાવનાર આ કલાપુરુષ શાહબુદ્દીન રાઠોડે તો વિદેશની ધરતી પર પેટિયું રળવા ગયેલા એ ધુરંધર ગુજરાતીઓએ પણ આ મૂઠી ઊંચેરા માનવીને ખૂબ નવાજ્યા છે. વિદેશમાં વસતા ગુજરાતી મહાનુભાવોના આમંત્રણથી તેઓ ૧૯૮૦માં ઇંગ્લૅન્ડ અને બેલ્જિયમમાં કાર્યક્રમ આપવા માટે ગયા હતા. ત્યાર બાદ ૧૯૮૭માં ઓમાન, યુએઈ અને સાઉદી અરેબિયાની મુલાકાત લઈ ઉમરાની વિધિ પૂરી કરેલ. ૧૯૮૮માં ફરી તે ઇંગ્લૅન્ડ, ફ્રાન્સ, અમેરિકા, બહામાઝ અને કૅનેડા ગયા પછી તેમણે સિંગાપુરની પ્રજાને પણ લાભ આપેલ છે. અમેરિકાના ગુજરાતીઓની લાગણી અને માગણીને માન આપીને તેઓ ફરી ૧૯૯૯માં અને ૨૦૦૧માં પ્રોગ્રામ આપવા અમેરિકા, કૅનેડા અને પનામા ગયા હતા. ૨૨ દેશોનો પ્રવાસ કર્યો.

કલાની ડિગ્રી વગરના આ પીઢ કલાકારે વિદેશોમાં પણ ગુર્જરોની ખૂબ ચાહના મેળવી છે. આ વતનપ્રેમી ગુજરાતીઓએ શાહબુદ્દીનભાઈને ખૂબ માન-પાન આપ્યાં. તેઓએ જણાવેલ કે એક વખત ફક્ત ૧૦૦ ડૉલર ખિસ્સામાં લઈને વિદેશ જવા નીકળ્યો હતો. માત્ર આટલી નાની રકમ ગજવામાં હોવા છતાં તેમના ચાહકોએ તેમને ત્રણ મહિના વિદેશોમાં સફર કરાવી. પરત આવ્યા ત્યારે તે ખાલી ન હતા તેમ જણાવેલ. તેઓએ જણાવેલ કે પરદેશની ધરતી પર વસતા ગુજરાતીઓને પોતાના વતન પ્રત્યે ખૂબ લગાવ છે!

શાહબુદ્દીન રાઠોડે હાસ્યકલાક્ષેત્રે જે પ્રદાન કર્યું છે તેની સામે તેમની જે કદર થવી જોઈએ તેટલી કદર થઈ નથી. શિક્ષક તરીકે તેમને પુરસ્કાર કે સન્માન મળ્યાં છે પણ પોતાની આગવી કુદરતી હાસ્યકલાક્ષેત્રે લોકોને જે માતબર પ્રદાન આપ્યું અને જે લોકચાહના મળેલ છે, ગુજરાત સરકાર તરફથી નાનોમોટો કોઈ પુરસ્કાર મેળવ્યો નથી.

સામાન્ય માહિતી:

ભાષાની જાણકારી: શાહબુદ્દીન રાઠોડ ગુજરાતી, હિન્દી, અંગ્રેજી અને સંસ્કૃત ભાષાના જાણકાર છે.

શોખ: વૉટરકલરમાં અને ઑઇલપેઇન્ટમાં ચિત્રો દોરવાં. મોનાલીસાનાં ચિત્રો જોવા તે ખાસ પૅરિસ ગયેલા. ઉપરાંત તેમને વાચનનો ખૂબ શોખ છે. પ્રવાસ, ચિંતન

અને લેખનનો પણ ઘણો જ શોખ ધરાવે છે. તેમના પસંદગીના લેખક 'માર્ક ટ્વેઇન' પુસ્તક – 'ટોમ સોયરનાં પરાક્રમો'. મનગમતા ફિલ્મ કલાકારોમાં 'ચાર્લી ચૅપ્લિન'.

કુદરતી સંપત્તિ સમાન તેમની આ હાસ્યકલા તેમના સુધી જ સીમિત છે. કલાવારસો નથી.

શાહબુદ્દીન રાઠોડે લખેલાં પુસ્તકો:

(૧) શો મસ્ટ ગો ઑન (૨) લાખ રૂપિયાની વાત (૩) દેવું તો મર્દ કરે (૪) મારો ગધેડો ક્યાંય દેખાય છે? (૫) મારે ક્યાં લખવું હતું (૬) અણમોલ આતિથ્ય (૭) હસતાં હસાવતાં (૮) દુ:ખી થવાની કળા (૯) સજ્જન મિત્રોના સંગાથે.

પરિવાર: શાહબુદ્દીન રાઠોડના પિતાનું નામ સિદ્દીકભાઈ અને માતાનું નામ હસીનાબહેન. પત્નીનું નામ: સાબેરા. બે પુત્રી છે. (૧) યાસ્મીન એમ. એ. (૨) નાઝનીન બી. એ. પુત્રો (૧) આબિદ અને (૨) અફઝલ.

શાહબુદ્દીન રાઠોડનાં ચારેય સંતાનો દૂધઉત્પાદનમાં (પશુપાલનમાં) વ્યસ્ત છે.

તેઓ માને છે. 'A ture Muslim is he from whose hands and tongue mankind is safe –

કદર કી શામ: 'શાહબુદ્દીન કે નામ'

છેલ્લાં પાંત્રીસ વર્ષથી ગુજરાત, ભારત અને વિશ્વના ૨૨ જેટલા દેશોના ગુજરાતી સમાજના દિલ બહેલાવતા આ એક અનોખા કલાકારનો તા. ૨૩-૯-૨૦૦૫ના રોજ થાનગઢ મુકામે 'કદર કી શામ – શાહબુદ્દીન કે નામ' સત્કાર-સમારંભ યોજવામાં આવ્યો હતો.

આ 'શામ'ને સંત શ્રી મોરારિબાપુના આગમનથી લાગ્યા ચાર ચાંદ! આ સત્કારસમારંભમાં શાહબુદ્દીન રાઠોડ વિશે લખાયેલ ૪૯ લેખોનો સંગ્રહ નીતિન વડગામા સંપાદિત અભિનંદન ગ્રંથ 'તુમ હસોંગે તો હસેંગી દુનિયા'નું વિમોચન સંત શ્રી મોરારિબાપુના શુભ હસ્તે થયું.

મોરારિબાપુના વરદ હસ્તે શાહબુદ્દીન રાઠોડનું શાલ, સન્માનપત્ર અને રૂ. ૫૧,૦૦૦/ (એકાવન હજાર)ની થેલી આપી સન્માન કર્યું.

શાહબુદ્દીન રાઠોડે રૂ. ૫૧,૦૦૦ (એકાવન હજાર) ગામના વિકાસ માટે ડોનેશનની જાહેરાત કરી.

મોરારિબાપુએ જણાવ્યું કે શાહબુદ્દીનભાઈને વાચન, અભ્યાસ ઉપરાંત જીવતરનો ઊંડો અનુભવ છે. મેં તેમનાં પુસ્તક વાંચ્યાં છે અને કથામાં તેમના નામ સાથે ઉલ્લેખ કર્યા છે. તેમણે હાસ્યના માધ્યમ દ્વારા દેશવિદેશ સુધી પોતાની વિદ્વત્તાનો પરિચય આપ્યો છે. આપણે એક કલાકારને શું આપી શકીએ? કોઈ પણ કલાકારની કલા-સાધના કે વિદ્વત્તાનું મૂલ્યાંકન ન થઈ શકે.

શાહબુદ્દીન રાઠોડનો આ સન્માનસમારંભ અને ડાયરો વરસતા વરસાદમાં પણ ઠેઠ સવારના પાંચ વાગ્યા સુધી સૌ એકાગ્ર થઈ સાંભળતા રહ્યા અને થાનગઢની જનતાએ શાહબુદ્દીન રાઠોડ પ્રત્યેનો પ્રેમ, સદ્ભાવ અને સન્માન વ્યક્ત કર્યાં.

બહારથી પધારેલા મહાનુભાવોમાં રાજ્ય સરકારના પ્રતિનિધિ તરીકે માનનીય મંત્રી આઈ. કે. જાડેજાસાહેબ તથા અન્ય મહાનુભાવો અને વિદ્વાનોએ પાંચાળના આ પોતાના પુત્રને વર્ષો સુધીની હાસ્યકલાની તપશ્ચર્યાની કદર કરી – વિદ્વત્તાપૂર્ણ શૈલીમાં શાહબુદ્દીન રાઠોડને બિરદાવ્યા.

તેમના આ સન્માન કાર્યક્રમના ડાયરામાં ગુજરાતના નામાંકિત ગાયકકલાકારો શ્રી લાખાભાઈ ગઢવી, શ્રી પ્રાણલાલ વ્યાસ, શ્રી ભીખુદાન ગઢવી, શ્રી હાજી રમકડું તથા બીજા કલાકારોએ મન મૂકીને પ્રસંગને દીપાવ્યો. એવી અણમોલ અભિવ્યક્તિ થઈ જે થાનગઢના ઇતિહાસમાં અવિસ્મરણીય બની ગઈ.

શાહબુદ્દીન રાઠોડ પ્રત્યેની તેમની લાગણી, પ્રેમ, સદભાવ, સન્માન જે રીતે વ્યક્ત થયાં તેને સમગ્ર થાનગઢ કદીય નહીં ભૂલી શકે. આ સન્માનસમારંભ દ્વારા થયેલી અભિવ્યક્તિ થાનગઢના સાંસ્કૃતિક ઇતિહાસનું સીમાચિહ્ન ગણાશે.

'ગરવી ગુજરાતના ગૌરવવંતા મુસ્લિમો'માંથી – **જનાબ અકબરઅલી સૈયદ**

પ્રસ્તાવના

માનવીએ જીવનમાં વાચવાયોગ્ય કાંઈક લખવું જોઈએ અથવા લખવાયોગ્ય જીવન જીવવું જોઈએ.

મેં અત્યાર સુધીમાં નવ પુસ્તકો લખી નાખ્યાં છે એ વાચવાયોગ્ય છે કે નહીં તે વાચકોએ નક્કી કરવાનું છે.

મેં મારી ફરજ પૂરી કરી છે. એક પુસ્તક 'તુમ હસોંગે તો હસેંગી દુનિયા' તેંતાળીસ લેખક મિત્રોએ મારા વિશે લખ્યું છે.

અનેક વાર શરૂ થયેલી અને પૂરી થયેલી મારી લેખનપ્રવૃત્તિ ૨૦૦૬માં અભિયાનમાં હાસ્યનો વરઘોડોરૂપે ફરી થઈ. જેમાં છપાયેલા લેખો હાસ્યનો વરઘોડો એ જ શીર્ષકથી પુસ્તકરૂપે ઇમેજ પબ્લિકેશન્સ દ્વારા પ્રસિદ્ધ થાય છે તેનો મને અત્યંત આનંદ છે. મુ. શ્રી ભૂપતભાઈ વડોદરિયા અને મુ. શ્રી સુરેશ દલાલનો હાર્દિક આભાર.

ઇમેજ તરફથી પબ્લિશ થયેલાં મારાં ચાર પુસ્તકોને વાચકોએ જે ઉમળકાથી વધાવ્યાં છે, એમ જ આ વાજતેગાજતે આવતા હાસ્યના વરઘોડાને પણ રૂપિયો અને નાળિયેરથી સ્વાગત કરી વધાવશે એ અભિલાષા સાથે વિરમું છું:

હસતાં હસતાં સહેતા રહેશું પ્રારબ્ધના પરિહાસ,
અગનખેલ જીવતરનો ખેલી રચશું અમ ઇતિહાસ

તા. ૧૮-૫-૦૭, થાનગઢ   **શાહબુદ્દીન રાઠોડ**

ક્રમ

હાસ્યનો વરઘોડો

•

શાહબુદ્દીન રાઠોડ

સુવિચારની સુવાસ

હેન્ની હિલને જ્યારે તેના તેર વરસના પુત્ર રૉબર્ટ હિલે પૂછ્યું, 'પપ્પા, મને પાંચ ડૉલર આપશો?' ત્યારે હેન્ની હિલને નવાઈ લાગી. તેણે પ્રેમથી પૂછ્યું, 'બૉબી, પાંચ ડૉલરની કેમ જરૂર પડી? તારે કાંઈ ખરીદી કરવી છે? રૉબર્ટ હિલનું હુલામણું નામ બૉબી હતું. બૉબીએ કહ્યું, 'હું એમાંથી થોડી દવાઓ ખરીદી ડૉક્ટર આલ્બર્ટ શ્વાઇત્ઝરને મોકલવા ઇચ્છું છું.' પિતાને બાળકની લાગણી માટે માન થયું. તેણે ખુશ થઈને બૉબીને પાંચ ડૉલર આપ્યા, પરંતુ સાથે એક ચિંતા પણ વ્યક્ત કરી, 'બેટા, આ દવા તું આફ્રિકા પહોંચાડીશ કેવી રીતે?'

બૉબીના પિતા હેન્ની હિલ ખડતલ હતા. તેનો ચહેરો કઠોર હતો પણ હૃદય પ્રેમાળ હતું. હેન્ની હિલ નાટોના ઍર સાઉથ હેડક્વાર્ટર્સમાં સાર્જન્ટ હતા, અને નેપલ્સમાં ફરજ બજાવી રહ્યા હતા.

નાનો બૉબી અમેરિકામાં ભણતો હતો. એ એપ્રિલ, ૧૯૫૮માં તેના પિતા સાથે નેપલ્સમાં રહેવા આવ્યો હતો. બૉબી નાનો હતો પણ સમજદાર હતો. તેણે નેપલ્સની શાળામાં અભ્યાસ કરતાં કરતાં એરિકા એન્ડરસનનું પુસ્તક 'ધ વર્લ્ડ ઑફ ડૉ.આલ્બર્ટ શ્વાઇત્ઝર' વાંચ્યું હતું. ડૉ. શ્વાઇત્ઝર ધર્મશાસ્ત્રના પ્રાધ્યાપક હતા. એ નિષ્ણાત સંગીતકાર હતા. તેમનાં બંને ક્ષેત્રની ઉજ્જવળ કારકિર્દી છોડી ડૉક્ટરસાહેબે અભણ, પછાત બિનગોરી આફ્રિકન પ્રજા માટે આફ્રિકા જઈ હૉસ્પિટલ શરૂ કરી.

ડૉક્ટરસાહેબ પાસે સંપત્તિ નહોતી. સાધનો નહોતાં, સાથીઓ નહોતા, દવાઓ પણ નહોતી. માત્ર હૃદયમાં કરુણા, ભલાભોળા અજ્ઞાન આફ્રિકાવાસીઓ માટે પ્રેમ અને ગરીબ દર્દીઓની સેવા કરવાની સમજણ. માનવીના હૃદયમાં જ્યારે કરુણાનો સ્રોત વહે છે ત્યારે તેમાંથી જ પ્રેમનો જન્મ થાય છે. એ પ્રેમમાંથી પ્રજ્ઞા ઉદ્ભવે છે જે માનવીને કાર્ય કરવા માટે સમજણ પૂરી પાડે છે.

ડૉક્ટરસાહેબના સમર્પણની હકીકત નાનકડા તેર વર્ષના બૉબીને સ્પર્શી ગઈ. જ્ઞાન જ્યારે આચરણમાં આવે છે ત્યારે સદ્‌ગુણ બને છે અને જ્ઞાની સદાચારી બને છે.

બૉબીએ પાંચ ડૉલર જેવી રકમ તો મેળવી પણ હવે પિતાએ વ્યક્ત કરેલી ચિંતા તેને થવા લાગી. દવાઓ ડૉક્ટરસાહેબને આફ્રિકા મોકલવી કઈ રીતે? બૉબી ચિંતામાં પડી ગયો.

નાટોના ઍર સાઉથ જનરલને જ્યારે કોઈ સાવ અજાણ્યા તેર વર્ષના રૉબર્ટ હિલ નામના બાળકનો પત્ર મળ્યો ત્યારે જનરલને ઘણી નવાઈ લાગી.

રૉબર્ટ હિલ-બૉબી-નો પત્ર આ પ્રમાણે હતો.

'પ્રિય જનરલ લિંડસે,

મેં છાપાંઓમાં વાંચ્યું છે કે લોકોને વિશ્વશાંતિ જોઈએ છે. મારા પિતાજીએ પણ કહ્યું કે "નાટો" સંસ્થા વિશ્વશાંતિ માટે જ રચાઈ છે.

મેં હમણાં જ વાંચ્યું કે ડૉ. શ્વાઇત્ઝર આફ્રિકાના લોકોની સેવા કરે છે... હું તમને એ માટે પત્ર લખી રહ્યો છું. ડૉ. શ્વાઇત્ઝરને મોકલવા માટે મને થોડી દવાઓ ખરીદી આપો. તેમણે કહ્યું કે મારાથી બનશે એટલી દવાઓ તને ખરીદી આપીશ. પણ દવાઓ ડૉ. શ્વાઇત્ઝર સુધી પહોંચાડવાની કોઈ વ્યવસ્થા થવી જોઈએ. મને વિચાર આવે છે કે શ્વાઇત્ઝર જ્યાં રહે છે ત્યાં તમારું વિમાન જવાનું હોય તો તે મારી દવાઓ પહોંચાડી શકે. કદાચ બીજા લોકો પણ શ્વાઇત્ઝરને દવા મોકલવા ઇચ્છતા હોય... તમને મેં આવો પત્ર લખ્યો છે. એ વિશે મેં મારા પિતાને જણાવ્યું નથી. પણ મને વિશ્વાસ છે કે તમને વાંધો નહીં હોય. તમે મદદ કરી શકશો તો આભારી થઈશ.

– રૉબર્ટ એ. હિલ (ઉં.વ.૧૩)'

મૂંઝાયેલા બૉબીને એક દિવસ જ્યારે જનરલ લિંડસેનો પત્ર મળ્યો ત્યારે તેને નવાઈ લાગી. પત્રમાં જણાવ્યું હતું:

'પ્રિય રૉબર્ટ,

તારી દવાઓ ડૉ. આલ્બર્ટ શ્વાઇત્ઝરને જરૂર પહોંચાડી દઈશ. આ ઉપરાંત હું તારો પત્ર ઇટાલિયન રેડિયોને મોકલી આપીશ. જે તેના '૨૪મો કલાક' કાર્યક્રમમાં સારાં કાર્યોમાં સહાય કરવાની અપીલો પ્રસારિત કરે છે. તું નિરાશ થઈશ નહીં.

બીજાને મદદ કરવા ઇચ્છનારા લોકોનો દુનિયામાં તોટો નથી.

– જનરલ લિંડસે

બૉબી આનંદથી નાચી ઊઠ્યો. જનરલ જેવા મોટા માણસે પોતાના પત્રની નોંધ લીધી તેનો તેને અત્યંત આનંદ થયો. નોંધ લીધી એટલું જ નહીં, જવાબ પણ આપ્યો અને દવાઓ પહોંચાડવાની ખાતરી પણ આપી. નાના બાળકના નાનકડા સારા કાર્યનું ઘણી વાર મોટું પરિણામ આવે છે. રૉબર્ટ હિલનો પત્ર ઇટાલિયન રેડિયો પરથી અંગ્રેજી, ઇટાલિયન, ફ્રેન્ચ અને જર્મન ભાષામાં પ્રસારિત થયો. પરંતુ નાના બૉબીને નવાઈ તો ત્યારે લાગી જ્યારે ઇટાલિયન રેડિયોના સ્ટેશન ડિરેક્ટર તરફથી તેને રેડિયો સ્ટેશનમાં આવી પોતાની અપીલ રજૂ કરવા આમંત્રણ મળ્યું. બૉબીને તેના પિતા હેન્ની હિલ રેડિયોસ્ટેશન પર લઈ ગયા. બૉબીએ પોતાની સાવ સરળ ભાષામાં ડૉ. આલ્બર્ટ શ્વાઇત્ઝરના માનવતાના કાર્યમાં દવાઓ આપી મદદ કરવા અપીલ કરી. એક દુભાષિયાએ તેની અપીલનું ભાષાંતર કર્યું અને બૉબીની યોજના લોકો સુધી પહોંચી.

ડૉ. આલ્બર્ટ શ્વાઇત્ઝર પોતાનું કામ કરતા હતા એ વખતે તેમને એક તાર મળ્યો. તાર વાંચી ડૉક્ટરની નવાઈનો પાર ન રહ્યો. તારમાં વિગત હતી...

'ઇટાલીની પ્રજા દ્વારા આપને ભેટ આપવામાં આવેલ નવ હજાર રતલ વજનની દવાઓ આપ ક્યારે સ્વીકારી શકશો?' ડૉક્ટરસાહેબને આશ્ચર્ય થયું. 'આટલો મોટો દવાનો જથ્થો? કોણે ભેગો કર્યો હશે? કોણે પ્રેરણા આપી હશે?' સાથે મૂંઝવણ પણ થઈ કે આ દવાઓ કેટલી જગ્યા રોકશે? ઘણીખરી દવાઓ રેફ્રિજરેટરમાં રાખવી પડશે! રેફ્રિજરેટર તો હૉસ્પિટલમાં છે નહીં, દવાઓ રાખવા માટે સ્ટોરરૂમ પણ બહુ નાના છે. આમાંથી થોડી દવા પેરુમાં આદિવાસીઓ માટે ચાલતી હૉસ્પિટલમાં મોકલી શકાય?' ડૉ. શ્વાઇત્ઝરે આવા ઘણા પ્રશ્નો જનરલ લિંડસેને પૂછ્યા. જનરલે તમામ પ્રશ્નોના સંતોષજનક જવાબો આપ્યા અને જ્યારે એ પણ જણાવ્યું કે તેર જ વર્ષની ઉંમરના રૉબર્ટ એ. હિલ – બૉબી – નામના બાળકની પ્રેરણાથી આટલો દવાઓનો સંગ્રહ થઈ શક્યો છે ત્યારે ડૉક્ટરસાહેબને અનહદ આનંદ થયો.

બૉબીની અપીલ પ્રથમ ચાર ભાષામાં પ્રસારિત થઈ. પછી બૉબીના પોતાના અવાજમાં અપીલ રજૂ થઈ. તેની જનસમાજ પર જાદુઈ અસર થઈ. બાળકની નિર્દોષતામાંથી પ્રગટેલી કરુણાની ધારામાં સૌ શ્રોતાઓનાં હૈયાં ભીંજાઈ ગયાં.

અપીલના પ્રતિભાવમાં પાંચ લાખ ડૉલરની દવાઓ નેપલ્સ આવી પહોંચી. મોટા ભાગની દવાઓ લેપેપિત નામની પ્રસિદ્ધ દવાની કંપનીએ આપી હતી. બીજી દવાઓ નાગરિકો તરફથી મળી હતી. નિષ્ણાત ડૉક્ટરોની એક સમિતિએ દવાઓ તપાસી ભૂમધ્યવર્તી આફ્રિકાના હવામાનને અનુકૂળ આવે એ રીતે અલગ પાડી હતી.

બૉબીની જેમ પચાસ બાળકોએ પોતાના ખિસ્સાખર્ચીમાંથી રોકડા પૈસા મોકલ્યા હતા. ચાર રૂપિયાથી માંડીને પચાસ રૂપિયા સુધીની રકમ મોકલવામાં આવી હતી. અગિયાર વર્ષના એક બાળકે જણાવ્યું કે, 'કઈ દવા ખરીદવી એ ખબર નહીં પડતી હોવાથી હું થોડી બચત મોકલી આપું છું. મને આશા છે કે બીજા મિત્રો પણ આ રીતે મોકલશે.'

ડૉ.શ્વાઇત્ઝરે જ્યારે જાણ્યું કે દવાઓ મોકલવાની પ્રેરણા આપનાર બાળક નિગ્રો છે ત્યારે તેમણે એ બાળકને મળવાની ઇચ્છા વ્યક્ત કરી. બૉબીને નવાઈ લાગી જ્યારે તેણે જાણ્યું કે ડૉ. આલ્બર્ટ શ્વાઇત્ઝર જેવા એક મહાન ડૉક્ટર તેના જેવા એક સામાન્ય કિશોરને મળવા ઇચ્છે છે! બૉબી તૈયાર થઈ ગયો. થોડા પત્રકારો, નાટોના કેટલાક અધિકારીઓ અને અન્ય કર્મચારીઓ સાથે બૉબી ફ્રેન્ચ હવાઈ દળના વિમાનમાં લેમ્બેરેન જવા રવાના થયો. સાથે દવાઓનો વિશાળ સ્ટૉક લઈ ઇટાલીનું હવાઈજહાજ રવાના થયું. નેપલ્સથી લેમ્બેરેનની ફ્લાઇટ સોળ કલાકની હોવાથી વચ્ચે નાઇજીરિયાના કાનો ઍરપોર્ટ પર કાફલો રોકાયો. 'નાઇજીરિયા ટાઇમ્સ'માં બૉબીની હકીકત ફોટા સાથે છપાઈ. હવે એ જ્યાં જતો ત્યાં લોકો તેને ઓળખી જતા. બૉબી માથે પ્રશંસાનાં પુષ્પોનો વરસાદ થયો. તો ક્યાંક ક્યાંક એકાદ ફૂલનો કાંટો ચૂભ્યો પણ ખરો. એક હબસીએ કહ્યું, 'આપણે એમની નજરમાં કાળા હબસી જ રહેવાના.' એ રાત્રે ઘસઘસાટ ઊંઘતો હતો ત્યારે આફ્રિકાના કબીલાના સરદારે આવીને તેને જગાડ્યો અને પૂછ્યું 'છોકરા, સાચું બોલજે કોના કહેવાથી તે જનરલ લિંડસેને કાગળ લખ્યો હતો?' બૉબીને મૂંઝવણ તો થઈ પણ એ ગભરાઈ ન ગયો. તેણે વિશ્વાસથી કહ્યું, 'કોઈના પણ કહેવાથી મેં પત્ર નથી લખ્યો.' દિવસે પણ સૂર્યનું કિરણ ધરતી પર ન પહોંચે એવા ગાઢ જંગલ પર બે વિમાનો આફ્રિકાનાં ઊડતાં હતાં. ગાઢ જંગલ વચ્ચે પહાડ પર નદીની લીટી ઊંચી અંકાય તેમ જંગલમાં રસ્તો દેખાવા લાગ્યો. સો સો ફૂટ ઊંચાં વૃક્ષોની વચ્ચે લેમ્બેરેનની હવાઈ પટ્ટી આવેલી હતી. જ્યાં આ ભલા ડૉક્ટરસાહેબની હૉસ્પિટલ હતી.

૧૭મી જુલાઈ, ૧૯૫૮ના દિવસે બંને વિમાન લેમ્બેરેનની હવાઈ પટ્ટી પર ઊતર્યાં. સાદાં કપડાંમાં ડૉક્ટરસાહેબ મહેમાનોને સત્કારવા ઊભા હતા. જેવો બૉબી વિમાનમાંથી ઊતર્યો તેવા ડૉક્ટર સામે ગયા અને માનપૂર્વક નીચા નમી બૉબીને ચૂમી લીધો. ફ્રેંચ ભાષામાં એટલું જ બોલ્યા, 'કેવો મજાનો છોકરો છે?' બૉબી કાંઈ બોલી ન શક્યો. તેની આંખમાં આંસુમાત્ર હતાં.

૧૩ વર્ષના મહેમાનને સાથે લઈ ૮૬ વર્ષના ડૉ. શ્વાઇત્ઝર હૉસ્પિટલમાં દાખલ થયા. સાથે અન્ય મહેમાનો પણ હતા. બધા દર્દીઓ સાથે ડૉક્ટરે બૉબીની ઓળખાણ કરાવી અને સમજાવ્યું, 'આ લોકો માટે આ દવાઓ કામમાં આવશે.' એક નર્સે દુભાષિયાની ફરજ બજાવી. બપોરે તદ્દન સાદું ભોજન મહેમાનોને પીરસવામાં આવ્યું. ડૉક્ટરસાહેબે એ વખતે બૉબી અને દવાઓ મોકલનાર તમામ દાતાઓનો આભાર માન્યો અને કહ્યું, 'મને આવો કદી વિચાર નહોતો આવ્યો કે એક નાના બાળક દ્વારા મને આ રીતે સહાય મળશે.'

બૉબી બે દિવસ લેમ્બેરેનમાં મહેમાન તરીકે રહ્યો. ત્રીજે દિવસે સૌ નેપલ્સ જવા રવાના થયા ત્યારે ડૉક્ટર શ્વાઇત્ઝરે સીસમના લાકડાનો એક ડબો બૉબીને ભેટ આપ્યો અને કહ્યું, 'આ તારી માતા માટે છે.' બૉબી પોતાના ઘેર પહોંચ્યો. નેપલ્સથી રવાના થયા. કાનો થઈ લેમ્બેરેન ગયા, ડૉક્ટરસાહેબને મળ્યા, બે દિવસ રહ્યા, હૉસ્પિટલ જોઈ, દર્દીઓને મળ્યા – એ બધી પહેલેથી છેલ્લે સુધી માંડીને વાત કરી. માતાને ડબો આપ્યો. માતાએ ડબો ખોલ્યો. તેમાં એક ચિઠ્ઠી હતી. ચિઠ્ઠી વાંચતાં જ માતાની આંખમાંથી આંસુઓની ધારા વહેવા માંડી. ચિઠ્ઠીમાં એક જ વાક્ય લખ્યું હતું:

'બૉબી જેવા બાળકને જન્મ આપનાર માતાને પ્રણામ.'

– આલ્બર્ટ શ્વાઇત્ઝર

□

નજરેં બદલ ગઈ

તારીખ ૧-૧-૨૦૦૬ના મંગલ પ્રભાતે મેં લખવાના કરેલા સંકલ્પ મુજબ કલમ ઉઠાવી. હૃદય ભાવોથી ભરાઈ ગયું. મગજ સતેજ બની ગયું. મનમાં લાગણીઓનાં પૂર ઊમટ્યાં. મૂંઝવણ માત્ર એક જ રહી. લખવું શું? કઈ મૂડીના આધારે આ ઉદ્યોગમાં ઝંપલાવવું?

મેં આંતરમનમાં ખોજ આદરી. જિવાઈ ચૂકેલા જીવનનું સાવ તટસ્થભાવે નિરીક્ષણ કર્યું. પ્રથમ જ્ઞાનની શોધ આદરી. હું નથી જાણતો એટલું જાણવા જેટલું જ્ઞાન મારામાં છે ખરું? પછી સમજણ શોધવા પ્રયાસ કર્યો. મારે અસત્યથી સત્ય તરફ નથી જવાનું, નીચા સત્ય તરફથી ઊંચા સત્ય તરફ જવાનું છે. આવી સમજણ જીવનમાં ક્યાંય જણાય છે ખરી?

સત્ય ને સત્ય. અસત્ય ને અસત્ય અને અસત્યમાંથી સત્ય શું છે? એ શોધી શકે તેવી વિવેકબુદ્ધિના ઝબકારાની તપાસ પણ આદરી.

અનુભવ માટે શું બાકી રાખવું?
જીવતરના જે મારગે હું સફર કરું છું.

એ મારગ ખોટો છે આવું જ્ઞાન થાય, આવો અનુભવ થાય ત્યાર પછી એ ખોટો મારગ ત્યજી સાચા મારગે પ્રયાણ કર્યું હોય એવા કોઈ અનુભવની ગઠરી અત્યાર સુધીમાં બાંધી છે ખરી? જ્ઞાન, સમજણ, બુદ્ધિ, અનુભવની વાત જવા દ્યો, વેદનાની વાત કરો ને! વિરહની કટારી હૃદયમાં ભોંકાઈને એમાં જ ભાંગી ગઈ હોય અને એમાંથી ટપક ટપક લોહીનાં ટીપાં ટપકતાં હોય અને એ પાછાં વાણી દ્વારા વ્યક્ત થતાં હોય.

સાજણ તમારા સ્નેહમાં સુકાણાં અમ શરીર;
એક પાપી નૈણાં નો સૂક્યાં ઈ તો ભરભર લાવ્યાં નીર.

આવી કોઈ વેદનાને હૈયામાં સંઘરી રાખી હોય અને હોઠ પર આવવા ન દીધી હોય એવું બન્યું છે ખરું?

રાધાની વેદના તો દુનિયાએ જાણી પણ
માધવની વેદના અજાણી,
હૈયાના ગોખમાં સંઘરીને રાખી
હોઠ પર કદીયે ન આણી.

વ્યથા, વેદના વેઠ્યા વગર વાચકોમાં 'સમસંવેદન' કેમ જગાવી શકાશે? કારણ કે,

આપ હી રંગાયે બિના ઔર ના લાગે રંગ
પહલે તો દીપક જલે પીછે જલે પતંગ.

જિગરના જખમો વગર સાહિત્યની સરવાણી ફૂટશે ક્યાંથી? એટલે જ અર્નેસ્ટ હેમિંગ્વે લખ્યું છે:

Do you want to be a writer?
Where are your wounds?

તમારે લેખક થવું છે? ક્યાં છે તમારા જખમો?

આવા વિચારોના ચકરાવે મન ચડી ગયું અને હું કંઈ લખી ન શક્યો. માત્ર નિરાશામાં નોંધ કરી કે જો મારી સાથે જ્ઞાનનું ભાથું નથી, અનુભવનું ઊંડાણ નથી, બુદ્ધિનો સાથ નથી, સમજણનો સંગાથ નથી, વેદનાનો સથવારો નથી, સમસંવેદન જગાવવાની ક્ષમતા નથી તો પછી સાહિત્યસર્જનની કેડીએ ચડવું જ શા માટે?

વળી થયું એમ હતાશ થવાનો શો અર્થ? થોડું જ્ઞાન, થોડી સમજણ અને થોડા અનુભવ પછી કલમ ઉપાડું તો? તરત મનમાંથી પ્રત્યુત્તર સાંપડ્યો: જ્ઞાન આવ્યા પછી લખવું શક્ય નથી. લખતાં લખતાં કદાચ જ્ઞાન આવે એ સંભાવના ખરી?

અત્યારે ભલે સમજણ ન હોય, પણ લખ્યા પછી સમજણ સાંપડશે એવી આશા કેમ ન રાખવી? અને અનુભવ તો સતત થયા જ કરે છે ને? માત્ર દૃષ્ટિ બદલે અને દૃશ્ય બદલાઈ જાય. કશ્તી બદલે અને કિનારો બદલી જાય, આવા અનુભવો નથી એટલું જ ને?

નજરેં બદલ ગઈ નજારા બદલ ગયા
કશ્તી બદલ ગઈ કિનારા બદલ ગયા

ગાઢ અંધકાર પછી જ પ્રભાતનો ઉજાસ પ્રગટે છે, મારી નિરાશાનાં કાળાં વાદળાં પર મને આશાની સોનેરી કિનાર જોવા મળી. મને સત્ય સમજાઈ ગયું.

હાસ્યનો વરઘોડો   ૭

ભલે મારી પાસે કંઈ ન હોય, મૂર્ખાઈ તો છે. મૂર્ખાઈની મૂડી સાથે હાસ્યનો વેપાર ધમધોકાર ચાલશે. હાસ્યની ઇમારત મૂર્ખાઈના પાયાના પથ્થરો પર તો ચણાય છે.

હાસ્ય સંવાદિતામાંથી સર્જાય છે? ના. સંવાદિતામાંથી તો સંગીત સર્જાય છે. હાસ્ય વિસંવાદિતામાંથી સર્જાય છે. હું જીવનમાં કરેલી ભૂલોમાંથી, અજ્ઞાનમાંથી, નિષ્ફળ પ્રયાસોમાંથી, મૂર્ખાઈમાંથી હાસ્ય સર્જવાના પ્રયાસ કરીશ, અને મેં પ્રયાસ કર્યો.

મ

મુંબઈ દૂરદર્શન પર મારો પહેલો જ કાર્યક્રમ હતો. મારા પરમ મિત્ર સુરેન ઠાકર 'મેહુલ' મારો પરિચય આપવાના હતા. કાર્યક્રમની શરૂઆત જ પ્રશ્નોત્તરથી કરવાની હતી. મેહુલભાઈએ મને પૂછ્યું, 'તમારું નામ શાહબુદ્દીન અને અટક રાઠોડ છે તો તમારી જાતિ કઈ?' મેં કહ્યું: 'નરજાતિ.' મેહુલભાઈ સાથે શ્રોતાગણ ખડખડાટ હસી પડ્યો.

મારા મિત્ર મથુરને જોવા મુંબઈથી મહેમાન આવ્યા. એમાં વિનુભાઈ મહેતા પણ હતા. કોઈ અનુભવી ખેડૂત બળદ ખરીદતાં પહેલાં એનું નિરીક્ષણ કરે તેમ વિનુભાઈએ મથુરને જોયો ત્યાર પછી મને એક તરફ લઈ ગયા અને પૂછ્યું, 'આ મુરતિયામાં કંઈ લાયકાત છે?' મેં કહ્યું, 'ઉંમરલાયક છે' અને વિનુભાઈ ખડખડાટ હસી પડ્યા. મથુરનું સગપણ થયું. ધામધૂમથી લગન થયાં. મથુરનો સંસાર શરૂ થયો.

એક વાર મથુર મને કહે, 'મારી પત્ની મારી પાસે રોજ બસ્સો રૂપિયા માગે છે.' મને નવાઈ લાગી. મેં પૂછ્યું, 'એલા રોજ બસ્સો રૂપિયા માગે છે?' મથુર કહે: 'હા, સવાર પડ્યું નથી ને કહે છે લાવો ૨૦૦ રૂપિયા.' મેં કહ્યું, 'પણ રોજ બસ્સો રૂપિયાનું તારી પત્ની કરે છે શું?'

મારો પ્રશ્ન સાંભળી ઠોઠ વિદ્યાર્થી માસ્તર સામું ટગર ટગર જોઈ રહે તેમ મથુર મારી સામે જોઈ રહ્યો. મેં ફરી એ જ પ્રશ્ન પૂછ્યો ત્યારે મથુરે વિચારીને જવાબ આપ્યો: 'એ તો હું એને બસ્સો રૂપિયા આપું તો ખબર પડે!'

□

છે જીવનની ઘટમાળ એવી
સુખ અલ્પ, દુઃખ થકી જ ભરેલી

જ્યાં સુધી જીવન છે ત્યાં સુધી સમસ્યા તો રહેવાની જ. હા, એટલું ખરું જ્યાં સુધી કોઈ ઘટનાને તમે સમસ્યા ન બનાવો ત્યાં સુધી એ સમસ્યા બનશે નહીં. સમસ્યા મહત્ત્વની નથી તમે એ કઈ રીતે હલ કરો છો તે મહત્ત્વનું છે.

એક લૅન્ડલૉર્ડે જ્યારે માત્ર અઢી ડૉલર માટે તેના એક દેવાદાર પર કેસ કરવા જણાવ્યું ત્યારે વકીલાત કરતા અબ્રાહમ લિંકનને આશ્ચર્ય થયું. એમને સમજાવવાના તમામ પ્રયત્ન નિષ્ફળ ગયા ત્યારે લિંકને કહ્યું, 'જુઓ, મને વાંધો નથી પણ મારી ફી દસ ડૉલર છે જે હું પહેલાંથી જ લઈ લઉં છું.' લૅન્ડલૉર્ડ દસ ડૉલરની નોટ આપી વિદાય થયા. લિંકન દસ ડૉલર લઈ સીધા એ દેવાદાર પાસે પહોંચ્યા. તેને દસમાંથી પાંચ ડૉલર આપી જણાવ્યું, 'કેસની પહેલી મુદતે જ અઢી ડૉલર ભરી દેજો અને અઢી ડૉલર તમે રાખજો.' લિંકનની ઉદારતા જોઈ એ માણસની આંખમાં આંસુ આવી ગયાં.

લિંકનના આયોજન મુજબ બન્યું. લૅન્ડલૉર્ડને અઢી ડૉલર મળી ગયા. દેણું ભરપાઈ થઈ ગયું અને ઉપરથી અઢી ડૉલર ગરીબ દેણદારને મળ્યા અને લિંકનને ફીના પાંચ ડૉલર મળ્યા.

સામતુભા અમારા અનન્ય સ્નેહી. લાગણીશીલ પણ એટલા જ. શોખીન માણસ.. તમાકુવાળું પાન ખાઈ આનંદમાં રહેતા. સાથે સિગારેટ પણ પીતા. 'પીવાની આદત નથી, પણ દોસ્તો આગ્રહ કરે તેની સામે હું ટકી નથી શકતો.' એ પોતાની નિર્બળતાનો વિનમ્ર ભાવે સ્વીકાર કરતા. હું વીસેક વર્ષથી પીઉં છું, પણ વ્યસન નથી અને ગમે તેટલો પીવું તો પણ મારા બોલવામાં જરા પણ ફેર નથી પડતો એવું એ હંમેશાં કહેતા.

ઉંમર ખય્યામની રુબાયતોનો શૂન્યસાહેબે સુંદર અનુવાદ કર્યો છે.

જો સુરા પીવી જ હોય તો શાનની સાથે પીઓ,
કાં પ્રિયા કા યાર બુદ્ધિમાનની સાથે પીઓ.
ખૂબ પી બેફામ બની જગનો તમાશો ન બનો,
થોડી પીઓ, છાની પીઓ, હોશની સાથે પીઓ.

સામતુભાને એક વાર દાઢની પીડા ઊપડી. એવી અસહ્ય યાતના શરૂ થઈ કે આખી રાત સૂઈ ન શક્યા. સવારે મને બોલાવ્યો અને એમની પીડાની કરુણ કથની મારી સમક્ષ વર્ણવી. આ દાઢ મને જીવવા નહીં દે એવું કહી એ દુઃખમાં ભાંગી પડ્યા.

મેં એમને આશ્વાસન આપ્યું, 'અરે સામતુભા, મરદ થઈને આટલી પીડામાં ગભરાઈ ગયા? જુઓ, દાંત અને દીકરા સારા હોય ત્યાં સુધી જ રખાય. વિષ્ણુગુપ્ત ચાણક્ય કહેતા કે દેણું, દર્દ અને દુશ્મન ત્રણેનો જડમૂળથી નાશ કરવો. દેણું અને દેણું નહીં ભરી શકવાથી ઊભા થયેલા દુશ્મનો બેનો નાશ કરવાના આપણા પ્રયાસો તો ચાલુ છે જ. આ જ ત્રીજાનો એમાં ઉમેરો કરીએ. મૂળમાંથી દાઢ જ કઢાવી નાખીએ. દાઢ જ નહીં રહે તો દુખાવો થશે ક્યાંથી?'

મારો ઇરાદો વાતોમાં સામતુભાના દુઃખને ભુલાવાનો હતો, પણ વચ્ચે સામતુભાએ ઘણા પ્રશ્નો પૂછી નાખ્યાઃ 'ડૉક્ટર ઇન્જેક્શન મારશે? પકડથી દાઢ પકડીને ખેંચશે? પેઢામાં કેવી પીડા થશે? હું પીડા સહન કરી શકીશ?'

મેં તેમને ફરી ફરી સમજાવવાનો પ્રયાસ કર્યો. જે હકીકત છે તેનો સામનો કર્યા સિવાય કોઈ ઉપાય નથી. હું અને સામતુભા દાંતના ડૉક્ટર શાહસાહેબના દવાખાને આવી પહોંચ્યા. ડૉ. શાહસાહેબ સાવ મુલાયમ તબિયતના. એક વાર એમના ચોકીદાર જંગબહાદુરે ફોજી ઢંગમાં કડકાઈમાં પગ પછાડી સલામ ભરી એમાં શાહસાહેબની બગલમાંથી ફાઇલ નીચે પડી ગઈ હતી. શાહસાહેબે અમને સત્કાર્યા.

મેં સામતુભાની દયાજનક દશા વર્ણવી. તેમને જરા પણ તકલીફ ન થાય તેમ તેમની દાઢ પાડી દો એવી વિનંતી કરી. ડૉક્ટર કહે, 'અરે! જરા પણ દુખાવો નહીં થાય. દાઢ પડી ગયાની ખબર પણ નહીં પડે.'

ડૉક્ટરના કથન પર કેટલો વિશ્વાસ રાખવો એ દ્વિધામાં સામતુભા હતા ત્યાં ડૉક્ટરે જુદાં જુદાં સાધનો ટેબલો પર મૂક્યાં. ઇન્જેક્શન જ્યાં ભર્યું ત્યાં સામતુભા સાવ નર્વસ થઈ ગયા. એમણે મારો હાથ પકડી લીધો અને બોલ્યાઃ 'ડૉક્ટરસાહેબ, આપને વાંધો ન હોય તો હું થોડોક પી લઉં પછી તમે બીજી બે દાઢો કાઢી નાખો તો પણ વાંધો નથી. શાહસાહેબે ના પાડી અને બીજા કોઈ ડૉક્ટરને મળવા

હાસ્યનો વરઘોડો

જણાવ્યું. વળી મેં આજીજી કરી, 'સાહેબ, નશામાં ને નશામાં દાઢ નીકળી જતી હોય તો કાઢી નાખો ને.' મારી અને ડૉક્ટરસાહેબની રકઝક દરમિયાન સામતુભાએ પિવાય એટલો ઝડપથી પી લીધો. ડૉક્ટરસાહેબે ઇન્જેક્શન આપવા હાથ લંબાવ્યો ત્યાં ફરી તેમણે વિનંતી કરી. 'હજી થોડો.' આમ કહી તેમણે બૉટલ ખાલી કરી પણ ત્યાં સામતુભાનો રંગ બદલાઈ ગયો.

એમણે ખોંખારો ખાઈ ત્રાડ નાખી પણ ગીરના જંગલના સાવજ ત્રાડ નાખે અને પશુપંખી ભાગી જાય એમ દવાખાનામાંથી પ્રથમ બે દર્દી ભાગી ગયા. ઇન્જેક્શનસોંતા ડૉક્ટર ટેબલ ટપી ક્યારે બહાર શેરીમાં પહોંચી ગયા એમની એમને પોતાને પણ ખબર ન રહી. એક નર્સ ભાગવાનું ભૂલી ત્યાં જ પડી ગઈ. ક્રોધના આવેશમાં ધ્રૂજતા સામતુભાએ કહ્યું, 'હવે હું જોઉં છું કોણ મરદનો દીકરો આ દાઢને હાથ લગાડે છે!'

હું સામતુભાને સમજાવી ઘરે લઈ ગયો. અબ્રાહમ લિંકન તો સમજદાર હતા. એમને ફી મળી. અહીં ન ડૉક્ટરને ફી મળી ન મને જશ મળ્યો. ન સામતુભાના દર્દનું નિવારણ થયું.

મન ચાહે દિલદાર કો, તન ચાહે આરામ,
દુવિધા મેં દોનું ગયે, ન માયા મિલિ ન રામ.

□

મથુરનો વિષાદ

માનવજીવનમાં જન્મ, વ્યાધિ, અપ્રિયનો યોગ, પ્રિયનો વિયોગ, જરા અને મૃત્યુ – આ છ દુઃખો તો જન્મ સાથે જ નક્કી થઈ ચૂક્યાં છે. આ સિવાય માનવી પોતાની મૂર્ખાઈથી એમાં જેટલાંનો વધારો કરી શકે એ વધારાનાં. જન્મથી જ દુઃખોની શરૂઆત થાય છે એટલે જન્મને દુઃખનું કારણ ગણવામાં આવ્યું છે.

બાળક જન્મે છે, મોટું થાય છે ત્યારથી કોઈ ને કોઈ વ્યાધિ શરૂ થાય છે. કિશોર અવસ્થા વટાવી એ જ્યારે યુવાનીના ઉંબરે આવે છે ત્યારે અપ્રિયનો યોગ શરૂ થાય છે. કો'ક વળી ભાગ્યશાળીને પ્રિયનો યોગ સાંપડે છે. જવાની જે જવાની છે જ. તે ધીરે ધીરે વિદાય લે છે અને પ્રૌઢાવસ્થા શરૂ થાય છે. તેની સાથે જ આજીવિકા માટે દૂર-સુદૂર જતાં સંતાનોનો વિયોગ આવી પડે છે. દીકરા પરિવાર છોડી એમના પંથે પ્રયાણ કરે છે. દીકરીઓ પરણીને પિયરને તજીને પતિગૃહે પ્રયાણ કરે છે.

Son is son till the wife.
Daughter is daughter whole the life.
જીવતરને સમજવાની મથામણ ચાલતી હોય છે.

જિંદગી નહોતી ખબર તું તો માત્ર છે ગણિત
એક પગલું ખોટું અને ખોટો જ આખો દાખલો.
જીવતરના જમા-ઉધારનો તાળો મળે તે પહેલાં અનેક સંતાપો સાથે બુઢાપો ચુપચાપ જીવનમાં પ્રવેશ કરે છે. આધિ, વ્યાધિ અને ઉપાધિમાં અટવાઈ પડેલો અસહાય વૃદ્ધ રડી પડે છે.

મારા મિત્ર મથુરનાં પત્નીના જીવનમાં દાંતની પીડારૂપે જ્યારે વ્યાધિએ પ્રવેશ કર્યો ત્યારે એ અકળાઈ ઊઠ્યાં. પ્રથમ તો તેમણે ઘરગથ્થુ ઉપચારો શરૂ કર્યા. ચંદુલાલસાહેબના કહેવાથી બાવળની શિંગો બાળી ભસ્મ કરી તે ભસ્મ લગાડી,

કાંતાબહેનના કહેવાથી બજર દીધી, ચમનલાલે સૂચન કર્યું એટલે લવિંગ વાટીને લગાડ્યાં, પણ કંઈ ફેર ન પડ્યો, 'તમને મારી કંઈ પડી જ નથી' આવી ફરિયાદ તેમણે મથુર સમક્ષ કરી ત્યારે મથુરે કહ્યું, 'સૂંઠ નાખેલા ગરમ શીરાના શેકથી ગરમાવો લાગશે એટલે દાંતના દુખાવામાં રાહત રહેશે.' શાંતાબહેને શીરાનો પ્રયોગ કર્યો પણ કંઈ ફેર ન પડ્યો. પણ મથુરે પેટ ભરીને શીરાનું શિરામણ કર્યું.

રાધાકૃષ્ણનું એક સુંદર ચિત્ર મેં જોયું છે. વૃંદાવનની કુંજગલીમાં કદંબના વૃક્ષને ટેકે કૃષ્ણ ડાબા પગ પર જમણો પગ ઊંચો રહે એ રીતે રાખીને બેઠા છે. એમના પગમાં કાંટો લાગ્યો છે. રાધા એ કાંટો કાઢવા પ્રયાસ કરે છે. કાંટો કૃષ્ણને લાગ્યો છે છતાં એમના ચહેરા પર હાસ્ય છે અને રાધાના ચહેરા પર વેદના અંકિત થયેલી છે. પરંતુ અહીં મથુરનાં પત્નીનાં ચહેરા પર વ્યથા જોઈ શકાતી હતી અને મથુરના ચહેરા પર છૂપો આનંદ. મથુરે શાંતાબહેનને સમજાવ્યું, 'ડૉ. શાહસાહેબ નિષ્ણાત ડેન્ટિસ્ટ છે. આપણા સ્નેહી છે. આપણે તેમને બતાવી દઈએ.' ઘણી આનાકાની પછી શાંતાબહેન તૈયાર થયાં. પીડા માનવીને વાસ્તવિકતાનું ભાન કરાવી દે છે. જે. કૃષ્ણમૂર્તિ કહેતાં: See the fact and fact will show you the way. જે હકીકત છે તે જુઓ અને હકીકત – સત્ય જ તમને માર્ગ બતાવશે.

પીડાએ શાંતાબહેનને વાસ્તવિકતાનું ભાન કરાવી દીધું. એ સત્ય જોઈ શક્યાં અને મથુર સાથે ડેન્ટિસ્ટ ડૉ.શાહસાહેબને બતાવવા સંમત થયાં. બંને તેમના ક્લિનિક પર પહોંચ્યાં. શાહસાહેબે બંનેને આવકાર્યાં. મથુરને આગમનનું કારણ પૂછ્યું. મથુરે ધીરે રહી ડૉક્ટરની નજીક જઈ કહ્યું, 'સાહેબ આગળનો દાંત પાડવાનો છે પરંતુ નથી ઇન્જેક્શન મારવાનું, નથી ઈથરનો સ્પ્રે કરવાનો. બસ, પકડમાં પકડીને ખેંચી જ નાખો!' મથુરની વાત સાંભળી શાહસાહેબ ખુશ થયા. તેમણે કહ્યું, 'હું વીસ વર્ષથી પ્રૅક્ટિસ કરું છું પણ તમારા જેવો મરદ દર્દી મેં અત્યાર સુધી જોયો નથી.' આટલું કહી ડૉક્ટરે કહ્યું, 'બોલો કયો દાંત પાડવાનો છે?' પ્રશ્ન સાંભળતાં જ મથુર ખસી ગયો અને શાંતાબહેન તરફ ફરીને બોલ્યો, 'દેખાડ ડૉક્ટરસાહેબને કયો દાંત પાડવાનો છે?'

ડૉ. શાહસાહેબ તરત જ મથુરની બહાદુરીનું રહસ્ય સમજી ગયા. એમણે મથુરને બહાર જવા કહ્યું. મથુર બહાર બેઠો. ડૉક્ટરે શાંતાબહેનના દાંતની તપાસ કરી, ઇન્જેક્શન મારી, દાંતની આજુબાજુના સમગ્ર વિસ્તારને સંવેદનહીન બનાવી, પકડમાં પકડી દાંત ખેંચી કાઢ્યો. પોલાણમાં રૂ ભરાવી સાંજ સુધી રાખવા જણાવ્યું. મથુરને ૧૩૬ રૂપિયાનું બિલ આપ્યું. મથુરને થયું, દેશી દવા થતી હતી એ જ બરાબર હતી.

શાંતાબહેનને દવા લખી આપી. તીખું, તળેલું ન ખાવાની સૂચના આપી. માત્ર શીરો ખાવાની સાંજથી છૂટ આપી. બંને ઘેર આવ્યાં. શાંતાબહેન તરત જ સૂઈ ગયાં. પીડા ન રહી એટલે એમને ઊંઘ પણ ઘસઘસાટ આવી ગઈ. સાંજે શાંતાબહેન ઊઠ્યાં. રૂ કાઢી નાખ્યું. નવશેકા પાણીના કોગળા કર્યા પછી શીરો બનાવ્યો. શાંતાબહેને પેટ ભરીને આરોગ્યો. મથુર બળદ ખોળ સામું જુએ એમ શીરા તરફ જોઈ રહ્યો હોવાથી તેને પણ લીંબુ જેટલો આપ્યો. આ વખતે શાંતાબહેનના ચહેરા પર પ્રસન્નતા હતી અને મથુરના મનમાં વિષાદ.

સંત કવિશ્રી રાજેન્દ્ર શુક્લની આટલી જ પંક્તિઓ મથુર સમજ્યો હોત તો તે પણ પ્રસન્ન હોત.

મને ગમ્યું તે મારું,
પણ જો તને ગમે તો તારું.
મારું તારું અને ગમવું પણ
લાવને કરીએ સહિયારું.
તું જીતે ને થાઉં ખુશી હું,
લાવને ફરી ફરી હારું.

□

ખોટો સિક્કો

કોણે કીધું ગરીબ છીએ કોણે કીધું રાંક?
કાં ભૂલી જા મનવા ભોળા આપણા જુદા આંક?

મકરન્દ સાંઈનું હું કાવ્ય વાંચી રહ્યો હતો, પરંતુ આ પંક્તિઓ વાંચતાં હું પુસ્તક બંધ કરી વિચારે ચડી ગયો.

થોડા નથી સિક્કા પાસે થોડી નથી નોટ,
એમાં તે શું બગડી ગયું એમાં તે શી ખોટ?

વિચારોનું કારણ 'સિક્કા' શબ્દ હતો.

અમારા હેડમાસ્તર ઠાકરસાહેબ પાસે એક રૂપિયાનો ખોટો સિક્કો આવી ગયો. એક તો માસ્તરનો જીવ, વળી રૂપિયા જેવી માતબર રકમ, હવે કરવું શું? ખોટો રૂપિયો ચલાવવો કેમ?

સાહેબ બીડી નહોતા પીતા છતાં દામજીભાઈની દુકાને જઈ પચીસ બીડીનો ઑર્ડર આપ્યો અને રૂપિયો આપ્યો. દામજીભાઈએ પહેલાં બીડી આપી પછી રૂપિયો પાછો આપ્યો અને જણાવ્યું, 'આ રૂપિયો નહીં ચાલે, રોકડા ત્રણ આના આપો સાહેબ.' શરમમાં ત્રણ આના રોકડા ચૂકવી બીડીની ઝૂડી લઈ ખોટો રૂપિયો પાછો લઈ સાહેબ શાળામાં આવ્યા. બીડીની ઝૂડી પ્યુન શાંતિલાલને આપી. શાંતિલાલે વિચાર્યું, 'સાહેબ ઉપરથી દેખાય છે કડક એટલા જ અંતરથી ઉદાર છે.'

બીજે દિવસે ઠાકરસાહેબ શાકમાર્કેટમાં ગયા. મરચાં, કોથમીર, આદું, લીંબુ વગેરે લીધું. શાકવાળા મોહનને ખોટો સિક્કો આપ્યો, પણ ચાલ્યો નહીં. વળી, ચાર આના રોકડા ચૂકવી સાહેબ ઘેર આવ્યા. ખરીદી પત્નીને સુપરત કરી. તેમનાં પત્નીએ કહ્યું, 'આવાં કામો ક્યારેક કરતાં હો તો કેવું સારું?'

આ જ રીતે ગાંઠિયા, મોતીચૂર લાડુ, તમાકુ, દાળિયા, આવી ઘણી વસ્તુ સાહેબે ખરીદી પણ રૂપિયો ચાલ્યો નહીં. સુખા સોડાવાળાને ત્યાં મને અને રાણાસાહેબને સોડા પાઈ રૂપિયો ચલાવવા પ્રયાસ કર્યો, પણ બે આના વધારાના ગયા. છેવટે સાહેબે રૂપિયો એમના મકાનના ઉંબરામાં જડી દીધો.

સાહેબે ડાયરીમાં નોંધ કરી: 'એક ખોટા કામ પાછળ અનેક ખોટાં કાર્યો કરવાં પડે છે. પહેરણનું એક બટન ખોટું બિડાઈ જાય તો બાકીનાં બધાં બટન ખોટાં બિડાય છે. પ્રથમ વાસણ ઊંધું મુકાઈ જાય તો તેના પર બીજાં ઊંધાં વાસણો ગોઠવાય છે.'

દિલ્હીમાં એક સૂફી સંત રહેતા હતા. એ શાકબકાલું વેચવાનો વ્યવસાય કરતા અને અલ્લાહની ઇબાદતમાં વક્ત ગુજારતા. સીધું-સાદું સરળ જીવન હતું. એકમાત્ર વિશિષ્ટતા હતી – કોઈ પણ ગ્રાહક ગમે તેવા ખોટા સિક્કા આપે એ પ્રેમથી સ્વીકારી લેતા અને તેને શાક આપી દેતા. આ રીતે તેમણે આખી જિંદગી પસાર કરી. અંત સમય જ્યારે આવ્યો ત્યારે માલિકને આટલી જ ઇબાદત કરી, 'યા ખુદા! મેં આખી જિંદગીમાં એક પણ ખોટો સિક્કો પાછો નથી ઠેલ્યો, આજ તારા દરબારમાં હું – એક ખોટો સિક્કો – આવું છું. મહેરબાની કરી તેને સ્વીકારી લેજે.' છેલ્લા વાક્ય સાથે એમણે જગતની વિદાય લીધી.

અમારા ગામના શાકમાર્કેટમાં હું પણ ક્યારેક જતો. એક વાર હું ખરીદી કરતો હતો ત્યાં શાકવાળાં ચિચીમાસીએ મને શ્રુતિબહેનને બતાવી કહ્યું, 'ભાણાભાઈ, આ બહેન ભણેલાં હશે.' મેં કહ્યું, 'માસી તમને ક્યાંથી ખબર પડી?' ચિચીમાસી કહે, 'ઈ બહેને પહેલાં ટમેટાં ખરીદ્યાં, પછી રીંગણાં લીધાં, ત્યાર પછી બટેટાં થેલીમાં નાખ્યાં અને માથે તરબૂચ મૂક્યુંને એટલે કહું છું.'

મારો મિત્ર જાદવજી શાક લેવા જતો ત્યારે એ બટેટાનો ભાવ પૂછતો અને એક ટમેટું ખાઈ જતો. વિઠ્ઠલને પણ આવી જ ટેવ હતી. એ રીંગણાં જોખાવતો અને એકાદ જામફળમાં દાઢો બેસાડી દેતો. અરે, તલકચંદ શેઠ ખુદ મરચાં જોખાવતા અને બેચાર વધારાનાં મરચાં થેલીમાં પોતાના હાથે નાખી દેતા.

મફત મેળવી લેવાની વૃત્તિ માનવીમાં હોય છે, પણ અમુક આ વૃત્તિનો વિકાસ કરી વૃત્તિને સ્વભાવ બનાવી દે છે. એટલે જ છાપામાંથી નાની કાપલીઓ કપાય છે. એટલે જ લાંચરુશવતની બદી વધતી જાય છે. એટલે જ સદાવ્રતો ચાલે છે.

જીવનનિર્વાહ માટે માનવીએ શારીરિક શ્રમ કરવો જોઈએ અને બુદ્ધિ સમાજના ઉત્કર્ષ માટે ખર્ચવી જોઈએ. ગાંધીજીએ આ વાત સ્વીકારી અને તમામ આશ્રમવાસીઓના જીવનમાં વણાઈ ગઈ.

કબીરસાહેબ કાપડ તૈયાર કરી બજારમાં વેચવા ઊભા રહેતા. તેઓ ગ્રાહકોને કહેતાં, 'લે લો રામ, હમને પ્રેમસે બુના હૈ... આપ પ્રેમ સે પહનના!' કબીરસાહેબ ગ્રાહકને રામ કહેતા. ગ્રાહકમાં રામ જોનારની દુકાન મંદિર બની જાય છે.

મેં મકરન્દ સાંઈનું કાવ્ય આગળ વાંચ્યું:

ઉપરવાળી બૅંક બેઠી છે આપણી માલંમાલ
આજનું ખાણું આજ આપે ને કાલની વાતું કાલ.

□

માસ્તર ઘોડે ચડ્યા

જ્ઞાન મેળવવાથી જ્ઞાનવાન બની શકાય, બળ મેળવવાથી બળવાન બની શકાય, પણ ધન મેળવવાથી ધનવાન બની શકાય? સંપત્તિ મેળવ્યા પછી માનવી સંપત્તિનો સ્વામી બને છે કે સેવક?

પૈસાદાર પૈસા પર કબજો ધરાવે છે કે પૈસાદાર પૈસાના કબજામાં છે? શક્તિશાળી ખેડૂત બળદને હાંકી શકે છે. નિર્બળ ખેડૂતને બળદ ચલાવે છે.

સંપત્તિનો સાચો માલિક તે જ છે જે સંપત્તિનો ત્યાગ કરી શકે છે.

મારા મિત્ર મોહનલાલ માસ્તરને કાબરણ ગામે વસતિગણતરી કરવાની ફરજ આવી પડી.

મામલતદાર જોશીસાહેબે મોહનલાલ માસ્તરને બોલાવી કહ્યું: 'જુઓ માસ્તર, કાબરણ જવા માટે કોઈ વાહનની વ્યવસ્થા નથી. તમારે ઘોડે બેસી જવું પડશે. તમને ઘોડેસવારી ફાવે છે ને?' મોહનલાલ માસ્તરે કહ્યું: 'યુવાનીમાં અશ્વ વિશે જાણવા મેં પ્રયાસ કર્યો છે. રાણા પ્રતાપની વીરતા અને ચેતકની સ્વામીભક્તિનો પાઠ મેં વિદ્યાર્થીઓને ભણાવ્યો છે. સિકંદરના બ્યુસેફેલોસ વિશે હું જાણું છું. તેનું જ્યાં મૃત્યુ થયું ત્યાં સિકંદરે પોતાના પ્રિય અશ્વની યાદમાં બસીફુલ નામનું શહેર વસાવેલ છે. માત્ર ઘોડેસવારી જ નહીં, કોઈ પણ કાર્ય સફળતાથી પાર પાડવું હોય તો સ્વસ્થ શરીર, સ્થિર મન અને જાગ્રત બુદ્ધિ આવશ્યક છે. ઘોડેસવારી માટે ચિત્તને સ્વસ્થ રાખવું, કાનસોરી સમક્ષ નજર રાખવી, પેંગડામાં પગ રાખવા, ઘોડાને આગળથી રોકવા અને પાછળથી ચલાવવા પ્રયાસ કરવો – આટલું પ્રાથમિક જ્ઞાન પૂરતું છે.'

જોશીસાહેબને માસ્તરના જ્ઞાનમાં રસ નહોતો, તેમને વસતિગણતરીની કાર્યવાહીમાં રસ હતો. તેમણે પસાયતા ખેતશીને કહ્યું: 'માસ્તર માટે તલાટી અનવર રાઠોડનો ઘોડો લઈ આવ.'

માસ્તરને વસતિગણતરીના દફ્તર સાથે સમયસર નીકળી જવાની સૂચના આપી સાહેબે વિદાય લીધી.

મોહનલાલ માસ્તર ઘોડે ચડવાના છે એ વાત વાયુવેગે ગામમાં પ્રસરી ગઈ. તેમના વર્ગના વિદ્યાર્થીઓ રંગમાં આવી ગયા. ખેંગુભા, બાધુ, ભગીરથ અને જશવંત તો રાજપરાના રસ્તા સુધી માસ્તરને મૂકવા જવા તૈયાર થઈ ગયા. માસ્તરના ઘોડે ચડવાના સમાચારથી તેમનાં પત્ની ચંચળબહેનને ફાળ પડી, પણ પછી વસતિગણતરીનું કારણ જાણી આનંદ થયો.

'હું ગામની બહાર સીમમાં અશ્વારૂઢ થઈશ' એવો સંકલ્પ માસ્તરે જાહેર કર્યો. માસ્તર, ખેતશી, ચાર વિદ્યાર્થીઓ અને ઘોડો – સૌ વાજતેગાજતે સતીની દેરી પાસેના ઓટા સુધી આવી પહોંચ્યા. ઓટા પાસે ઘોડાને ઊભો રાખવામાં આવ્યો. માસ્તર માટે ઘોડે ચડવાની ઘડી આવી પહોંચી. એમણે પોતાના પ્રતાપી પૂર્વજોનું સ્મરણ કર્યું. યાદ આવ્યાં એટલાં દેવી-દેવતાઓને યાદ કર્યાં. ખેતશીએ ઓટા પાસે ઘોડાને ઊભો રાખ્યો, વસતિગણતરીનું દફતર માસ્તરે ખભે ભરાવ્યું. 'ભલે ગમે તે થાય, હું મારું કાર્ય પાર પાડીને જ જંપીશ.' આવી ઘોષણા કરી, જાળવીને માસ્તર ઘોડા પર સવાર થયા. સાથે આવેલા ચાર વિદ્યાર્થીઓએ આંખના ઇશારે આયોજન કરી લીધું. ખેંગુભાએ જશુ સામે જોયું અને જશુએ એક જ સોટી ઘોડાને વળગાડી. સોટી વાગતાં જ ઘોડો ભાગ્યો અને ધૂળની ડમરી પાછળ અદૃશ્ય થઈ ગયો. અચાનક આવી પડેલા ઘોડાના પ્રચંડ વેગથી માસ્તર ડઘાઈ ગયા. ન તેમનું ચિત્ત સ્વસ્થ રહ્યું, ન બુદ્ધિ જાગ્રત રહી કે ન કાનસોરી સમક્ષ નજર રહી. માત્ર પેંગડામાં ડાબો પગ રહ્યો. પ્રથમ વસતિગણતરીનું દફતર ઊડી ગયું. પછી માસ્તર પડી ગયા. તેમનો પગ મરડાઈ ગયો, હાથ છોલાઈ ગયો, દેહને પછડાટ લાગી. માસ્તરનો ચિત્કાર સાંભળી અત્યાર સુધી હસતા છોકરાઓ ગંભીર થઈ ગયા અને માસ્તરને બચાવવાના કામમાં લાગી પડ્યા. આ પ્રસંગના પ્રતિભાવમાં માસ્તરે આટલું જ કહ્યું: 'આ પ્રકારની સ્થિતિ સર્જાય ત્યારે સવારે શું કરવું તેનો અશ્વસાહિત્યમાં ક્યાંય ઉલ્લેખ નથી.' ખેતશી દફતર લઈ મામલતદાર ઑફિસે પહોંચ્યો. છોકરાઓ ઘરભેગા થઈ ગયા અને માસ્તર દવાખાનામાં દાખલ થયા.

આ જ રીતે વૃત્તિઓના ઘોડા બેફામ બનીને દોડે છે ત્યારે સવારને પછાડી દે છે.

પૈસો, પ્રસિદ્ધિ, પ્રતિષ્ઠા, પ્રભુત્વ, વાસના અને વ્યસનના ઘોડા પછાડે એ પહેલાં એમને ઊભા રાખી નીચે ઊતરી જવું અને ઊભા રહી જવું એનું નામ જ સમજણ.

નથી મળવાની ખુશી સંપત્તિમાં
આ મોજાંઓ રડીને કહે છે જગતને
ભીતરમાં એ મોતી ભર્યાં છે છતાંયે
સમંદરનાં ખારાં જીવન થઈ ગયાં છે.

□

કડવું પીણું

મારે વિનમ્રતાપૂર્વક કબૂલ કરવું જોઈએ કે અમુક સદ્ગુણો મારા અને મારા મિત્રોમાં સાહજિક રીતે વિકાસ પામેલા. અમે ભણતાં ત્યારે શિક્ષકો અમને જુદા જુદા વિષયો ભણાવવાનો બહુ જ પ્રયાસ કરતા, ઘણું મથતા પરંતુ અમે વિષયથી વિમુખ રહેતા.

સંતો શા માટે વિષયથી વિમુખ રહેવાનું શીખવે છે અને શિક્ષકો શા માટે વિષયો શીખવે છે, આવું સમજવાની ત્યારે સમજણ નહોતી. માત્ર વિષયવિમુખતાનો સદ્ગુણ વિકાસ પામેલો.

To live happily and to enjoy with what you have is the art of living. તમારી પાસે જે હોય તેમાં સુખેથી રહેવું અને આનંદ માણવો એ જીવન જીવવાની કળા છે, આવું શ્રી શ્રી રવિશંકરજી શીખવે છે. પરંતુ આ સદ્ગુણ તો અમારામાં જન્મજાત હતો. મારા અમુક મિત્રો એક-એક ધોરણમાં બબ્બે ત્રણ-ત્રણ વર્ષ સુખેથી રહેતા અને તેનો આનંદ પણ માણતા. 'વધુ ને વધુ માર્ક્સ મેળવવા પ્રયાસ કરો,' આવું સતત કહી કહીને અમારા શિક્ષકો અમારા મનમાં અસંતોષની આગ પ્રગટાવવાનો પ્રયાસ કરતા, પણ કોણ જાણે કેમ બાલ્યકાળથી સંતોષ સમાન બીજું કોઈ સુખ નથી આવું જ્ઞાન જેમ કાષ્ઠમાં અગ્નિ રહેલો છે તેમ અમારામાં છુપાયેલું હતું. અમે કોઈ પણ વિષયમાં માત્ર ૩૫ ગુણ આવે તો પણ સંતોષ માનતા.

અમેરિકાના વિદેશપ્રધાન રહી ચૂકેલા હેન્રી કિસિંજર કહેતા, 'જીવનમાં ઘટનાનું સંચાલન કરવું, ઘટનાથી સંચાલિત ન થઈ જવું.' મારે નમ્રતાપૂર્વક જણાવવું પડશે કે ગમે તેટલા ઓછા માર્ક્સ આવે તો પણ અમે આવી ઘટનાથી સંચાલિત નહોતા થઈ જતા.

પોતાની અધૂરી આકાંક્ષાઓ પોતાનાં સંતાનો દ્વારા પૂરી કરવાનો નિષ્ફળ પ્રયાસ કરતા અત્યારના દુઃખી વાલીઓ અને ૮૦ ટકા, ૮૫ ટકા માર્ક્સ લાવ્યા

પછી પણ ઓશિયાળા મોઢે મોકાણની વાતો કરતા એથીયે દુઃખી એમનાં સંતાનોને જોઈ મને મારા સંતોષી મિત્રોની યાદ આવે છે. સ્ટાન્ડર્ડ ફિફ્થ (Vth)ની પરીક્ષાનું પરિણામ આવ્યું. મારા મિત્ર નટુએ પોતાનું પ્રગતિપત્રક લીધું, કરુણાપૂર્ણ નેત્રો વડે પોતાના પરિણામ તરફ જોયું. ૩૩ માર્ક્સના ગ્રાન્ડ ટોટલ પર દૃષ્ટિ સ્થિર કરી અને માત્ર આટલો જ પ્રતિભાવ આવ્યો, 'ફક્ત બે જ માર્ક માટે રહી ગયો.' અમે નટુને સમજાવ્યું કે પ્રત્યેક વિષયમાં ૩૫ માર્ક્સ હોવા જોઈએ ત્યારે નટુને ઊલટાનો આનંદ થયો.

સમાજમાં જ્યાં જુઓ ત્યાં સ્પર્ધા. ચારે તરફ સ્પર્ધા. પૈસા માટે, પ્રસિદ્ધિ માટે, પ્રતિષ્ઠા માટે સ્પર્ધા. સ્પર્ધાની દોડમાં રાત-દિવસ દોડ્યા જ કરતો આ માનવ-સમુદાય. બંધુ ત્રિપુટીમાંના એક સાધુ કવિશ્રી આનંદે લખ્યું છે:

અશ્વની જેમ દોડીને હાંફે છે માનવી
પહેલો ક્રમ લેવાની રેસમાં,
અનંત આ દોડનો અંત જ આવે નહીં
અને જીવનનો અંત આવે એનું કાંઈ નહીં?

સત્તા, સંપત્તિ, સ્થાન કે સ્ત્રી જે કંઈ પ્રાપ્ત કરવાની જ્યાં સુધી દોડ જીવનમાં ચાલુ રહે તેનું નામ સંસાર. એ દોડ જ્યાં સુધી અટકે ત્યાંથી સંન્યાસ શરૂ થાય છે. સંસાર અને સંન્યાસમાં બસ આટલો જ ફેર છે. આવા ઉમદા વિચારોના પ્રસાર માટે અમે એક સંસ્થા સ્થાપી નામ રાખ્યું: 'સંગાથ'. સેવાભાવી યુવાનોએ અમને સાથ આપ્યો. દાતાઓએ આર્થિક સહાય અને લોકોએ આવકાર આપ્યો. આ સમાજ દુર્જનોની દુર્જનતાથી નથી પીડાતો એટલો સજ્જનોની નિષ્ક્રિયતાથી પીડાય છે એવું મને લાગે છે. બર્નાર્ડ શૉ કહેતાં, 'બુદ્ધિમાનો શંકા-કુશંકામાંથી ઊંચા નથી આવતા અને મૂર્ખાઓનો વિશ્વાસ નથી તૂટતો.' સૌપ્રથમ અમે વ્યસનમુક્તિ આંદોલન જગાવવાનું નક્કી કર્યું.

મુલ્લા નસીરુદ્દીનને પીવાની ટેવ હતી. એક વાર મુલ્લાએ બારમાં જઈને એક પૅગનો ઑર્ડર આપ્યો. ત્યાં તેના દોસ્ત રહીમે કહ્યું: મુલ્લા, તારી બીબી આવે છે. બીબીને જોઈ મુલ્લાના હોશ ઊડી ગયા. મહામુશ્કેલીએ હિંમત રાખી એ બેસી રહ્યો. ખુરશી ભાંગી નાખવી હોય એટલા જોરથી બીબી બેઠાં. મુલ્લાને કંઈ ન સૂઝ્યું એટલે એણે વેઇટરને બીજા પૅગનો ઑર્ડર આપ્યો. મુલ્લાની બીબીએ વીફરેલી વાઘણ જેમ જોયા જ કર્યું. વેઇટરે બે પૅગ બનાવી બંનેને એક એક આપ્યો. ગુસ્સામાં પૅગ ઉઠાવી બેગમે એક ઘૂંટડો ભર્યો પણ સ્ત્રીસહજ સ્વભાવથી થૂ થૂ

કરી થૂંકી નાખ્યો. મુલ્લાને કહ્યું, 'હાય હાય આવું કડવું પીવા તમે અહીં રોજ આવો છો?'

મુલ્લા હિંમતમાં આવી ગયા. તેણે કરુણસ્વરે કહ્યું: 'ત્યારે તને શું એમ લાગે છે કે હું અહીં જલસા કરવા આવું છું?'

બીબી કહે: 'ચાલો ઘેર, હું તમને ગુલાબનું શરબત પિવડાવું. બે પૅગ પડ્યા રહ્યાનો મુલ્લાને રંજ રહ્યો, પણ જાન છૂટ્યાનો આનંદ થયો.

આ દૃશ્ય જોઈ એક શરાબીએ નશામાં કહ્યું: 'અગર બીબીને શૌહર કો મહોબ્બત સે શરબત પિલાયા હોતા તો લોગ ઇધર આતે હી ક્યોં?'

□

અનુરાગ ડાળે વળગ્યો

પૈસા ખિસ્સામાં ભલે ન હોય છતાં મનમાં ઉમંગ હોય, બાવડાંમાં બળ હોય, હૈયામાં હામ હોય, પગમાં જોર હોય, હૃદયમાં પ્રેમ હોય, મન મોર બનીને થનગાટ કરતું હોય – આનું નામ યુવાની છે.

જમાનો હોય કાળો નાગ તો હું પણ મદારી છું,
પછાડું ઊડતાં પંખીને એવો હું શિકારી છું;
ખરેખર બાદશાહ બેતાજ છું આખીયે આલમનો,
છતાંયે આપની મીઠી નજર કાજે ભિખારી છું.

મારા મિત્ર મધુકરનો પુત્ર અનુરાગ યુવાન વયે કવિ થઈ ગયો. 'જેવી પ્રભુની મરજી' આમ વિચારી પરિવારે આ આઘાત સહન કરી લીધો. આમ તો અનુરાગનો સ્વભાવ રમૂજી. મિત્રોમાં રમૂજી પ્રસંગો કહી સૌને હસાવતો.એમાં પણ યુવતીઓની હાજરી હોય ત્યારે તો એ ઓર ખીલી ઊઠતો. તેના બદલે અનુરાગ ગંભીર થઈ ગયો. મિત્રોએ પૂછ્યું પણ ખરું, 'અનુરાગ, તું હસતો કેમ નથી?' અનુરાગે કાવ્યમાં પ્રત્યુત્તર આપ્યોઃ

દારુણ દુઃખ ભર્યું છે દિલમાં મનમાં છે મુઝારો,
અજબ વ્યથાથી અંતર ભરિયું હવે કેમ હસું હું યારો?

આટલી નાની વયે કયાં દારુણ દુઃખો તેના પર તૂટી પડ્યાં, કઈ વ્યથા એના અંતરને કોરી ખાતી હશે એ કોઈને સમજાણું નહીં.

મેં મિત્રોને કહ્યું, 'આવાં જોડકણાં લખતાં લખતાં અનુરાગ સાચે ને જ કવિ થઈ જાય તો એમાં ખોટું શું છે?'

મારી વાતના સમર્થનમાં મેં એક પ્રસંગ વર્ણવ્યો. એક વર્ગશિક્ષકે તેના વિદ્યાર્થીની ફરિયાદ તેના પિતાને કરતાં કહ્યું, 'તમારો પુત્ર અભ્યાસમાં ધ્યાન આપતો નથી. નથી લેસન કરતો. ગમે તે પિરિયડમાં બસ કવિતા જ લખ્યા કરે છે. અત્યારથી ધ્યાન નહીં આપો તો કદાચ એ કવિ થઈ જશે.'

પિતા ગુસ્સે થયા, પુત્રને શિક્ષા કરવા સોટી ઉપાડી અને કહ્યું, 'નિશાળમાં ભણવા જાય છે કે કવિતા લખવા?' પિતાનું રૌદ્રસ્વરૂપ નિહાળી પુત્ર ભાગ્યો. પિતા સોટી લઈ પાછળ દોડ્યા. ભાગતાં ભાગતાં પિતાને પુત્રે વિનંતી કરી:

Father father mercy take

Verses I will never make

'પિતા દયા કરો... કાવ્યપંક્તિઓ હું કદી નહીં રચું.' કાવ્ય નહીં રચવાની વિનંતી કાવ્યમાં સાંભળીને સમજદાર પિતાના હાથમાંથી સોટી પડી ગઈ. એ પુત્રને પ્રેમથી ભેટી પડ્યા અને કહ્યું, 'મારા વહાલા પુત્ર તારે હવે ભણવાની જરૂર નથી. તું કાવ્યો જ લખ્યા કર.'

પિતાનું પ્રેમભર્યું પ્રોત્સાહન મળતાં બાળકનું હૈયું નાચી ઊઠ્યું. એ ભણ્યો પણ ખરો, કાવ્યો પણ લખ્યાં અને ઍલેકઝાંડર પોપના નામે પ્રસિદ્ધ કવિ પણ થયો. અંગ્રેજી સાહિત્યમાં જે સ્થાન શેલી, કિટ્સ, બાયરન, ટૅનિશન, રૉબર્ટ બ્રાઉનિંગનું છે તેવું જ સ્થાન ઍલેકઝાંડર પોપનું પણ છે.

પરંતુ અહીં અનુરાગની કાવ્યપ્રતિભાને પારખી શકે તેવું મધુકરના પરિવારમાં કોઈ નહોતું. ઊલટાનું મધુકરે તો અમને મિત્રો, સ્નેહીઓ, સ્વજનોને તેના ઘેર બોલાવ્યા અને પરિવાર માથે આવી પડેલી આ આપત્તિમાં સહભાગી થઈ ઉગારી લેવા આજીજી કરી. લાંબી ચર્ચા-વિચારણાને અંતે એવું નક્કી થયું કે વહેલી તકે અનુરાગને પરણાવી દેવો. લાખ દુ:ખો કી એક દવા છે લગ્ન. પત્નીરૂપી સાચું કાવ્ય સામે આવશે એટલે એ બધાં કાવ્યો ભૂલી જશે. આમ સર્વાનુમતે નક્કી કરવામાં આવ્યું.

આવા કામના નવીનકાકા અનુભવી હોવાથી તેમને અનુરાગના સગપણનું કાર્ય સુપરત કરવામાં આવ્યું. મારે તેમને સહાય કરવી એવું નક્કી થયું.

અમે અનુરાગ લગ્ન-અભિયાનની શરૂઆત અનુરાગના મિલનથી કરી. અમે અનુરાગને તેના સગપણ બાબત વાત કરી. અનુરાગે હાથ જોડ્યા અને અમારા પગમાં પડ્યો. સગપણની વાત નીકળતાં ગમે તેવા ઉદ્દંડ યુવાનો પણ કેવા વિનમ્ર બની જાય છે!

મથુરને લઈને તેના માટે કન્યા જોવા માટે અમે જ્યારે સતાપર પ્રેમજીને ત્યાં ગયા ત્યારે ત્યાં બગીચામાં રંગબેરંગી પતંગિયાં ઊડતાં હોય એવી ત્રણેક કન્યાઓને જોઈને મથુર ભાવવિભોર બની ગયો.

અમારા માટે ઢોલિયા ઢાળવામાં આવ્યા. પ્રથમ નાસ્તાની ડિશો આવી. પછી મંજુ ચા લઈને આવી. પીતાંબર પટેલે સામેથી કહ્યું, 'કોઈ ગરીબ મુરતિયો મળેને તો મારે મોટી દીકરી મંજુના હાથ પીળા કરી દેવા છે.' આટલું સાંભળતાં મથુર ઢોલિયા પરથી

ઊતરી નીચે કોથળા પર બેસી ગયો. પીતાંબર પ્રેમજીની અનુભવી આંખે આ દૃશ્ય નિહાળ્યું. મથુરના વર્તનમાં આવેલ પરિવર્તનની નોંધ લીધી અને એટલું જ કહ્યું, 'તાજા ગરીબ સાથે નથી પરણાવવી.'

અનુરાગે સગપણ માટે અમને સહર્ષ સંમતિ આપી અને વિનંતી કરી, 'આપ પ્રસ્થાન કરો તે પહેલાં મારી પણ થોડી અપેક્ષા જાણી લ્યો. મારા માટે એવું કન્યારત્ન શોધી લાવો જેની મોતી જેવી દંતપંક્તિઓ હોય, પરવાળાં જેવા હોઠ હોય, દીપશિખા જેવી નાસિકા હોય, કામદેવના ધનુષ જેવી જેની ભ્રમર હોય, નિર્દોષ હરિણી જેવી જેની આંખો હોય, મેઘ જેવો કેશકલાપ હોય, ચંદ્રમા જેવું મુખારવિંદ હોય, સહેજ સ્મિત કરતાં જેને ગાલે ખંજન પડતાં હોય... બસ, આવી કોઈ નવયૌવના, કોઈ મુગ્ધા મળે તો જાણ કરજો.'

મેં કહ્યું, 'તું બોલ્યો એ બધું એક કાગળમાં લખી દે તો સારું, મોઢે અમને યાદ નહીં રહે.' પણ નવીનકાકાએ કહ્યું: 'કંઈ જરૂર નથી.' વળી અનુરાગે શરૂ કર્યું, 'આવી કોઈ મયૂરાક્ષી મળે તો સાત સમુંદરને પાર કોઈ ખળખળ વહેતા ઝરણાને તીરે, કોઈ આમ્રકુંજમાં જ્યાં આમ્રવૃક્ષની ડાળો જળ સાથે ક્રીડા કરતી હોય, જ્યાં કોયલો ટહુકાર કરતી હોય, જ્યાં મત્ત મયૂરો નાચતા હોય, જ્યાં શ્વેત રાજહંસો તરતા હોય...' મેં કહ્યું, 'તું ઘરે નહીં હો તો?' નવીનકાકા કહે, 'ક્યાંય નથી જાવાનો, તમે શું કામ ચિંતા કરો છો?' છતાં હું બોલ્યા વગર ન રહી શક્યો. મેં કહ્યું, 'ધારો કે એક જ કન્યામાં આ બધાં લક્ષણો ન મળે અને ત્રણચારમાં મળે તો અમારે શું કરવું?' અનુરાગ કહે, 'સર્વને લાવજો. હું જે શ્રેષ્ઠ હશે તેને જ તક આપીશ.'

પછી તો સગપણની વાટાઘાટ, પ્રવાસો, મુલાકાતો પસંદગી-નાપસંદગીમાં પાંચ વર્ષ વીતી ગયાં. સાતેક કન્યા અનુરાગે જોઈ, પણ મેળ ન પડ્યો. પરિસ્થિતિ અનુસાર અનુરાગ પસંદગીનું ધોરણ ઘટાડતો ગયો. અનુરાગે કહ્યું, 'પૂરતી ઊંચાઈ અને નાકેચહેરે નમણી કન્યા હશે તો પણ ચાલશે.' ચારેક વર્ષ પાછાં પસાર થઈ ગયાં. વળી ત્રણ કન્યાઓ જોઈ. છેવટે અનુરાગની તમામ અપેક્ષાઓ એક જ શબ્દમાં સમાઈ ગઈ – 'યુવતી'. મને કોઈ યુવતી સાથે પરણાવો. અનુરાગની વ્યથા તેના કાવ્યમાં વ્યક્ત થવા લાગી. તેણે લખ્યું:

દયાળુ દીકરીવાળા દયા વાંઢા પર લાવો,
દુ:ખી છે જિંદગી મારી કૃપાળુ કોઈ પરણાવો.

મધુ નામની કન્યા અનુરાગને પસંદ પડી, પણ મધુએ સ્પષ્ટ ના પાડી. અમે અનુરાગને વાત ન કરી પણ એમ કહ્યું કે મધુ તો ગ્રેજ્યુએટ મુરતિયા સાથે જ લગ્ન કરવા ઇચ્છે છે.

અમારા આશ્ચર્ય વચ્ચે અનુરાગે ફરી ભણવાનું શરૂ કર્યું. રાતદિવસ મહેનત કરી, પરીક્ષા આપી એ જ્યારે કંટાળતો – થાકતો ત્યારે મધુની યાદ તેને પ્રેરણા આપતી. પરિણામ આવ્યું, અનુરાગ પાસ થયો. મધુનું સરનામું મેળવી તેને મળવા માર્કશીટ લઈ અનુરાગ મધુના બંગલે પહોંચ્યો, ડૉરબેલ વગાડી. મધુએ બારણું ખોલ્યું. અનુરાગને જોઈ તેને નવાઈ લાગી. અનુરાગે માર્કશીટ બતાવી હર્ષ વ્યક્ત કર્યો, 'હું બી.એ. પાસ થઈ ગયો છું.' મધુએ ચા-નાસ્તાનો આગ્રહ કર્યો અને પૂછ્યું, 'તમે અત્યારે બી.એ. થયા?' ત્યાં તો બે બાળકો 'મમ્મી, મમ્મી' કહી મધુને વીંટળાઈ વળ્યાં. નાના રાકેશે પૂછ્યું પણ ખરું, 'મમ્મી આ અંકલ કોણ છે?' મધુએ કહ્યું, 'તારા ડેડીના ફ્રેન્ડ છે.' અનુરાગને પૂછ્યું, 'તમે એમને મળવા આવ્યા હતા?' 'હા. ના... ના... આ તો અમસ્તો અહીંથી નીકળ્યો હતો તે થયું મળતો જાઉં.' આવા ગોટા વાળી અનુરાગ ચાલતો થયો.

હવે તેને જીવતરની વાસ્તવિકતા સમજાવા લાગી. એ ચૂપચાપ બી.એડ્. કૉલેજમાં દાખલ થયો અને બી.એ.બી.એડ્. થયા પછી ગામની હાઈસ્કૂલમાં શિક્ષકના સ્થાન પર નિયુક્ત થયો, બી.એડ્.માં સાથે અભ્યાસ કરનાર મીનાક્ષીબહેનને પણ તે જ હાઈસ્કૂલમાં સર્વિસ મળી. પરિચય તો હતો જ. સહકાર્યથી તે વધુ ગાઢ થયો. મીનાક્ષીબહેનને કોઈ પુરુષના રક્ષણની જરૂર હતી અને અનુરાગને વાંઢા-મહેણું ભાંગવું હતું. બંને પરસ્પર સંમત થયાં. અમને ખબર પડી, અમે બંનેનાં લગ્નમાં સહાયરૂપ થયા. મેં નવીનકાકા અને મિત્રોને કહ્યું, 'આખરે અનુરાગ ડાળે વળગ્યો. વર્ષો પહેલાં કન્યાનું અનુરાગે કરેલું વર્ણન મને યાદ છે. તમે કહો તો કરી દેખાડું.' નવીનકાકાએ કહ્યું, 'હવે દાઝ્યા માથે ડામ દેવાનો કંઈ અર્થ નથી.'

મેં અનુરાગને પૂછ્યું, 'એલા કવિતાનો શોખ છે કે ભુલાઈ ગયો?' અનુરાગ કહે, 'હવે જ મારી કવિતામાં અનુભવનું ઊંડાણ ભળશે.' આમ કહી એ ચાર પંક્તિઓ બોલ્યો:

દુઃખના દરિયે સફર છે મારી
અને નાવ ફંસી છે ભંવરમાં,
કરુણાસાગર કર થામીને
હવે કરી દે ઉદ્ધાર મારો.

મેં કહ્યું, 'કરુણાસાગર ઉદ્ધાર કરે કે ન કરે, પણ મીનાક્ષીબહેન જરૂર કરશે.' આટલું સાંભળતાં સૌ ખડખડાટ હસી પડ્યા.

□

ચોર મચાયે શોર

ઇંગ્લૅન્ડમાં એક ઉમરાવે પાર્ટી આપી. આયોજન ભવ્ય હતું. સો વર્ષ પૂર્વેનાં રજવાડી કલાત્મક નકશીવાળાં ચાંદીનાં વાસણોમાં ભાત ભાતની વાનગીઓ પીરસવામાં આવી હતી. ટ્યુડર ખાનદાનના મહત્ત્વના પ્રસંગોમાં જ વાસણોનો આ સેટ વપરાતો. હાથમાં ડ્રિંક્સના ગ્લાસ સાથે મહેમાનો વાતોમાં મશગૂલ હતા, જેમાં આકર્ષણના કેન્દ્રસ્થાને હતા સર વિન્સ્ટન ચર્ચિલ.

ચાલુ વાતમાં વિક્ષેપ પાડ્યા બદલ માફી માગી યજમાન ઉમરાવે ચર્ચિલને બાજુ પર બોલાવી વિનંતી કરી, 'સર, માફ કરજો. વાત તો સાવ મામૂલી છે. અમારા ખાનદાનમાં વર્ષોથી આવા ખાસ પ્રસંગે વપરાતાં ચાંદીનાં વાસણોના સેટમાંથી એક ચાંદીનો ચમચો એક મહેમાને પોતાના ખિસ્સામાં સેરવી લીધો છે. એમના સ્વમાનને ઠેસ પહોંચાડવા હું ઇચ્છતો નથી અને ચાંદીનો ચમચો ગુમાવ્યાની ચિંતામાંથી પણ મુક્ત થઈ શકું તેમ પણ નથી. શું કરવું તેની મને કંઈ સમજ પડતી નથી. બસ, આ જ ચિંતાએ મને આપની સમક્ષ આવું કહેવા મજબૂર કર્યો છે.'

ચર્ચિલે કહ્યું, 'ચિંતા કરશો નહીં. મહેમાનની મહત્તા પણ જળવાઈ રહેશે અને આપની ચિંતા પણ દૂર થશે.'

પાર્ટીનો દોર ચાલુ હતો. વાત કરતાં કરતાં ચર્ચિલ ચમચો ચોરી લેનાર સજ્જન પાસે પહોંચ્યા. વિવેકપૂર્ણ વાતચીતનો પ્રથમ તબક્કો પૂરો થતાં ચર્ચિલે મહેમાનને કહ્યું, 'ખરું કહું તો મને આ ચાંદીનો સેટ ગમી ગયો છે. મેં તો તેમાંથી એક ચમચો ઉઠાવી લીધો છે.' આમ કહી ચર્ચિલે પોતાના ખિસ્સામાંથી ચાંદીનો ચમચો કાઢી પેલા મહેમાનને બતાવ્યો. સર વિન્સ્ટન ચર્ચિલ જેવી મહાન વિભૂતિએ આવી વાત કહેવા પોતાને યોગ્ય વ્યક્તિ ગણી તે વાતથી જ મહેમાનનું હૈયું ભરાઈ આવ્યું.

ચર્ચિલ પ્રત્યે અહોભાવ વ્યક્ત કરતાં તેણે જણાવ્યું, 'સર, આપના પહેલાં મને પણ આવો વિચાર આવ્યો હતો અને ખોટું શું, મેં તો આપના પહેલાં જ આ કાર્ય પૂરું કર્યું છે.' આમ કહી તેણે પોતાનો ચમચો ચર્ચિલને બતાવ્યો. બંને ખુશ થઈ જુદા પડ્યા.

પાર્ટીમાં મહેમાનોએ ડ્રિંક્સ, ડાન્સ, ડિનરનો આનંદ માણ્યો. વિદાયની વેળા આવી. ફરી વાતો કરતાં કરતાં ચર્ચિલ પેલા મહેમાન પાસે પહોંચ્યા અને ગંભીર ચહેરે ચિંતાતુર સ્વરે કહ્યું, 'મને શંકા છે કે ઘરધણીને ચમચા ખોવાયાની ખબર પડી ગઈ લાગે છે. વાસણોની ગણતરી કરવા તેમણે નોકરોને સૂચના પણ આપી દીધી છે. મારી તો હિંમત નથી આવું સાહસ કરવાની. ઇજ્જતનો સવાલ છે. હું તો મારી ભૂલ સુધારી લઉં છું.'

આટલું કહી ચર્ચિલે પોતાનો ચમચો ચૂપચાપ ટેબલ પર મૂકી દીધો.

મહેમાને કહ્યું, 'સાહેબ, આપનો ખૂબ ખૂબ આભાર. હું પણ આવું જોખમ ખેડવા હરગિજ નથી ઇચ્છતો.' મહેમાને પણ પોતાનો ચમચો ચૂપચાપ ટેબલ પર મૂકી દીધો. ફરી બંને ખુશ થયા.

જતાં જતાં સર વિન્સ્ટન ચર્ચિલે યજમાનને કહ્યું, 'સમસ્યા હલ થઈ ગઈ છે.'

આવો જ એક અન્ય પ્રસંગ જેમાં સ્થળ, સમય અને પાત્રો બદલાઈ જાય છે.

અમેરિકાનું કનેક્ટિકટ પરગણું. તેનું હાર્ટફૉર્ડ શહેર, જ્યાં જગતના મહાન હાસ્યલેખક માર્ક ટ્વેઇને વસવાટ કર્યો હતો. ત્યાં એક યજમાને આવી જ શાનદાર પાર્ટીનું આયોજન કર્યું હતું. ગામના પ્રતિષ્ઠિત સજ્જનોની હાજરી હતી. પાર્ટીની તૈયારી પુરજોશથી ચાલી રહી હતી. મહેમાનો આવતા-જતા હતા. ચાંદીનાં વાસણોના સેટમાં વાનગીઓ પીરસાતી જતી હતી.

આવો મૂલ્યવાન સેટ જોઈ એક મહેમાને ચૂપચાપ ચાંદીનો ચમચો પોતાના કોટના ખિસ્સામાં સેરવી દીધો. અન્ય કોઈનું ધ્યાન નહોતું, પણ માર્ક ટ્વેઇનની ચકોર નજરે આ દૃશ્ય જોયું. તેમણે મનમાં કંઈક વિચાર્યું.

નિશ્ચિત સમય થતાં પાર્ટી શરૂ થઈ. ભોજન પૂરું થતાં સૌ પ્રેક્ષકોના રૂપમાં ગોઠવાઈ ગયા અને માર્ક ટ્વેઇનને હાસ્યરસિક કાર્યક્રમ આપવા વિનંતી કરી. હાર્ટફૉર્ડનો આ શિરસ્તો જ હતો.

માર્ક ટ્વેઇને સ્ટેજ સંભાળ્યું. થોડી વાતો કરી કહ્યું, 'આપને જાણીને નવાઈ લાગશે, પરંતુ આજ હું આપની સમક્ષ એક જાદુનો પ્રયોગ રજૂ કરવા ઇચ્છું છું.' આમ કહી માર્ક ટ્વેઇને એક ચાંદીનો ચમચો સૌ જુએ તેમ પોતાના ખિસ્સામાં નાખી દીધો. ત્યાર પછી તેમણે ઑડિયન્સમાં ફરતાં ફરતાં જે મહેમાને ચમચો

ચોર્યો હતો તેના ખિસ્સામાંથી કાઢી સૌને બતાવ્યો. ચમચાચોર મહેમાન ડઘાઈ ગયા. માર્ક ટ્વેઇનના જાદુના કાર્યક્રમથી સૌને આશ્ચર્ય થયું અને તાળીઓથી તેમને વધાવી લીધા. માર્ક ટ્વેઇને ચમચો ટેબલ પર મૂક્યો. સૌએ વિદાય લીધી. જતાં જતાં માર્ક ટ્વેઇને પોતાના ખિસ્સામાં રહેલો ચમચો ટેબલ પર મૂકી વિદાય લીધી.

જીવનમાં સમસ્યા મહત્ત્વની નથી, માનવી સમસ્યા કઈ રીતે હલ કરે છે તે અભિગમ મહત્ત્વનો છે. એક સૂફી સંત હતા. સરળ જીવન હતું. તેમને થોડા શિષ્યો હતા. જે શીખવવાનું છે તે જીવન દ્વારા વ્યક્ત થવું જોઈએ એવું તેઓ માનતા. 'વ્યર્થ બોલવું બંધ કરો.' 'વ્યર્થ ખાવું બંધ કરો.' 'વ્યર્થ પરિશ્રમ બંધ કરો' – બસ, આવું એ ક્યારેક સમજાવતાં. વર્ષો વીત્યાં. સંતને અવસ્થા આંબી ગઈ. ધીરે ધીરે શરીર શાંત થવા માંડ્યું. છેવટે અંતકાળ આવ્યો. સૂફી સંતે સૌ શિષ્યોને એકત્રિત કરી જણાવ્યું, 'સંપત્તિ પ્રાપ્ત કરવામાં જિંદગીનાં અણમોલ વર્ષો વેડફી નાખવાં એના કરતાં જીવનમાં કરવાં જેવાં ઉમદા કાર્યો ઘણાં છે, એટલે મેં સ્વેચ્છાએ ગરીબી સ્વીકારી છે. મારી પાસે સંપત્તિમાં માત્ર સમજણ છે અને થોડાં ઊંટ છે. હવે જેટલાં ઊંટ છે તેને તમે પ્રથમ બે ભાગમાં વહેંચી નાખજો. સૌથી વયોવૃદ્ધ શિષ્યો છે તેને એક ભાગ આપી દેજો. ત્યાર પછી જેટલાં ઊંટો વધે તેને ત્રણ ભાગમાં વહેંચી નાખજો અને પ્રૌઢ શિષ્યોને બે ભાગ આપજો. હવે જે ઊંટો વધે તેમાંથી બે યુવાન શિષ્યોને એક-એક આપજો.' ગુરુની વિદાયથી શિષ્યોનાં હૃદય ઘેરા વિષાદમાં ગરકાવ થઈ ગયાં. ગુરુની અંતિમ સફર પણ પૂર્ણ થઈ. થોડા દિવસ પછી ગુરુની ઇચ્છા પ્રમાણે વહેંચણીનો સવાલ આવ્યો, પરંતુ શિષ્યોની મૂંઝવણ એ હતી ઊંટ બધાં મળીને સત્તર હતાં. સત્તરના બે ભાગ કઈ રીતે પાડવા? ઘણી મથામણ પછી શિષ્યો જ્યારે સમસ્યા હલ ન જ કરી શક્યા ત્યારે ગમે તેવી સમસ્યાનો ઉકેલ લાવી શકતા એક સમજદાર મહાનુભાવ પાસે ગયા. એમણે શિષ્યોને આવકાર્યા. ભોજન, ઉતારો, વિશ્રામ વગેરેનો પ્રબંધ કર્યો. ત્યાર પછી શિષ્યોની વાત જાણી. પ્રથમ એ ખુશ થયા અને શિષ્યોને કહ્યું, 'સમસ્યા તમારી તદ્દન સરળ છે. કહો, કેટલાં ઊંટ છે?' શિષ્યોએ કહ્યું, 'સત્તર'. તરત એ સજ્જને કહ્યું, 'આ સત્તરમાં મારું એક ઊંટ હું તમને આપું છું. હવે કહો કેટલાં થયાં?'

શિષ્યોએ કહ્યું, 'અઢાર.'

એક ઊંટ ઉમેરાતાં સમસ્યા સરળ બની ગઈ અને એક પછી એક વહેંચણી શરૂ થઈ. અઢારના બે ભાગ પાડવામાં આવ્યા જેમાંથી નવ ઊંટ સૌથી વૃદ્ધ શિષ્યોને સુપરત કરવામાં આવ્યાં. બાકી રહ્યાં નવ. તેના ત્રણ ભાગ પાડવામાં આવ્યાં. એના બે ભાગ એટલે કે છ ઊંટો પ્રૌઢ શિષ્યોને ફાળે ગયાં. નવ અને છ પંદર ઊંટ

વહેંચાઈ ચૂક્યાં. બાકીનામાંથી બે યુવાન શિષ્યોને આપવામાં આવ્યાં. નવ અને છ પંદર અને બે સત્તર ઊંટની વહેંચણી પૂરી થઈ. એક ઊંટ વધ્યું. શિષ્યોએ કહ્યું, 'આ એક ઊંટનું શું કરવું?' સમસ્યા ઉકેલનાર સજ્જને કહ્યું, 'એ મારું ઊંટ મને પાછું આપો.' આટલી જટિલ સમસ્યાનો આવો સરળ ઉકેલ આવી ગયેલો જોઈને શિષ્યો ખુશ થઈ ગયા. તેમણે એ સજ્જનને વિનંતી કરી, 'આજથી આપ અમારા ગુરુ. આપની રાહબરી નીચે અમે જીવતરના પાઠ શીખીશું.'

આ સમસ્યાનો ઉકેલ લાવનાર સજ્જન હતા, હજરત અલીસાહેબ. હજરત મહંમદસાહેબના જમાઈ, શિષ્ય અને જગતના પ્રથમ સત્યાગ્રહી તરીકે જેમની ગણના મહાત્મા ગાંધીજીએ કરી છે તેવા કરબલાના અમર શહીદ હજરત ઈમામ હુસેનસાહેબના પિતા.

A problem means the distance between reality and expectation.

સમસ્યા એટલે વાસ્તવિકતા અને અપેક્ષા વચ્ચેનું અંતર. આ અંતર જેટલું મોટું એટલી સમસ્યા મોટી. આ અંતર જેટલું નાનું એટલી સમસ્યા નાની. આ બધા પ્રારબ્ધના પરિહાસ છે.

હસતાં મોઢે સહેતાં રહેશું પ્રારબ્ધના પરિહાસ,
અગનખેલ જીવતરનો ખેલી રચશું અમ ઇતિહાસ.

□

શરાબ, સમાજ અને સેવા

જિંદગીમાં બે જ વિકલ્પો અમારી સામે હતા – આત્મજ્ઞાન પ્રાપ્ત કરી પોતાનું જીવન સુધારવું અથવા સમાજને સુધારવામાં જીવન સમર્પી દેવું. અમે સમાજસુધારણાને પ્રાધાન્ય આપ્યું.

સેવાભાવી યુવકોના સહકારથી અમે એક સંસ્થા સ્થાપી. નામ રાખ્યું 'સંગાથ' અને ઉદ્દેશ રાખ્યો 'સાચો રાહ'. અમુક સભ્યોએ સૂચન કર્યું કે આપણું જ્ઞાન ગમે તેટલું મૂલ્યવાન હોય પણ એ જ્યાં સુધી અનુભવની સરાણે ચડી 'સમજણ' ન બને ત્યાં સુધી તેનું કંઈ મૂલ્ય નથી.

આ વિધાનનો વિરોધ કરતાં અમુક સભ્યોએ કહ્યું: 'સાચો રાહ ન બતાવી શકાય તો કંઈ નહીં, ખોટા રાહથી તો સમાજને જાગ્રત કરી શકાય ને?'

દારૂ-જુગાર, હિંસા અને ચારિત્ર્યહીનતા જેવા રસ્તાઓ બેહાલીમાં, બરબાદીમાં, કારમી ગરીબાઈમાં પૂરા થાય છે, જેલમાં, હૉસ્પિટલમાં કે ફાંસીને ફંદે પૂરા થાય છે. આવું ન સમજાવી શકાય? પ્રત્યુત્તરમાં અમુક સભ્યોએ કહ્યું: 'આપણી સમજણ એમને કામ આવશે ખરી?'

મેં આ ચર્ચાનું સમાપન કરતાં કહ્યું: 'જુઓ, આવી ચર્ચાનો કોઈ અંત જ નથી. આ તો પરાપૂર્વથી ચાલ્યા જ કરે છે. આપણે એટલું જ સમજી લઈએ કે માનવીના માર્ગ પરથી તેની મંજિલ નક્કી થઈ જાય છે. જ્ઞાન વગરનું કર્મ અને કર્મ વગરનું જ્ઞાન બંને વ્યર્થ છે. આપણે બંનેને પ્રાધાન્ય આપવાનું છે. આપણાં ઘરો સાફ કરવાં, શેરીની ગંદકીઓ દૂર કરવી, રોજ તળાવે જઈ સ્નાન કરવું, કપડાં હાથે ધોઈ નાખવાં, ગરીબ વિદ્યાર્થીઓને મદદ કરવી, કોઈ બીમારને દવાખાને પહોંચાડવા... આવાં કાર્યો કરવામાં ક્યાં મોટી સમજણની જરૂર છે?'

એ પછી તો ઘણી ચર્ચા થઈ. કરી શકાય એવાં ઘણાં કાર્યોનાં સૂચનો થયાં. સૌનો અભિગમ હકારાત્મક રહ્યો. સૌનાં મન ઉત્સાહથી કંઈક કરી છૂટવાની ભાવનાથી ભરાઈ ગયાં.

હાસ્યનો વરઘોડો

અમે પ્રથમ પ્રાધાન્ય આપ્યું વ્યસનમુક્તિને. ગામનો એક પછાત વિસ્તાર પસંદ કર્યો. ત્યાં સત્સંગસભાનું આયોજન કર્યું. સ્થળ, સમય, વક્તાઓ બધું નક્કી કરવામાં આવ્યું. સત્સંગસભાનો જોરશોરથી પ્રચાર કરવામાં આવ્યો.

સમાજઉત્કર્ષ અભિયાનનો એ શુભ દિન આવી ગયો. અમે નિશ્ચિત સમયે ત્યાં પહોંચી પણ ગયા. સભાનો સમય થયો પણ હાજરી કંગાળ હતી. એક ટેબલ અને બે ખુરશીની વ્યવસ્થા થઈ. એમાં એક પર તો જેની હતી તે બેસશે એવી શરતે મળી હતી. એક પર મારે બેસવાનું હતું.

જે ઓટા આગળ અમારી સભા હતી તેના પર બેસનારા નિવૃત્ત વૃદ્ધો મનેકમને સામે આવી બેઠા. કોઈ પ્રોગ્રામ સમજી થોડા યુવાનો આવ્યા. બધું પત્યા પછી પ્રસાદ વહેંચાશે એ ગણતરીએ બાળકો સામે બેઠાં. બે માજી તો ભેંસ ખરીદવા માટે લોન મળશે કે નહીં? એટલું જ જાણવા આવ્યાં હતાં.

ગમે તેવાં સારાં કાર્યો કરો, સમાજને તેની કાંઈ પડી નથી. આવી ટીકા અમારા યુવાનો કરવા લાગ્યા. સમય થયો ત્યારે અમે તો સભા શરૂ કરી. પ્રાર્થના, સત્કાર, સ્વાગત, ફૂલહાર જે અમે જ સાથે લાવ્યા હતા તે પહેરાવવામાં આવ્યા. ત્યાર બાદ વક્તાઓએ પોતાનાં પ્રવચનો રજૂ કર્યાં. કોઈએ અજ્ઞાનતા, કોઈએ ગરીબી, કોઈએ ગંદકીને સમાજનાં પતનનાં કારણો ગણાવ્યાં. વ્યસન, વાસના, ક્રોધ અને પ્રલોભનના પણ ઉલ્લેખો થયા, પણ વાત ખીલે બંધાતી નહોતી. કોઈ માહોલ ઊભો જ ન થયો. ત્યાં મારા નામની જાહેરાત થઈ. એટલી વારમાં આખો ચોક ધીરે ધીરે ભરાઈ ગયો. હું પ્રવચન કરવા ઊભો થયો. મેં કહ્યું: 'મિત્રો, આપણે સુખી છીએ કે દુઃખી?' સૌએ કહ્યું: 'દુઃખી.' સભામાં કાંઈક ઉત્તેજના આવી એટલે મેં ભગવાન બુદ્ધની વાત મારા શબ્દોમાં રજૂ કરી પ્રશ્નો પૂછ્યા. જો દુઃખ હોય તો દુઃખની કારણ હોય ખરું? કારણ હોય તો નિવારણ હોઈ શકે ખરું? અને નિવારણ હોય તો દુઃખમાંથી મુક્તિ મળી શકે ખરી? બધા પ્રશ્નોના ઉત્તરો 'હા, હા, હા'માં મળ્યા. 'તો પછી આજે આપણે માત્ર આપણાં દુઃખો વિશે અને તેના નિવારણ અંગે ભેગા થઈ વિચારીશું. મિત્રો, આપણાં દુઃખનાં ઘણાં કારણો છે, પણ તેમાંનું એક કારણ છે, વ્યસન અને વ્યસનમાં પણ દારૂ.' આવું સંભાળીને પીનાર હતા એ શરમમાં નીચું જોઈ ગયા. મેં કહ્યું: 'શરમાવાની જરૂર નથી. માત્ર વિચારો. શરાબીઓની બાદબાકી અને શરાબ વેચનારાઓની આબાદી વિશે.

શરાબીઓ પાસે રહેવા સારું મકાન નથી. તેમના પરિવાર માટે પૌષ્ટિક ભોજન નથી. તેમનાં બાળકોનાં શરીર પર પૂરતાં વસ્ત્રો પણ નથી. તેમના શિક્ષણની કોઈ સુવિધા નથી. જ્યારે શરાબ વેચનારાઓ આલીશાન બંગલામાં રહે છે. તેમનાં

બાળકો કીમતી યુનિફૉર્મ પહેરી ઇંગ્લિશ મીડિયમની સ્કૂલોમાં ભણે છે. ઉત્તમ પ્રકારના ભોજનનો આ લોકો આસ્વાદ માણે છે, મોટરોમાં ફરે છે, ફિલ્મો જુએ છે અને જીવનનો આનંદ માણે છે. આ બધું કોના ભોગે? તમારા ભોગે... મેં કહ્યું: 'તમારે આ બધું મેળવવું હોય તો માત્ર એક નાનું કામ કરવું પડશે. કરશો?' હા. સૌએ એકસાથે જવાબ આપ્યો. મેં કહ્યું: 'તો આજથી જ દારૂનું વ્યસન છોડી દો. અત્યારે જ Now or never. સભા શાંત થઈ ગઈ. પીનારા ડઘાઈ ગયા. આવો અચાનક હુમલો આવશે તેની કોઈને કલ્પના પણ નહોતી. છેવટે મારા સ્નેહી પ્રીતમલાલ ઊભા થયા. આંખમાં આંસુ સાથે તેમણે કહ્યું: 'હું આજથી દારૂ છોડી દઉં છું.' પ્રીતમલાલનું આટલું જ વાક્ય સાંભળતાં જ ચારે તરફથી તેમના પર પ્રશંસાનાં પુષ્પોની વૃષ્ટિ થઈ. ચારે તરફથી અભિનંદનનો વરસાદ વરસ્યો. આખી સભા પ્રીતમલાલ સન્માન સમારંભમાં બદલાઈ ગઈ. હું પણ પ્રીતમલાલને ભેટી પડ્યો. તેમને બિરદાવ્યા અને તેમના માનમાં એક રમૂજી પ્રસંગ મેં રજૂ કર્યો.

મુલ્લા નસીરુદ્દીનને પીવાની આદત હતી. અનેક મિત્રોએ અને સ્વજનો તેમને સમજાવતાં પણ મુલ્લા શરાબ છોડતા નહોતા.

એક વાર સિલ્વર બારના માલિક પેસ્તનજીને રાત્રે બાર વાગ્યે ફોન આવ્યો. 'આ બાર ક્યારે ખૂલે છે?' પેસ્તનજીએ કહ્યું: 'સવારે ૧૦ વાગ્યે.' ફરી દોઢ વાગ્યે ફોન. ફરી એ જ પ્રશ્ન એ જ ઉત્તર. પાછો બે વાગ્યે ફોન આવ્યો, 'સિલ્વર બાર ક્યારે ખૂલે છે?'

પેસ્તનજી દારૂવાલા ભલા પારસી સજ્જન હતા, પણ ગુસ્સે થઈ ગયા અને પૂછ્યું: 'અરે, બાવા કોણ બોલો છો?' સામેથી જવાબ આવ્યો, 'મુલ્લા નસરુદ્દીન. કાલે રાત્રે હું ખૂણામાં ખુરશી પર બેસીને પીતો હતો. ન જાણે ક્યારે તમારો નોકર નૌશિર બાર બંધ કરીને જતો રહ્યો તેની મને ખબર ન રહી. મને અહીં એકલા બહુ ડર લાગે છે. જોકે ટૅન્શન વધે એટલે હું તરત પીવા બેસી જાઉં છું. શિવાઝ રિગલ, રૉયલ સેલ્યુટ અને બ્લૂ લેબલ તો સામે જ છે. હું ઑલ્ડ મોન્ક શોધું છું. પેસ્તનજી તરત તેમના નોકરને લઈ બાર પર ગયા. બાર ખોલ્યો. મુલ્લાને બહાર કાઢ્યા અને તેમના નિવાસસ્થાન 'રૈનબસેરા'માં પહોંચાડી દીધા. મુલ્લાનાં બીવી હજી જાગતાં હતાં. રોઈ રોઈ એમની આંખો લાલ થઈ ગઈ હતી. બીવી પેસ્તનજી અને નૌશિર સાથે સમજ્યા વગર બાઝ્યાં. મુલ્લાને એક ધક્કો માર્યો. એ પથારીમાં પડી ગયા અને પોતાનો વાંક નથી, આ લોકોએ મને પૂરી દીધો હતો એવો ખુલાસો કરવા તેમણે પ્રયાસ કર્યો. આડોશીપાડોશી જાગી ગયા. મુલ્લાનો એવો ફજેતો થયો કે રાત્રે જ મુલ્લાએ દારૂ છોડી દીધો.

મેં કહ્યું: 'મિત્રો, મુલ્લાની શું વાત કરવી. પ્રત્યેક માનવી અત્યારે નશામાં છે. કોઈ સત્તાના, કોઈ સંપત્તિના, કોઈ સુંદર માશૂકાના આશિક હોવાના, કોઈ વળી પોતાના સ્થાનના નશામાં છે. વિજ્ઞાને શોધેલી ભયાનક સંહારકશક્તિના નશામાં સત્તાધારીઓ મદોન્મત્ત છે.'

નશાની હાલતમાં પણ મુલ્લાની જેમ માલિકની યાદ આવી અને ફોન કર્યો. બારના માલિક પેસ્તનજી આવ્યા અને મુલ્લાને બાર-મુક્ત કરી તેમના નિવાસસ્થાને પહોંચાડી દીધા, તો શું આપણને આપણો માલિક-ઈશ્વર આપણા સાચા સ્થાને નહીં પહોંચાડે? જરૂર છે માત્ર હોશમાં આવી ફોન કરવાની. શ્રોતાજનો ખુશ થયા. તાળીઓથી મને વધાવી લીધો.

પ્રથમ પ્રયાસે આવી સફળતા મળશે એવી અમને કલ્પના પણ નહોતી. અમે સેવાનાં નાનાં-મોટાં કામો કરતાં રહ્યાં, પણ થોડા સમયમાં બધા કંટાળવા લાગ્યા. રસ ઓછો થવા લાગ્યો. સેવાની વાતો કરવી અને ખરેખર સેવા કરવી એમાં કેટલો ફરક છે એ સૌને સમજાઈ ગયું. એમાં બે બનાવ એવા બન્યા કે અમારે સંસ્થાનું વિસર્જન કરવું પડ્યું.

વગડિયાના માર્ગે હું વર્ષોના ક્રમ મુજબ સાંજે ફરવા નીકળ્યો. રસ્તામાં સામી એક કાર મળી. મને જોઈ કાર ઊભી રાખવામાં આવી અને એક યુવાન, તેની પત્ની અને બે સુંદર બાળકો નીચે ઊતર્યાં. મને પ્રણામ કરી ઊભાં રહ્યાં. તેમનાં મૂલ્યવાન વસ્ત્રો, ચહેરા પર સુખની લાલાશ અને કારને હું જોઈ રહ્યો. યુવાને કહ્યું, 'આ બધું આપના પ્રતાપે થયું.' મને કંઈ યાદ ન આવ્યું. મેં કહ્યું, 'હું તમને ક્યારેય મળ્યો હોઉં એવું મને યાદ નથી.'

યુવાને કહ્યું, 'એ જ આપની મહાનતા છે. આપનું તે દિવસનું સત્સંગસભામાં મેં પ્રવચન સાંભળ્યું અને મારા જીવનનો રાહ બદલાઈ ગયો.' મને તરત બધું યાદ આવી ગયું. મેં પૂછ્યું. 'ઠીક, તમે દારૂ છોડ્યો અને તમારી આર્થિક સ્થિતિ બદલી નાખી એમને?' યુવાને કહ્યું: 'દારૂ તો હું પીતો નહોતો, પણ દારૂ વેચનારની જે સ્થિતિ આપે વર્ણવી તેમાંથી પ્રેરણા લઈ મેં દારૂ વેચવાનું શરૂ કર્યું અને આજે મારી પાસે બંગલો છે, કાર છે, મારાં બાળકો ઇંગ્લિશ મીડિયમની સ્કૂલમાં ભણે છે.' હું ત્યાં જ ઊભો રહી ગયો અને યુવાનના પરિવારે કારમાં બેસી વિદાય લીધી.

મારું મન વિષાદથી ભરાઈ ગયું. થોડા દિવસ પછી એ જ રીતે હું નિયમાનુસાર ફરવા નીકળ્યો. ખાખરાળીના નાળા પાસે ઓટે બેસી ચારપાંચ જણ પીવાની તૈયારી કરતા હતા. બૉટલો, ગ્લાસ, શિંગદાળિયાની ડિશો સામે પડી હતી. આ શરાબીઓમાં મેં પ્રીતમલાલને જોયા. મેં કહ્યું: 'પ્રીતમલાલ, તમે તો જાહેરમાં શરાબનું વ્યસન

છોડી દીધું હતું ને?' પ્રીતમલાલ આશ્ચર્યથી મારા સામું જોઈ રહ્યા અને પછી વિચારીને બોલ્યા: 'સાહેબ માફ કરજો, કદાચ એ વખતે નશામાં મારાથી એલફેલ બોલાઈ ગયું હશે.' મેં મિટિંગ બોલાવી સંસ્થાનું વિસર્જન કર્યું અને ડાયરીમાં નોંધ કરી: 'આ જગતમાં માત્ર એક વ્યક્તિને સુધારવી એ તમારા હાથની વાત છે અને તે વ્યક્તિ તમે પોતે જ છો.'

- ભગવાન મહાવીર

□

ભોમિયા વિના

અમે મિત્રો બધા મૂર્ખ છીએ. વર્ષોથી સાથે બેઠા, ચર્ચાઓ કરી, દલીલો કરી. હજી પણ વાદ-વિવાદ સંવાદ-વિસંવાદ વર્ષોથી ચાલ્યા જ કરે છે. કેટલો પ્રયાસ કર્યો ત્યારે અમે અમારી મૂર્ખાઈ શોધી શક્યા, જાણી શક્યા અને એકરાર કરવા જેટલી સમજણ પણ મેળવી શક્યા.

માનવી પોતે પોતાની મૂર્ખાઈ જ્યારે જોઈ શકે છે ત્યારે જ જ્ઞાનની શરૂઆત થાય છે.

જીવનમાંથી અસત્ય શોધી કાઢવું એ જ સત્યની શોધ છે.

જ્ઞાન મેળવતાં પહેલાં અજ્ઞાનને જાણી લેવું પડે છે.

શ્રી હરીન્દ્ર દવેએ એક સુંદર પ્રસંગની નોંધ કરી છે. રામકૃષ્ણ પરમહંસ પાસે એક ભક્તે એવી ફરિયાદ કરી, 'આ સંસારમાં એવું ડૂબી જવાય છે કે તરવાનું શક્ય જ બનતું નથી.'

રામકૃષ્ણ પરમહંસ ત્યારે પૂરીઓ તળી રહ્યા હતા. તેમણે એક પૂરી વણી અને તાવડામાં નાખી મોટેથી બોલ્યા, 'ડૂબી ગઈ, ડૂબી ગઈ.' થોડી ક્ષણોમાં પૂરી ઊપસી દડો થઈ તેલ પર તરવા લાગી ત્યારે પાછા ફરી પોકારી ઊઠ્યા, 'તરી ગઈ, તરી ગઈ.'

પોતાના પ્રશ્નનો ઉત્તર આપવાને બદલે આવો સંબંધ વિનાનો શોર રામકૃષ્ણ પરમહંસે મચાવ્યો એ જોઈ ભક્ત મૂંઝાઈ ગયો, પણ થોડી વાર પછી રામકૃષ્ણ પરમહંસે પોતે જ સમાધાન આપ્યું.

'જેને ડૂબતાં આવડે છે તે જ તરી શકે છે. તું તરી નથી શકતો એનું કારણ એ છે કે તું ડૂબી પણ નથી શકતો. માયાની સૃષ્ટિમાં ડૂબી જે એને પૂરેપૂરી જાણી લે છે તે જ એને તરી શકે છે.'

આધ્યાત્મિક સાધના માટે આ વાત જેટલી સાચી છે એટલી જ સાહિત્યકાર માટે પણ છે. જે સાહિત્યકાર જીવનમાં ડૂબી નથી શકતો તે એમાંથી તરીને ઉત્તમ સર્જન પણ નથી કરી શકતો.

મારા મિત્ર વિઠ્ઠલે એક વાર બાળકદાસબાપુ પાસે જઈને કહ્યું, 'મને જીવતરનો સાચો માર્ગ બતાવો.' બાપુએ વિઠ્ઠલનો પ્રશ્ન ન સાંભળ્યો અને કહ્યું, 'પ્રથમ તું એક કામ કરી દે. આ ગાય દોહી દે.'

વિઠ્ઠલ કહે, 'ગાય દોહું શેમાં?' બાપુએ એંઠવાડનાં વાસણ બતાવી જણાવ્યું, 'આમાંથી એક લઈ લે ને.' વિઠ્ઠલ કહે, 'બાપુ એંઠા વાસણમાં ગાય દોવાતી હશે?'

વિઠ્ઠલે બોઘરણું ઊટક્યું, પછી ગાય દોહી અને બાપુ પાસે બેઠો. 'બાપુ, હવે સમજાવો.' બાપુ કહે, 'હજી ન સમજાયું. જો તેં જ કીધું ને એંઠા વાસણમાં ગાય દોહી શકાય? અને તેં વાસણને ઊટકી નાખ્યું એમ જ જીવતરને પ્રથમ ઊટકી નાખવું પડે, જીવતરની બૂરાઈઓને દૂર કરવી પડે. ખોટા રસ્તાને જાણીસમજી પાછા ફરવું પડે.'

રવિશંકર મહારાજ કહેતાઃ ઘસાઈને ઊજળા થવામાં જીવનની સાર્થકતા સમાયેલી છે. કબીરસાહેબે પણ લખ્યુંઃ

કામ ક્રોધ મદ લોભ મોહ કી જબ લગ મન મેં ખાન
ક્યા મૂરખ ક્યા પંડિતા દોનું એક સમાન

અમારી એક વિશિષ્ટતા છે ખરી, અમે અજ્ઞાની હોવા છતાં વાતો હંમેશાં જ્ઞાનની કરી છે. અમારા ગજા બહારના પ્રશ્નોની અર્થ વગરની ચર્ચામાં જિંદગીનો ઘણો સમય માત્ર વાતોમાં વિતાવી દીધો છે. પ્રશ્નો પણ કેવા?

રાજકારણીઓ કેમ સુધરે?

કહેવાતા સંતોને સાચું જ્ઞાન કેમ મળે?

શિક્ષકો પોતે ભણે એના માટે શું કરવું?

અભ્યાસ કરતાં બાળકોનું જાતીય શોષણ કરનારને કોણ ભડાકે દે?

કાંઈ પણ કાર્ય ન કરવું હોય અને છતાં અહેસાસ કરવા માટે આવી ચર્ચાઓ અમે કર્યા કરીએ છીએ. એકાદ પ્રશ્ન કોઈ પૂછે અને ચર્ચા શરૂ થાય. એક રાત્રે નટુએ પ્રશ્ન પૂછ્યોઃ પૈસો પૈસાદારના કબજામાં છે કે પૈસાદાર પૈસાના કબજામાં?

સંત ફરીદ પોતાના શિષ્યોને લઈ એક ગામમાંથી પસાર થયા. એક કિસાન ગાયને દોરડાથી બાંધીને જતો હતો. બાબા ફરીદે તેને ઊભો રાખ્યો અને શિષ્યોને પૂછ્યું, 'આ ગાય કિસાનના કબજામાં છે કે કિસાન ગાયના કબજામાં? શિષ્યો કહે, 'કેવી વાત કરો છો? ગાય કિસાનના કબજામાં છે.' બાબાએ કહ્યું, 'આ દોરડું

૩૬ હાસ્યનો વરઘોડો

કાપી નાખવામાં આવે તો ગાય કિસાન પાછળ જશે કે કિસાન ગાય પાછળ જશે?' શિષ્યોએ કહ્યું, 'કિસાન ગાય પાછળ જશે.'

વિખ્યાત ગ્રીક ફિલસૂફ ડાયોજિનસનો ગુલામ ભાગી ગયો. ડાયોજિનસની દિનચર્યામાં કોઈ ફર્ક ન પડ્યો. મિત્રોએ કહ્યું, 'ફરિયાદ કરો, ગુલામને પકડાવી દો. શિક્ષા કરાવો પછી કદીયે ભાગવાની હિંમત નહીં કરે.'

ડાયોજિનસે કહ્યું, 'જો ગુલામ મારા વગર રહી શકતો હોય તો હું ગુલામ વગર ન રહી શકું? તે મારો ગુલામ છે કે હું તેનો ગુલામ છું?'

મારા હાસ્યકલાકાર મિત્ર મહેશ શાસ્ત્રી ઘણી વાર મજાક કરે છે, 'મારાં પત્ની મને તું કહે છે. નોકરને તમે કહે છે, કારણ એને ખાતરી છે, હું જતો નહીં રહું. પેલો ના જવો જોઈએ. નહીંતર વાસણ હાથે ઊટકવાં પડશે અને લૂગડાં હાથે ધોવાં પડશે.'

અમે મિત્રો રાત્રે ભેગા થઈ રોજ આવી મહત્ત્વની ચર્ચાઓ કરતા અને – સમાજસેવાનું કોઈ કાર્ય કર્યા વગર અમે રાષ્ટ્ર માટે કેટલા ચિંતિત છીએ? અમને માતૃભૂમિ માટે કેટલી લાગણી છે? અન્યાય, અનીતિ, અત્યાચાર જોઈ અમારું હૃદય કેવું દ્રવી ઊઠે છે? – આવા ઉમદા વિચારો કરી અમે થાય તેટલી સમાજસેવા કરતા.

આમ જુઓ તો વિચારમાં સલામતી છે. કાર્યમાં જોખમ છે. મારા મિત્ર પ્રવીણચંદ્ર ડગલીએ મને પૂછ્યું, 'ઇંગ્લૅન્ડ જવાનો વિચાર છે. પંદર દિવસ રોકાવું છે. કેટલોક ખર્ચ થશે?' મેં કહ્યું, 'જરા પણ નહીં. વિચારમાં શો ખર્ચ? અને વિચાર જ કરવો હોય તો પછી માત્ર ઇંગ્લૅન્ડ શા માટે? ત્યાં પહોંચ્યા પછી તો કેવળ આટલાંટિક જ ઓળંગવાનો રહે છે. સામે જ અમેરિકા અને અમેરિકા જાય એ કૅનેડા ગયા વગર પાછો ફરે? નાયગ્રા જોવાની પછી ક્યારે તક મળશે?'

મારા શિક્ષકમિત્ર શાહસાહેબ મને કહે, 'હું બસો અઢીસો તો હાલતા રળી લઉં.' મેં કહ્યું, 'કેવી રીતે?' શાહસાહેબે સમજાવ્યું, 'અમે પરિવારના તમામ સભ્યો ભેગા થઈ અને શુક્રવારે નક્કી કરી નાખીએ. કયા ગાર્ડન રેસ્ટોરાંમાં જમવા જવું? શું જમવું? જમ્યા પછી કયું પિક્ચર જોવું અને રાત્રે ટૅક્સીમાં ઘેર આવવું, રિક્ષા-ફિક્ષામાં ન બેસવું. આવું બધું નક્કી કરી લઈએ. અંદાજે રૂપિયા અઢીસો જેટલું ખર્ચ કરવાનું પણ નક્કી કરી નાખીએ.'

મેં કહ્યું, 'આ તો તમે ખર્ચનું આયોજન કર્યું. આમાં રળવાની વાત ક્યાં આવી?'

શાહસાહેબ કહે, 'સાંભળો તો ખરા! શનિવાર આવે એટલે આખો કાર્યક્રમ રદ કરી નાખીએ. બોલો અઢીસો બચ્યા કે નહીં?'

મેં કહ્યું, 'હું તમને વધુ પૈસા રળી શકો તેવો પ્લાન બતાવું.' શાહસાહેબ કહે, 'એમ? બતાવો.' મેં કહ્યું, 'આ મે મહિનામાં માઉન્ટ આબુ જવાનો પ્રોગ્રામ વિચારો. અહીંથી થ્રી ટાયર એસીમાં જવું. નક્કી લેઇકને કાંઠે માઉન્ટ હોટેલમાં રોકાવું. આબુનાં જોવા જેવાં સ્થળો જોવાં. પછી નીચે ઊતરી અંબાજી પણ જઈ આવવું. આઠેક દિવસમાં બધો પ્રવાસ પૂરો થાય અને પાંચેક હજારમાં બધું ખર્ચ આવી જાય. આવું આયોજન કરો.' 'અને પછી?' શાહસાહેબે પૂછ્યું. મેં કહ્યું, 'વૅકેશન આવે એટલે કાર્યક્રમ કૅન્સલ કરી નાખવો. રૂપિયા પાંચ હજાર બચી જશે.'

મારી વાત સાંભળી શાહસાહેબ કહે, 'ના હોં, ઈ ધંધો ન કરાય. પત્ની અને બાળકો સાચું માની જાય અને બચત બચતને ઠેકાણે રહે અને ઘરમાં કજિયો ઘર કરી જાય. મારાથી એક વાર જૂનાગઢ, વેરાવળ, સોમનાથ, પ્રાચીના પ્રવાસનું વેણ નીકળી ગયું'તું. પછી સાચે જ જવું પડ્યું. બસો-અઢીસોની બચત કરી સંતોષ માનવો એ સારું છે. જુઓ કોઈને કહેશો નહીં.' શાહસાહેબે આંખ ઝીણી કરી, નજીક આવી મને ધીરેથી કહ્યું, 'હું ટ્યૂશન ભણાવતો નથી અને ટ્યૂશનના બસો રૂપિયા મને મળે છે, સાચું માનશો?'

મને નવાઈ લાગી. મેં કહ્યું, 'કામ કર્યા વગર તો આ જમાનામાં કોણ મહેનતાણું ચૂકવે?'

શાહસાહેબ કહે, 'એમ છે ત્યારે. જગદીશચંદ્ર એના દીકરા નવીનને ચારથી પાંચ ટ્યૂશન ભણાવવાના સો રૂપિયા મને આપે છે અને નવીન મને ચારથી પાંચ નહીં ભણાવવાના આપે છે, માનશો? નવીનને ત્રણથી છનો શો જોવામાં ડિસ્ટર્બ થાય છે એટલે હું સમજીને તેને ડિસ્ટર્બ નથી કરતો.'

આટલું કહી શાહસાહેબ હસી પડ્યા.

હું જ્યારે શિક્ષક હતો ત્યારે મને વિદ્યાર્થીઓ હંમેશાં દિલ્હી-આગ્રાના પ્રવાસે લઈ જવાનું કહેતા. હું તરત જ ભારતનો નકશો મગાવી દીવાલ પર ખીંટીમાં લટકાવી દેતો. પછી બધા વિદ્યાર્થીઓને કહેતો: આ આપણું થાન. અહીંથી સૌરાષ્ટ્ર જનતામાં થાવ રવાના. એ આ વીરમગામ થઈને મહેસાણા, પાલનપુર અને આબુ. આબુ આવી ગયા? હવે ત્યાંથી અજમેર, આ જયપુર અને આ દિલ્હી. પછી મથુરા થઈ આગ્રા, ફતેહપુર સિક્રી, વળતા વડોદરા-અમદાવાદ અને પાછા થાન. આ રીતે હું દિલ્હી-આગ્રાનો પ્રવાસ કરાવી દેતો.

નક્શામાં જોયું ન કશામાં.

અમારા આવા વિચારોનો એક દિવસ અંત આવ્યો અને સાચે જ સૌરાષ્ટ્ર જનતામાં દિલ્હી-આગ્રાની અમારી સફર તારીખ ૧૪-૫-૧૯૫૯ના રોજ શરૂ થઈ.

વિચારોનો જ્યાં અંત આવે છે ત્યાંથી સમજણની શરૂઆત થાય છે. હું નકશામાં જે જે શહેર વિદ્યાર્થીઓને બતાવતો એ બધાં અમે સાચે જ જોઈ આવ્યા.

વિચારો અને વાસ્તવિકતામાં કેટલો ફર્ક છે તેનો અનુભવ થયો. પ્રત્યેક પ્રવાસ માનવીના જીવતરના ઘડતરમાં મહત્ત્વનો ભાગ ભજવે છે. દિલ્હી-આગ્રાના પ્રવાસે જઈ આવ્યા એટલું જ નહીં, રાષ્ટ્રપતિભવનના અશોક હૉલમાં રાષ્ટ્રપતિ શ્રી રાજેન્દ્રપ્રસાદજીને મળી આવ્યા અને તીનમૂર્તિ નિવાસસ્થાને વડા પ્રધાન શ્રી જવાહરલાલ નહેરુ – નહેરુચાચાની મુલાકાત લીધી. જિંદગીની આ અણમોલ ક્ષણોને કચકડામાં કંડારી લીધી. આજે પણ આ ફોટોગ્રાફ્સ જોતાં ફરી સ્મરણયાત્રા શરૂ થાય છે. હું ડાયરીમાં કાયમ આ પંક્તિઓ લખતો:

ભોમિયા વિના મારે ભમવા'તા ડુંગરા
જંગલની કુંજ કુંજ જોવી હતી
જોવી'તી કોતરો ને જોવી'તી કંદરા
રોતાં ઝરણાંની આંખ લોવી હતી

– ઉમાશંકર જોશી

□

તુમ હસોંગે તો દુનિયા હસેંગી

હાસ્યકલાકારનો અભિનય જોઈ લોકો ખડખડાટ હસે છે કે તેને સાંભળીને લોકો પોતાની વ્યથા વીસરી જાય છે, પણ લોકોને હસાવનાર હાસ્યકારનું અંતર એની રજૂઆત વખતે જ કેટલું રોતું હોય છે એ બહુ ઓછા જાણે છે. હું હાસ્યકલાકાર તરીકે દુ:ખની મૂડી સાથે સહાનુભૂતિનું વ્યાજ ઉઘરાવવા નથી ઇચ્છતો, કારણ હું જાણું છું જેના પ્રત્યે તમને સહાનુભૂતિ હોય તેને તમે ચાહી ન શકો. છતાં મેં મારી ઘણી વાર વ્યથા વર્ણવી છે એ માત્ર એટલા માટે જ કે આ જીવન એ અશ્રુ અને હાસ્ય, સુખ અને દુ:ખ, સંજોગ અને વિજોગનું સંમિશ્રણ છે.

જહાં મેં જબ તલક યારોં, હમારે જિસ્મ મેં દમ હૈ
કભી હંસના કભી રોના, કભી શાદી કભી ગમ હૈ

પહાડો કદી રોતાં નથી પણ જે દી રોવે તે દી સિંધુ અને ગંગા વહે છે. હાસ્યકારો કરુણતા રજૂ નથી કરતાં પણ જો પોતાની વ્યથા ઠાલવે તો તેને અને સ્વજનોને છાના રાખવા ભારે થઈ પડે તેનો મને અનુભવ છે.

હું લંડનની ૧૮૯૫ના અરસાની વાત કરું છું. માતા અને પિતા બંને શરાબી. ત્યારે થિયેટરમાં શરાબ વેચાતો. નાટકના શોખીન પ્રેક્ષકો વાઇન પીતાં પીતાં, ચિરૂટના ધુમાડા કાઢતાં કાઢતાં નાટકો જોવાનો આનંદ માણતાં અને નાટક પૂરું થયા પછી શ્રેષ્ઠ અભિનેતાઓ થિયેટરમાં આવેલા બારમાં જ એમની સાથે શરાબ પીએ એવો આગ્રહ રાખતા. આ પતિ-પત્ની વચ્ચે પીધા પછી અવારનવાર ઝઘડા થતા અને પરિણામે બંને જુદાં પડ્યાં.

બે બાળકોને ઉછેરવાની જવાબદારી માતાના શિરે આવી. અઠવાડિયે પચીસ પાઉન્ડની થિયેટર તરફથી કમાણી થતી. ધીરે ધીરે એ કમાણી ઘટતાં ઘટતાં બંધ થઈ. માતાએ નાના નાના કાર્યક્રમોમાં ગાવાનું શરૂ કર્યું. પુરસ્કાર મળે તેમાંથી બે બાળકો અને માતા ત્રણે ભોજન કરતાં. ઓછો હોય તો એ બાળકોને ખવડાવી

એ પોતે ભૂખી રહેતી. એ અવારનવાર બીમાર પડી જતી. ગળામાં સોજો આવી જતો. તેનો અવાજ ગાતાં ગાતાં તરડાઈ જતો. છતાં કામ તો કરવું પડતું. હવે આગળની વાત એ બાળકલાકારના જ શબ્દોમાં:

'તેને અવાજની કશીક પીડા આવી પડી. તે અશક્ત નહોતી. એને સહેજ પણ શરદી લાગતાં કંઠનળીમાં સોજો ચડતો ને અઠવાડિયા સુધી રહેતો પણ તેને કામ તો કરવું જ પડતું એટલે ધીરે ધીરે અવાજ બગડતો ગયો. ગાતાં ગાતાં અધવચ્ચે જ તે ફાટી જાય અને આછો ન સંભળાય તેવો બની જાય. આથી પ્રેક્ષકો હસી હસીને બૂમો પાડતા. આની ચિંતાને કારણે તેનું સ્વાસ્થ્ય બગડ્યું અને અસ્વસ્થતાથી તે નંખાઈ ગઈ. પરિણામે તેને મળતું થિયેટરનું કામ ઓછું થતાં થતાં છેવટે બંધ થઈ ગયું.

તેના ગળાની આ સ્થિતિને કારણે જ પાંચમા વર્ષે જ મેં તખ્તા પર પહેલી વાર પ્રવેશ કર્યો. ભાડાના ઓરડામાં મને એકલો મૂકીને જવાને બદલે મા સામાન્ય રીતે મને થિયેટરમાં સાથે લઈ જતી. મોટા ભાગે સૈનિકોનું જ મનોરંજન કરતાં થિયેટરમાં તે અભિનય કરતી હતી.

એક વખત માનો અવાજ ફાટી ગયો. લગભગ બંધ થઈ ગયો. ત્યારે હું વિંગમાં ઊભો હતો તેવું મને સ્મરણ છે. પ્રેક્ષકો હસવા માંડ્યા. ગાવા માંડ્યા. સિસોટીઓ વગાડવા માંડ્યા. પરિસ્થિતિ અસ્પષ્ટ હતી અને મને કશું જ સમજાતું નહોતું. અવાજો વધવા લાગ્યા અને માને તખ્તો છોડવો પડ્યો. વિંગમાં આવતાં જ તે અતિશય અસ્વસ્થ બની. સ્ટેજ મૅનેજર સાથે દલીલો કરવા માંડી. સ્ટેજ મૅનેજરે મને મિત્રો સમક્ષ અભિનય કરતો જોયો હતો. તેણે મને માને બદલે જવા કહ્યું અને આ તોફાન વચ્ચે તે હાથ ઝાલી મને તખ્તા પર દોરી ગયો. પ્રેક્ષકોને સમજાવ્યા અને મને ત્યાં એકલો મૂકી પાછો ચાલ્યો ગયો. ફૂટ લાઇટના તેજ અને ધૂંધળા ચહેરાઓ વચ્ચે મેં ગાવાનો પ્રારંભ કર્યો. ગીત અર્ધે પહોંચ્યું ત્યાં તખ્તા પર પૈસા પડવા માંડ્યા. તરત જ હું અટક્યો અને મેં જાહેર કર્યું કે પહેલાં પૈસા એકઠા કરીને પછી જ હું ગાઈશ. આથી પ્રેક્ષકો ખૂબ હસ્યા. સ્ટેજ મૅનેજર રૂમાલ લઈ આવ્યો. તેણે મને પૈસા એકઠા કરવામાં સહાય કરી. પ્રેક્ષકો ખડખડાટ હસ્યા, ખાસ તો મૅનેજર પૈસા લઈને જતો હતો અને હું તેની પાછળ પાછળ જતો હતો ત્યારે. સ્ટેજ મૅનેજરે પૈસા માને આપ્યા ત્યાર પછી જ પાછા આવી મેં ગાવાનું શરૂ કર્યું.

હું સ્વસ્થ હતો. મેં પ્રેક્ષકો સાથે વાતો કરી, નૃત્ય પણ કર્યું. થોડીક નકલ કરી. મા ગાતી હતી તે કૂચગીતની પણ નકલ કરી અને તે સમૂહગીતનું પુનરાવર્તન

કરતાં કરતાં નિર્દોષતાથી મેં માના ફાટી ગયેલા અવાજની નકલ કરી. પ્રેક્ષકો પર તેનો પ્રભાવ જોઈ મને આશ્ચર્ય થયું. પ્રેક્ષકોમાં હાસ્ય અને પ્રસન્નતા છવાઈ ગયાં. ફરી પૈસા ફેંકાયા અને મને તેડવા મા જ્યારે તખ્તા પર આવી ત્યારે તેની ઉપસ્થિતિને તાળીઓના ગડગડાટથી વધાવી. તે રાતે તખ્તા પરનો પ્રવેશ મારો પહેલો હતો અને માનો છેલ્લો.'

આ માતાનું નામ લીલી હાર્લી અને બાળ કલાકારનું નામ ચાર્લી ચૅપ્લિન.

કારમી ગરીબી અને અત્યંત દુઃખમાં લીલી હાર્લી પાગલ થઈ ગઈ. ચાર્લી અને સિડનીને અનાથાશ્રમમાં દાખલ કર્યાં અને માતાને પાગલખાનામાં. પાગલ માતા ક્યારેક ડાહી હોય એમ ગંભીર થઈ ચાર્લી ચૅપ્લિનને કહેતી, 'બેટા, એ વખતે મને એક કપ ચા મળી હોતને તો હું પાગલ ન થઈ જાત.'

રમકડાં રમવાની ઉંમરે ચાર્લી અને સિડની રમકડાં વેચતાં. જાતજાતનાં કામ કરી પૈસા રળતાં. દુનિયાના મહાન હાસ્યકાર ચાર્લી ચૅપ્લિનની આત્મકથામાં ભારોભાર વ્યથા નીતરે છે.

કરુણતાની ચરમસીમાએ હાસ્ય નિષ્પન્ન થાય છે. પછી એ જીવન ચાર્લી ચૅપ્લિનનું હોય, સર્વાન્ટિસનું હોય, માર્ક ટ્વેઇનનું હોય કે પછી શાહબુદ્દીન રાઠોડનું હોય. મેં મારા જીવનની યાતના, વ્યથા, વેદના અને દુઃખોને સહી તેનો પ્રતિભાવ માત્ર હાસ્યમાં આપ્યો છે.

કવિદિલ વિના પ્રકૃતિના સિતમને બીજું કોણ બેફામ સુંદર બનાવે,
મળ્યા જે જખ્મો તેના તરફથી અમારા તરફથી કવન થઈ ગયા છે.

હાસ્યકાર નાનો હોય કે મોટો હોય એ મહત્ત્વનું નથી. તે વેદનાને કેટલી જીરવી શકે છે, વ્યથાની સંગાથે કેટલી હદ સુધી રહી શકે છે, તે અગત્યનું છે. વ્યથામાંથી મુક્ત થવાનો એકમાત્ર માર્ગ વ્યથા સાથે રહેવું એ જ છે. વ્યથાના કફન પર હાસ્યની ચાદર પાથરી તેણે તો મહેફિલ જમાવવાની છે.

કફન પર પાથરી ચાદર અમે મહેફિલ જમાવી છે,
દફન દિલમાં કરી દુઃખો ખુશાલી ખૂબ મનાવી છે.

હું મારી વેદના અત્યારે વર્ણવતો નથી. માત્ર વાચકમિત્રોને મારા પુસ્તક 'શો મસ્ટ ગો ઑન'નો પ્રથમ લેખ વાંચી જવા વિનંતી કરું છું. હું કોઈ ઉત્તમ હાસ્ય સર્જી નથી શક્યો. મેં તો માત્ર પ્રેક્ષકોના ખડખડાટ હસતા ચહેરા જોઈ મારી વેદના વિસારી દેવાનો પ્રયાસ જરૂર કર્યો છે, જે આજે પણ ચાલુ છે.

આપણે મહાન હાસ્યકારોની વાત કરીએ. દુનિયાના મહાન હાસ્યરસિક ગ્રંથ ડૉન ક્વિકઝોટ (ડૉન કિહોટે)ના સર્જક સર્વાન્ટિસ. દેશભક્તિની ભાવનાથી રંગાયેલા આ યુવાને દેશની રક્ષા માટે દુશ્મનો સામે વીરતાપૂર્વક યુદ્ધ કર્યું. એ ઝનૂનપૂર્વક લડ્યો. એક હાથની આહુતિ આપી. યુદ્ધ પૂરું થયું. સર્વાન્ટિસનો દેશ સ્પેન વિજેતા બન્યો. પણ દુર્ભાગ્યે સર્વાન્ટિસ દુશ્મનોના હાથે યુદ્ધકેદી તરીકે પકડાઈ ગયો. તેની પાસે મહત્ત્વના પત્રો હોવાથી શત્રુઓએ સર્વાન્ટિસને મારી ન નાખ્યો. એટલું જ નહીં, તેની ઈમાનદારી જોઈ છોડી મૂક્યો. એ પોતાના દેશ સ્પેન પાછો ફર્યો, પરંતુ ત્યારે યુદ્ધનો ઉન્માદ શમી ગયો હતો. સર્વાન્ટિસનો પરિવાર ભૂખે મરી રહ્યો હતો. દેશ તેનાં શૌર્ય-સમર્પણની કદર ન કરી શક્યો. મહાપ્રયાસે મહેસૂલકર ભેગો કરવાની સામાન્ય સર્વિસ મળી અને એમાં પણ બેઈમાની કર્યાનો આક્ષેપ સર્વાન્ટિસ પર મૂકવામાં આવ્યો. સર્વાન્ટિસને જેલની સજા થઈ. કારમી ગરીબીમાં સબડતા પોતાના પરિવારની હૈયાને કોરી ખાતી ચિંતા, કપાયેલા હાથની પીડા, ઉપરથી બેઈમાનીનો આક્ષેપ અને જેલની સજાની યાતના. આવા સંજોગોમાં સર્વાન્ટિસે દુનિયાનો પ્રસિદ્ધ હાસ્યરસિક ગ્રંથ 'ડૉન ક્વિકઝોટ'ની રચના કરી. બાઇબલ પછી સૌથી વધુ વંચાતો આ ગ્રંથ છે.

હાસ્યકારોના સર્જેલા હાસ્યથી ખડખડાટ હસતા પ્રેક્ષકોમાંથી બહુ ઓછા પ્રેક્ષકો જાણતા હોય છે કે આ હાસ્ય પાછળ કેટલી વેદના છુપાયેલી છે. વૃક્ષનાં મૂળ જેટલાં ઊંડાં તેટલી તેની ઊંચાઈ વધુ. વાતની ગહેરાઈ જેટલી વધુ તેટલી તેની કક્ષા ઊંચી. કલાકારની અનુભૂતિ જ્યારે અભિવ્યક્તિ બને છે ત્યારે જ તે અસરકારક બની શકે છે. હાસ્યકારના જીવતરના વાંસ પર જ્યારે વેદના, વ્યથા, યાતના અને દુ:ખોનાં કાણાં પડે છે વાંસ વીંધાઈને છેદ પડે છે ત્યારે તેમાંથી હાસ્યનું સંગીત સર્જાય છે. હાસ્ય એ આત્માનું સંગીત છે.

□

ચોરચાલીસા

થાનગઢમાં ડૉ.રાણાસાહેબના વિશાળ ફળિયામાં લીંબડા નીચે બૅંચો પર, ખાટલા પર અને હીંચકા પર બેસી અમે ઘણાં વર્ષો રાત્રે ભેગા થઈ અલકમલકની વાતો કરી જિંદગીનો ભરપૂર આનંદ માણ્યો. અમે મિત્રો રોજ સમયસર આવી જતા. પ્રત્યેકનાં સ્થાન પણ નક્કી જ હતાં. ક્યારેક ચલાલાથી નટુભાઈ જોશી આવતા, કોઈ વાર હજામચોરાથી નાથુભા જાડેજા આવતા તો ક્યારેક બોટાદથી રામભાઈ રામનામવાળા હાજરી આપતા. કોઈ કવિ-કલાકાર, વિદ્વાન કે સંત થાનમાં આવતા તો અમુક અમને મળતા. એક વાર રાત્રે અમારો ડાયરો ચોરની વાતુએ ચડી ગયો. દલપતરામ જોશી – જેને અમે કવિ કે કવિમા'રાજ કહેતા – તેમણે વિધાન કર્યું, 'માનવી જો ધારે તો ચોર પાસેથી પણ શીખી શકે છે.' ડૉ.રાણાસાહેબ કહે, 'દાખલા તરીકે?' અને કવિમા'રાજે વાત શરૂ કરી.

એક વાર સૂફી-સંત હુસેન બસરાઈસાહેબ સફરે નીકળ્યા. પ્રવાસ કરતાં કરતાં એક ગામે સાંજ પડી ગઈ. હુસેનસાહેબે ત્યાં જ રાત્રિમુકામ કરવાનું નક્કી કર્યું. તેમણે સામેથી આવતા યુવાનને ઊભો રાખી પૂછ્યું, 'યુવાન, આ ગામમાં એવા કોઈ સજ્જનને ત્યાં લઈ જા જ્યાં રાતવાસો કરી શકાય?' યુવાને સંતને સલામ કરી વિવેકપૂર્વક કહ્યું, 'આપને રાતવાસો કરવો હોય તો મારે ત્યાં તશરીફ લાવો, પરંતુ એક વાત આપને જણાવી દઉં હું સજ્જન નથી, હું ચોર છું અને આ વાત હું આપનાથી છુપાવવા નથી ઇચ્છતો. કારણ આપ સંત છો.' યુવાનની નિખાલસતા પર હુસેનસાહેબ ખુશ થયા. તેમણે કહ્યું, 'યુવાન, તું જે હો તે, પણ તું સાચો છે. બસ, એટલું જ મારા માટે પૂરતું છે.'

યુવાને હુસેનસાહેબને પાગરણ પથારી ભોજન ઉતારો તમામ સુવિધા જે કંઈ જરૂરી હતી તે કરી આપી અને કહ્યું, 'હવે આપ આરામ કરો, હું ચોરી કરવા જાઉં છું. ઘરનાં બારણાં હું ખુલ્લાં જ રાખું છું, કારણ કે હું મોડી રાત્રે આવું છું ને ક્યારેક તો સવાર પણ પડી જાય છે.' સંતે ઇબાદત માટે તસ્બી ઉઠાવી અને યુવાને ચોરી કરવા પ્રયાણ કર્યું. રોજ સવારે સંત યુવાનને પૂછતા, 'કાંઈ મળ્યું? મહેનત ફળી?' યુવાન કહેતો, 'ચોકીદાર જાગતો હતો એટલે મેળ ન પડ્યો.' ચારેક દિવસ પછી યુવાને ફરી પ્રયાસ કર્યો. વળી સંતે સવારે પૂછ્યું, 'તારો પ્રયાસ સફળ થયો?' યુવાને કહ્યું, 'મકાનમાં પ્રકાશ સવાર સુધી રહ્યો, હું સફળ ન થયો.' ન જાણે કેમ પણ સંતને યુવાનમાં રસ પડ્યો. એ યુવાનના આગ્રહથી રોકાયા. વળી સાતમે દિવસે યુવાને રાત્રે ચોરી કરવા પ્રયાસ કર્યો અને સંતને સવારે કહ્યું, 'મકાનમાં અવરજવર ચાલુ હતી એટલે હું ફાવી ન શક્યો.' હુસેન બસરાઈએ યુવાનને કહ્યું, 'જો યુવાન તારો માર્ગ ખોટો છે, તારું કામ ખોટું છે, પણ તારી નિષ્ઠા સાવ સાચી છે. જ્યારે મારો માર્ગ સાચો છે, મારું ઇબાદતનું કામ પણ સાચું છે છતાં મારે કબૂલ કરવું જોઈએ તારા જેવી સાચી નિષ્ઠા મારી નથી.' સંતની વાણી સાંભળી યુવાનની નવાઈનો પાર ન રહ્યો. તેણે કહ્યું, 'આપ મને ઉપદેશ આપો.' હુસેનસાહેબે કહ્યું, 'તું જીવનમાં જે કરે તે હોંશપૂર્વક કરજે, કારણ જે ક્ષણ ગફલતની હોય છે તે પતનની હોય છે.' યુવાનને વિચારતો કરી સંતે વિદાય લીધી.

કવિમા'રાજે વાત પૂરી કરી ત્યાં નટુભાઈ જોશીએ કહ્યું, 'આવું જ ઉદાહરણ ભગવાન બુદ્ધે આપ્યું છે. એક વાર ચાર ચોર ચોરી કરવા ગયા. જે ભવનમાં ચોરી કરવાની હતી તેનું તેમણે પૂરેપૂરું નિરીક્ષણ કર્યું. ચારમાંથી સૌથી પીઢ અને અનુભવી ચોર હતો તેણે કહ્યું: આ ભવનમાં ચોરી નહીં કરી શકાય, કારણ કે તેનો ચોકીદાર જાગે છે. આ ભવનમાં પ્રકાશ છે. ઉપરાંત લોકોની અવરજવર ચાલુ છે. પછી ભગવાન બુદ્ધે સમજાવ્યું કે જે ઘરમાં સતત જાગૃતિરૂપી ચોકીદાર હોય, જ્યાં પ્રજ્ઞાનો પ્રકાશ હોય, જ્યાં સદાચારની અવરજવર હોય એ ઘરમાં કામ, ક્રોધ, લોભ, મોહ જેવા ચોર ચોરી કરવા માટે પ્રવેશી શકે નહીં.'

નટુભાઈની વાત સાંભળી ડાયરો ખુશ થયો. ત્યાર પછી જૂનાગઢથી પધારેલ મહેમાન લાખણશીભાઈ ગઢવીને રાણાસાહેબે કહ્યું, 'કવિરાજ, હવે આપ કંઈક સંભળાવો.' લાખણશીભાઈએ બ્રહ્માનંદજીના કાવ્ય દ્વારા સુંદર રજૂઆત કરી.

ચરન ચરન ચિંતા કરત ભાયે ના શોર અરુ ભોર,
સુવર્ણ સુવર્ણ શોધત ફિરત કવિ કામી અરુ ચોર.

કાવ્યની એક એક પંક્તિ તેમણે સમજાવી. પ્રથમ કવિ માટે વાત કરી, જે પ્રત્યેક ચરણ માટે ચિંતા સેવે છે. કવિ કાવ્યના પ્રત્યેક ચરણની ભારે ચિંતા કરે છે. કવિને સવાર પડી જાય કે અવાજ થાય એ ગમતું નથી. સુવર્ણ એટલે જે સારા શબ્દો શોધ્યા કરે છે, તે. પછી તેમણે કામી માટે કહ્યું, 'પોતાના એક એક પગલાની એને ચિંતા થાય છે. કામી ખૂબ સાવચેતીથી પગલાં ભરે છે. તેને પણ સવાર પડે કે અવાજ થાય તે પસંદ નથી.' કામી સુવર્ણ એટલે કે, સારો વર્ણ ધરાવતી સ્ત્રી શોધ્યા કરે છે. છેલ્લે, ચોર પણ પ્રત્યેક ચરણ – પગલું સાવચેતીથી ભરે છે. તેને પણ સવાર થાય કે અવાજ આવે તે ગમતું નથી. ચોર સુવર્ણ એટલે સોનું શોધ્યા કરે છે. એક જ શબ્દના જુદા જુદા અર્થ જાણી સૌને આનંદ થયો. લાખણશીભાઈએ ત્યારે રંગત જમાવી. ડાયરાની બરાબર જમાવટ થઈ ત્યાં હજામચોરાથી પધારેલા નાથુભાભાઈએ મને જણાવ્યું, 'માસ્તર, હવે તમે મોજ કરાવો.' મેં શરૂઆત કરી.

નટો અને જટો બેય ઠાકર મંદિરની પાંહેની ઓરડીમાં પડ્યા રહે. મંદિરનું ચોગાન વાળી નાખે. બપોરનાં ઠામ ઊટકી નાખે, પાણી ભરી આવે. બેય લોંઠકા, ઊંચા તાડ જેવા. ભમરીનાં દર હોય એવાં નાકનાં ફોયણાં, બેયના માથે વાળ પણ ઢોરા માથે ધરોડી ઊગી હોય એવા. એક વાર જટો નિરાશ થઈ માથું પગ માથે નાખીને બેઠેલો. તે ભેંસ આવીને મંડી જટાના માથા હારે શરીર ઘસવા. બંને માથે મુંડન કરાવતા, પણ જીવલો રાડ્ય નાખી જતો. જીવલાના બે અસ્ત્રા બૂઠા થઈ જાય ત્યારે બેયના વાળ ઊતરતા. એક વાર જીવલો એવું બોલી ગયેલો કે આના કરતાં તો પાડા મૂંડવા સારા. ઈ નટાએ સાંભળ્યું અને જીવલાને પકડ્યો. માર્યો નહીં, માત્ર ચક્કર ચક્કર ફેરવ્યો અને મૂકી દીધો. પણ જીવલાને બે દિવસ ચક્કરની અસર રહી. ત્યાર પછી જીવલાએ આવું બોલવાનો ચાળો કર્યો નહીં.

તમામ મિત્રોનો ખડખડાટ હસવાનો એટલો અવાજ આવતો હતો કે મેં થોડી વાર વાત થંભાવી દીધી. પાણી પીને મેં પાછી વાત શરૂ કરી. નટા - જટાની ખાધે રાડ્ય, ગામમાં મોટા જમણવાર હોય ત્યારે જ રસોઈ બગડે નહીં એટલા માટે બંનેને જમવા બોલાવતા. ઠાકોરસાહેબને ત્યાં જમણવારમાં બંને છત્રીસ બુંદીના લાડવા અને બેતાળીસ બટકા મોહનથાળના આરોગી ગયેલા. હજી બંનેની ઇચ્છા ખરી, પણ જૂઠામારાજે કહ્યું, 'મિષ્ટાન્ન પૂરું થયું. હવે દાળભાત કોર વળો તો સારું.' બસ, આ જ કારણસર કોઈ બંનેને દીકરી દેવા તૈયાર નહોતું થતું. દીકરીઓની માતાઓ કહી દેતી, 'દીકરીને જીવતરનો કોઈ સવાદ જ નહીં ને? રાંધવામાંથી

ઊંચી આવે તો પહેરીઓઢીને ક્યાંક મહાલે ને? અમારે કંઈ દીકરીનો ભવ નથી બગાડવો.'

બંનેનું સંસારમાંથી મન ઊઠી ગયું અને ધીરે ધીરે ધરમ કોર મંડ્યા વળવા. એમાં એક વાર બંને ઓરડીમાં દીવો રામ કરીને સૂતા. બારીમાંથી ચંદ્રમાનું થોડું-ઘણું અજવાળું આવતું હતું. અર્ધીક રાત વીતી ત્યાં વળી કોક ચોરને કમત સૂઝી તે નટા-જટાની ઓરડીમાં ચોરી કરવાના બદઇરાદે દાખલ થયો. ઓરડીમાં અંધારું હતું. ચોરનો હાથ જટાના શરીર માથે પડ્યો. કંઈક મળી આવશે એ આશાએ ચોર મંડ્યો હાથ ફેરવવા. એમાં જટો ખુશ થઈ ગયો. મનખો દેહ ધારણ કર્યાં ને ત્રીસ ત્રીસ વરહ અલગોઠિયાં ખાઈ વહી ગયાં, પણ કોઈએ માથે હાથ નહોતો ફેરવ્યો. જટાની આંખ્યમાં હરખનાં આંસુ આવી ગયાં. એ પડ્યો પડ્યો બોલી ઊઠ્યો, 'નટા, મને કો'ક હાથ ફેરવે.' નટો કહે, 'તને ફેરવી લે એટલે કહેજે મને ફેરવે.' બંનેની વાત સાંભળી ચોર ભાગ્યો, પણ નટાએ પકડી લીધો અને ચોરને કહ્યું, 'ભલા માણસ, અમને આ ઓરડીમાં ધોળા દિવસે નથી જડતું તે તને રાતે જડશે?'

મારી વાત સાંભળી સૌ ખૂબ ખૂબ ખુશ થયા. મુકુંદરાયે કહ્યું, 'હવે નથી આવા ચોર રહ્યા કે નથી આવી ચોરી થતી.' મેં કહ્યું, 'માત્ર પદ્ધતિ બદલાઈ ગઈ છે. જેમનામાં બુદ્ધિ છે, પણ વિશુદ્ધિ નથી તે સમજે છે કે હવે સમાજસેવક બની સમાજને લૂંટી શકાય છે. બૅન્ક પર ધાડ પાડવાની જરૂર નથી. બૅન્કમાં રહી લાખોની સંપત્તિ મેળવી શકાય છે. સંસ્થામાં રહી સંસ્થાને તારાજ કરી આર્થિક લાભ મેળવી શકાય છે. સાધુ બની, સાધુનો વેશ ધારણ કરી સંસારના લહાવા લઈ શકાય છે.' દાજીબાપુ કહે, 'આ બધાનો અંજામ?' મેં કહ્યું:

દૌલત કે ઝૂઠે નશે મેં હો ચૂર
ગરીબોં કી દુનિયા સે રહતે હો દૂર
કિસી એક દિન ઐસા આયેગા
માટી મેં સબ મિલ જાયેગા.

□

મૃત્યુને જાણો, જીવનને માણો

બાબુકાકા એ વખતે ગુજરાત રાજ્યના નાણામંત્રીનું સ્થાન શોભાવતા. બાબુકાકા એટલે બાબુલાલ મેઘજી શાહ, લોકસાહિત્યના અભ્યાસુ અને લોકકલાકારોના અનન્ય ચાહક. તેમણે મેઘાણીજયંતી નિમિત્તે મુંબઈમાં એક ભવ્ય લોકડાયરાનું આયોજન કર્યું હતું. વિનુભાઈ મહેતાએ એમના સ્વભાવ પ્રમાણે આયોજનની મોટા ભાગની જવાબદારી સ્વેચ્છાએ સ્વીકારી લીધી હતી. મને પણ આમંત્રણ હતું. અમે સૌ કલાકારો લાખાભાઈ, પ્રાણભાઈ, દિવાળીબહેન, જિતુદાન, નાનજી મિસ્ત્રી, હાજી વજુ બધાં સમયસર સ્ટેજ પર પહોંચ્યાં. વિનુભાઈ ડાયરાની પૂર્વતૈયારીને આખરી ઓપ આપવામાં વ્યસ્ત હતા. હું સીધો વિનુભાઈને મળ્યો. એ મને બાવડું પકડીને એક સજ્જન પાસે લઈ ગયા અને એટલું જ કહ્યું: 'આ ચંદ્રકાંત બક્ષી. મરદને માથે ફાડિયું લખાણ એટલે એક ઘા અને બે કટકા. કંઈક મોટા ચમરબંધીને એણે અત્યાર સુધીમાં ઊભા વેતરી નાખ્યા છે.' અમને મૂકી વિનુભાઈ એમના કામે લાગી ગયા. હું વિવેકપૂર્વક બક્ષીસાહેબને મળ્યો. તેમણે કહ્યું: 'આમ નથી મળવું, આપણે તો ભેટીને મળવું છે.' અમે લાગણીથી ભેટ્યા. ઉપરથી કઠોર હોવાની છાપ ધરાવતા બક્ષીસાહેબની કોમળતાનો આ રીતે પ્રથમ પરિચય થયો. માત્ર નામથી અને કાર્યક્ષેત્રથી અમે એકબીજાથી પરિચિત તો હતા જ પણ આ રીતે કદી મળ્યા નહોતા. બક્ષીસાહેબ અમારા ડાયરાના આજના અતિથિવિશેષ હતા. તેઓ અન્ય કલાકારોને પણ વિવેકપૂર્વક મળ્યા અને પ્રેક્ષકોમાં એમનું સ્થાન સંભાળ્યું.

અમે સ્ટેજ પર ગોઠવાઈ ગયા. ડાયરાના સંચાલનના અજોડ અનુભવી અને લોકસાહિત્યના પ્રખર અભ્યાસુ જિતુદાન ગઢવીએ સંચાલન સંભાળ્યું. રાષ્ટ્રીય શાયર મેઘાણીજીના તૈલચિત્ર પર ફૂલહાર થયા. દીપપ્રાગટ્ય, શ્રીફળ વધેરવાની વિધિ બધું પૂરું થયું. કલાકારોએ સ્થાન સંભાળ્યું. લાખાભાઈએ ગણેશવંદનાથી ડાયરાનો મંગલ પ્રારંભ કર્યો અને 'મન મોર બની થનગનાટ કરે' એ મેઘાણીની રચના રજૂ થતાં જ પ્રેક્ષકો ઝૂમી ઊઠ્યા. એક તો લાખાભાઈનો ધીરગંભીર મેઘગર્જના જેવો અવાજ; સાથે વાયોલિન, ઢોલક, મંજીરા જેવાં વાદ્યોનો સંગાથ. સૂર-સ્વરની સંવાદિતામાંથી સર્જાતા સંગીતે માનવસમુદાયને મુગ્ધ કરી દીધો. એક કલાકારની રજૂઆતના આરંભ વચ્ચે જિતુદાનનો સંકલનનો દોરો ચાલુ જ હતો.

લાખાભાઈ પછી દિવાળીબહેને 'કાગળિયાં લખી લખી થાકી' અને અન્ય ગીતો રજૂ કર્યાં. પછી રજૂ થયા એ ભજનોનો પ્રાણ, પ્રાણલાલ વ્યાસ. પ્રાણભાઈ પાસે 'ઠાકોરજી નથી થાવું' – કવિ દાદની પ્રસિદ્ધ રચનાનો લોકોએ આગ્રહ રાખ્યો. તેમણે એ રજૂ કર્યું અને 'જોષીડા મારા જોષ તો જુઓ', 'જ્યારે ચાહનારા' જેવી રચનાઓ રજૂ કરી. ત્યાર પછી મારે રજૂઆત કરવાની હતી. જિતુદાન મેઘાણીની સમર્પણ, સાદગી, સાધનાને મૂલવતા જતા હતા. સૌરાષ્ટ્રની ધીંગી ધરામાં ધરબાઈ ગયેલી વીસરાઈ ગયેલી, વટ-વેર- વહાલપ-વિજોગની વાતુ. સતી, શૂરા અને સંતની વાત મેઘાણીએ ગામડેગામડે ફરી એકત્રિત કરી, મૂલવી, મઠારી, ગ્રંથસ્થ કરી ગ્રંથાલય સુધી પુસ્તકોરૂપે પહોંચાડી, જ્યાંથી લોકોનાં આંગણાં સુધી પહોંચાડવાનો પ્રયાસ આ કલાકારો કરી રહ્યા છે. આવી પૂર્વભૂમિકા પછી, 'જીવતરની કરુણતાની ખરલમાં જેણે હાસ્યરસને ઘૂંટીને સમાજ સમક્ષ રજૂ કર્યો છે એવા લોકસાહિત્યના મર્મજ્ઞ અને ચિંતક ભાઈશ્રી શાહબુદ્દીન રાઠોડને વિનંતી કરું કે આવો, હાસ્યરસની સાથે લોકસાહિત્યની વાતોને વણીને એવી રજૂઆત કરો જેથી પ્રેક્ષકોને તમારી વિદ્વત્તાનો અણસાર પણ આવી જાય' – આવી જાહેરાત થતાં જ મેં સ્થાન સંભાળ્યું. જિતુદાને મારી જવાબદારી વધારી દીધી.

મેં 'આંખો મળી છે આજ કદી દિલ મળી જશે'થી શરૂઆત કરી. 'લાભુ મેરઈ', 'ભત્રીજો પ્રેમમાં પડ્યો', 'માસ્તરોનું બહારવટું' વગેરે જાણીતી રચનાઓ રજૂ કરી, પણ હું જાણતો હતો કે કાર્યક્રમ મેઘાણીજયંતી નિમિત્તે છે. એમની કોઈ વાત – કોઈ અણમોલ પ્રદાનને આવરી શકાય તો સારું. તેમની સર્જનપ્રક્રિયાને આવરી લેતો મેં એક પ્રસંગ રજૂ કર્યો. ત્યારે મેઘાણી અમદાવાદ સાબરમતી જેલમાં સ્વાતંત્ર્યસંગ્રામના સેનાની તરીકે સજા ભોગવી રહ્યા હતા. સરદાર પટેલ, તૈયબજી, દેવદાસ ગાંધી જેવા અન્ય સત્યાગ્રહીઓ પણ સાથે હતા. જેલમાં તેમનું સ્વાસ્થ્ય

કથળ્યું. તેમને આંખની પીડા શરૂ થઈ. એ જમાનામાં આંખો ઠોલાવવી એ સારવારનો એક પ્રકાર હતો. એમણે આંખો ઠોલાવી હતી. એ વખતે ગાંધીજીના પુત્ર દેવદાસ ગાંધી જૂની Royal Readerનું પુસ્તક લઈને આવ્યા અને તેમણે Mrs Locasteનું Somebody's Darling કાવ્ય મેઘાણીને વાંચી સંભળાવ્યું. કાવ્ય સાંભળતાં જ કોઈ અકથ્ય વેદનાથી એમનું હૃદય ભરાઈ આવ્યું. એ ભાવો એવા ઉત્કટ હતા કે મેઘાણીજી એ વ્યક્ત કર્યા વગર રહી શકે તેમ નહોતા. તેમણે એક કાગળ પેન્સિલ મગાવ્યાં. કાવ્યપંક્તિઓ ફરી ફરી સાંભળતા ગયા, ભાવો ઘૂંટતા ગયા, આત્મસાત્ કરતા ગયા. મિસિસ લોકાસ્તનું સમગ્ર કાવ્ય આપણાં પાત્રોપ્રસંગો અને શહાદતના રંગોથી રંગાતું ગયું અને માતૃભાષામાં સર્જાતું ગયું. ગુજરાતી સાહિત્યનાં શ્રેષ્ઠ કાવ્યોમાંનું એક કાવ્યનું આ રીતે સર્જન થયું. એમાં પણ જ્યારે Somebody's Darlingની અંતિમ પંક્તિઓ દેવદાસ ગાંધીએ વાંચી સંભળાવી –

Carve in the wooden slate on his head
Somebody's Darling slumbers here.

– અને મેઘાણીની કલમે અમર પંક્તિઓ કંડારી.

એની ભસ્માંકિત ભૂમિ પર ચણજો આરસ ખાંભી
એ પથ્થર પર કોતરશો નવ કોઈ કવિતા લાંબી,
લખજો ખાક પડી અહીંયાં કોઈના લાડકવાયાની.

હું આગળ બોલી ન શક્યો. આંખમાં આવેલ આંસુથી મને પ્રેક્ષકો ઝાંખા દેખાવા લાગ્યા. મહામહેનતે મેં કહ્યું: 'મેઘાણીએ પોતે લખ્યું છે. જ્યારે હું મારું આ કાવ્ય 'કોઈનો લાડકવાયો' કાલિંગડો કે ભૈરવી જેવા કરુણ રાગમાં સાંભળું છું ત્યારે મારું બાળક અસહ્ય દર્દમાં કણસતું હોય એવી વેદના અનુભવું છું. પી.બી. શેલીએ કાવ્ય વિશે લખ્યું છે. કાવ્ય એ શ્રેષ્ઠ મનની શ્રેષ્ઠ ક્ષણોની નોંધ છે. 'The poetry is the best record of the best moments of the best mind.'

ઇન્ટરવલમાં બક્ષીસાહેબ મને મળવા આવ્યા, મને અભિનંદન આપ્યાં અને તેમના પ્રવચનની નોંધ મને બતાવી. જેમાં Somebody's Darling અને 'કોઈનો લાડકવાયો'નો ઉલ્લેખ હતો, એટલું જ નહીં, Carve in the wooden slate... છેલ્લી પંક્તિઓ પણ લખી હતી. ત્યાર પછી હું જ્યારે મુંબઈ જતો ત્યારે તેમને અચૂક ફોન કરતો. તેઓ લાંબી ચર્ચા કરતા. મને સંકોચ થતો પણ તેઓ સામેથી કહેતા, 'ફોન ચાલુ રાખજો. આજકાલ વાતો જેની સાથે કરી શકાય એવા માણસો ક્યાં રહ્યા છે?'

છેલ્લે અમદાવાદ રોટરી કલબ મિડટાઉનમાં ડૉ. બાવીશીસાહેબે મારો કાર્યક્રમ રાખ્યો હતો ત્યારે બક્ષીસાહેબે ખાસ હાજરી આપી મારો કાર્યક્રમ સાંભળ્યો. મને, બક્ષીસાહેબને અને અશોક દવેને ઑનરરી રોટેરિયન બનાવવામાં આવ્યા. એમણે મને કહ્યું, 'આ રીતે એ લોકો એમની લાગણી વ્યક્ત કરવા ઇચ્છતા હોય તો ભલે કરે.' આ તેમની સજ્જનતા હતી.

જીવન જીવવાની બે જ રીત છે – કાં તો મૃત્યુને જાણી લ્યો, જે માર્ગ ભગવાન બુદ્ધે અપનાવ્યો અને કાં તો જીવનને ભરપૂર માણી લ્યો, જે માર્ગ ટાગોરે અપનાવ્યો, જે માર્ગ બક્ષીસાહેબે અપનાવ્યો.

એમણે જીવનને
જાણી લીધું માણી લીધું
અને જીવી લીધું.
માર્ગ બદલાતો ગયો
ને સાથીઓ વળતા ગયા,
એક પાછળ એક સઘળા
શૂન્યમાં ભળતા ગયા,
સાથે બેસી જિંદગીનો
જામ પીનારા સૌ
મોતના ઘેરા નશામાં
ચૂર થઈ ઢળતા ગયા.

– ઉમર ખય્યામ
અનુ૦ શૂન્ય પાલનપુરી

□

નટા-જટાની જાત્રા

નટો અને જટો એક દી વાતોએ વળગ્યા. નટાએ કીધું, 'હવે સંસારમાં પડવાના ઓરતા સંકેલી લઈ ભક્તિના મારગે વળીએ તો સારું છે.' જટો કહે, 'સાચી વાત છે. જેમાં કંઈ સાર નથી એ સંસાર માંડીને પણ શું કરવું? એના કરતાં હવે જીવતાંમૂઆ ચાર ધામની જાત્રા કરીને કાયાનું કલ્યાણ કરીએ.'

બંને જણ દ્વારકાની જાત્રાએ જવા તૈયાર થયા. ગામે વિદાય આપી. કદીયે ગામ છોડીને નહીં ગયેલા નટો-જટો ગામને પાદર વિદાય લેતાં મન ભરીને રોયા અને સૌને રામ રામ કરી ચાલી નીકળ્યા. સવારથી થાક્યા વગરના બંને ચાલ્યા કરતા હતા. સાંજ પડતાં પડતાં તો ઘણો પંથ બેય જણાએ કાપી નાખ્યો હતો. રાત્રે એક ગામમાં આવી ચડ્યા. ક્યાંય એમના ઉતારા-ભોજનની જોગવાઈ નહીં. બંનેનો દેખાવ જોઈ માણસો હિંમત કરવાનું માંડી વાળતા. એમાં એક ડોશીમાને દયા આવી. બેયને ઘરે લઈ આવ્યાં. માડી હતાં દયાળુ તે ડુંગળી-બટાટાનું શાક તપેલી ભરીને બનાવ્યું. બપોરની છાશ તો દોણમાં હતી, પણ લોટ નહોતો. માડી કહે, 'ગગા, હું તમને રોટલા ઘડીને ખવરાવત, પણ ડબામાં લોટ નથી. તમે જો હિંમત કરો ને બાજરો દળી નાખો તો મને રાંધવાની આળસ નથી. નહીંતર પછી આડોશપાડોશમાં કોઈના ઘરેથી લોટ લઈ આવું.' જટો કહે, 'અરે માડી, તમારું તો શું, કહો તો આડોશીપાડોશીના દળી દઈએ.' નટો કહે, 'આટલા સાટુ કોઈને ઘરે માગવા જવાતું હશે? લાવો બાજરો. આ ઠીક થયું. હજી થાક્યા નથી એટલે દયણું દળવાથી ઊંઘ પણ સારી આવશે.'

માજીએ બાજરો આપ્યો. બંને ઘંટીની સામસામી બાજુએ દેરાણી-જેઠાણી ગોઠવાય એમ ગોઠવાઈ ગયા.

બાઈ માણહ દયણું દળે અને મરદ દયણું દળે એમાં ઘણો ફેર. નટા-જટાએ ઘંટીને ત્રણેક આંટા ધીરેથી ફેરવી, પણ પછી જે ચગાવી તે એવી ફેરવી, એવી

ફેરવી કે બબ્બે દોરા પાણો ઉતારી નાખ્યો. ઘંટીમાંથી જાણે તણખા ઝર્યા. બેય જણ મૂકી દે તો પણ અર્ધી કલાક સુધી ફર્યા કરે એવી ઘંટી ફેરવી. નટાને એમ થયું કે દયણું દળાઈ ગયું હશે એટલે જટાને પૂછ્યું, 'એલા, જો તો ખરો. હવે કેટલુંક બાકી રહ્યું.' જટો કહે, 'એલા બાજરો ઓરે તેને ખબર હોય કે મને? તું કહે, કેટલું બાકી રહ્યું?' નટો કહે, 'તું નથી ઓરતો?' જટો કહે, 'તું નથી ઓરતો?' નટો કહે, 'અરે, પણ તારે ઓરવો જોઈએ ને?' જટો કહે, 'મને એમ કે તું ઓરીશ.' બેય જણ ઘંટી ફેરવ્યે ગયા. બાજરો બેમાંથી એકેયે ન ઓર્યો. છેવટે ડોશીમાએ ખીચડી રાંધી અને ત્રણે રોટલા વગર શાક અને ખીચડી ખાઈને સૂઈ ગયાં.

ડોશીમાએ સવારે જોયું તો ઘંટીનાં પડ બેય ઘસાઈ ગયેલાં. લોટને બદલે ઝીણી રેતી ફરતી પડી'તી. માજીએ ખિજાઈને બેયને ઘરમાંથી કાઢી મૂક્યા. જટો કહે, 'નટા ભાગ્યમાં જશ નથી, જોયું ને? મે'નત કરી તોયે સરવાળે અર્ધા ભૂખ્યા સૂતા, અપજશ મળ્યો.'

નટો નિસાસો નાખીને કહે, 'જટા, આપણે ક્યાં ધોખો કરવો? આ માણસ માત્ર પૈસો રળવા, મોટાઈ મેળવવા, આબરૂ બાંધવા, જીવતરની ખાલી ઘંટી આખો જન્મારો ફેરવ્યા કરે છે. છેવટે ધોડી ધોડીને થાક્યા પછી ખબર પડે છે, આ દોડધામમાં જીવતર જીવવાનું જ રહી ગયું. આપણે જેમ દયણું ઓરવાનું રહી ગયું એમ.' જટો કહે, 'નટા, તને આ સંતમહાત્મા જેવી સમજણ ક્યાંથી આવી?' નટો કહે, 'મેં અમરદાસ બાપુની કથા સાંભળી ત્યારથી મારામાં ફેર મંડ્યો છે પડવા.' જટો કહે, 'મારેય સાંભળવી'તી, પણ મે'માનોનાં ઠામવાસણ ઊટકવામાંથી જ હું તો નવરો ન થયો.'

બેય પાછા મંડ્યા હાલવા. વળી રાંજ પડી. પાછા એક નવા ગામે આવી પહોંચ્યા. ગામના પ્રતિષ્ઠિત ચાવડા પારે⁻ારને ત્યાં તેમનાં માતુશ્રી કંકુમાનું શ્રાદ્ધ હતું. દસેક હજાર માણહ જમવાનું હતું. નટો-જટો જમણવારના મંડપ પાંહેથી નીકળ્યા. ત્યાં વિનોદભાઈએ કહ્યું, 'અરે ભાઈઓ, જમતા જાવ.' વિનોદભાઈનો સ્વભાવ દયાળુ. એમણે બંનેને પ્રેમથી બેસાડી ખૂબ જમાડ્યા. નટા-જટાએ આગલી રાતનું વટક વાળી દીધું. બેય જમ્યા. ઉપરથી બેયને વિનોદભાઈએ દક્ષિણા આપી અને વધેલી રસોઈ પણ સાથે લઈ જવા જણાવ્યું. નટો-જટો કહે, 'અમે જાત્રાળુ છીએ. અમારી પાસે કંઈ વાસણ નથી.' વિનોદભાઈ કહે, 'મૂંઝાવ મા. આ નાના માટલામાં લાડવા ભરી લ્યો અને લઈ જાવ હારે.' નટા-જટાના હરખનો પાર નો રિયો. બંનેએ માટલામાં લાડવા ભર્યા અને લઈ જાવ હારે.' નટા-જટાના હરખનો પાર નો રિયો. બંનેએ માટલામાં લાડવા ભર્યા અને આગળ ચાલી નીકળ્યા.

બેય જણ અસ્થળની જગ્યામાં એક ઓરડીમાં રોકાણા. બંનેએ ખૂબ ખાધું હોવા છતાં બેયનું ધ્યાન લાડવા ભરેલ માટલામાં હતું. ઊંડે ઊંડે બેયને એમ હતું કે નાહીને હું સૂઈ જાઉં અને બીજો લાડવા ખાવા માંડે તો?

છેવટે નટો બોલ્યો. નટો જટા કરતાં હોશિયાર ખરો. કોકને વળમાં નાખવા હોય તો નાખી દે એવોય ખરો. જટો સાવ સીધો, ભોળો, સીધી લીટીએ હાલવાવાળો, આંટીઘૂંટી વગરનો. એણે નટાની વાત ધ્યાનથી સાંભળી. નટો કહે, 'જો આપણે એક તો મોડું ભાણું પાડ્યું છે. અત્યારે અમથી ભૂખ નથી. એટલે લાડવાનું માટલું ભલે રહ્યું એમ ને એમ. આપણે બેય સૂઈ જઈએ.' જટો કહે, 'ભલે, તને ઠીક લાગે એમ.'

ધીરેથી નટાએ સોગઠી મારી, 'પણ જો, રાતે જેને સારામાં સારું સપનું આવે ઈ કાલ બધા લાડવા ખાય. તને આવે તો તું તારે તું ખાજે. હું એકાદશીનો અપવાસ કરીશ, બસ?'

જટો વિચાર કરીને કહે, 'ભલે, આવે તો તને આવે. મને ક્યાં સપનાં આવે છે?' બેય જણ સૂતા.

સવાર પડી. બેય ઊઠ્યા. કૂવામાંથી પાણી કાઢી નાહ્યા. જેચંદશેઠના સાળા રવિચંદે બેયને અડાળી ચા પણ પાઈ. બંને સતીની વાવ જોવા ગયા. વાસુકિ મંદિરે પણ જઈ આવ્યા. રૂપાવટીના માર્ગે વિરક્ત કુટિયા સુધી જઈ આવ્યા. સ્વામીજીનાં દર્શન કરી પાછા આવ્યા. નટાને તાલાવેલી જલદી પાછા ફરી લાડવા આરોગવાની હતી. પણ જટો તો લહેરથી ધીરે ધીરે ચાલતો અને 'જવાય છે હવે' કહી મોડું કરતો હતો. છેવટે બેય જણ અસ્થળની જગ્યામાં આવ્યા. નટો કહે, 'બોલ, તને કેવું સપનું આવ્યું જલદી કહે.' જટો કહે, 'અરે, ક્યાંક પહેલાં સારા ઠેકાણે બેસવા તો દે. શું સપનાની આટલી બધી તારે ઉતાવળ છે?' ઠેઠ દૂર ઓસરીના છેડે બંને ઓરડાની બહાર બેઠા. જટો કહે, 'લે નટા, કહે, તું તારા સપનાની વાત કહે.' અને નટાએ વાત માંડી.

'આહાહા જટા, શું સપનું આવ્યું છે! રાતે હું સૂતો. હજી આંખ લાગે નો લાગે ત્યાં સ્વર્ગમાંથી વિમાન આવ્યું. બે દેવદૂતો ઊતર્યા. વિનયપૂર્વક મને ઉઠાડી અને હાથ જોડી કરગરવા લાગ્યા કે દેવરાજ ઇન્દ્ર આપને યાદ કરે છે અને અત્યારે ને અત્યારે આપને લઈ જવાનો આદેશ આપ્યો છે માટે આપ પધારો. આપ આ વસ્ત્રો અને આભૂષણો પહેરી તૈયાર થઈ જાવ. હું તરત જ ઊઠ્યો તૈયાર થાવા.'

જટો કહે, 'માણસને મર્યા પછી વિમાન તેડવા આવે એ પણ કોઈ ભગત હોય અને આખી જિંદગી ભક્તિ કરી હોય તો. એના બદલે તને જીવતાં તેડી જવા વિમાન આવ્યું. કેવો ભાગ્યશાળી?'

નટો કહે, 'વાત તો સાંભળ. વિમાનમાં પાછો પલંગ. એમાં મને સુવરાવી દીધો. મખમલના ગાદલા માથે, ઓશીકાંયે માથું લસરી જાય એવાં મુલાયમ. હું તો પડ્યા ભેગો ઘસઘસાટ ઊંઘી ગયો.'

જટો કહે, 'સારું કર્યું સૂતો ઈ. આપણે ઘણા દિવસથી હેરાન થઈએ છીએ!'

'સવારમાં ઊઠતાંવેંત નોકરચાકર હાજર થઈ ગયા. મેં મોઢું ધોયું, ત્યાં કાજુ, બદામ અને કેસરપિસ્તાં અડવાળેલ દૂધના વાડકા આવ્યા. પછી મને સ્વર્ગના હોજમાં નાહવા લઈ ગયા. આખા શરીરે અનુચરોએ ચંદનનો લેપ કર્યો. પછી મને ધીરે ધીરે નવરાવ્યો, પણ મારે તો હોજમાં તરવું હતું. તે મેં તો માર્યો ધૂમકો અને મંડ્યો તરવા. અપ્સરાઓ જોવા ભેળી થઈ ગઈ. હું ઘણી વાર હોજમાં તર્યો.'

જટો કહે, 'હા, તું ઊંઘમાં હાથપગ હલાવતો'તો.'

નટો કહે, 'ત્યાં ભોજનનો સમય થયો. ચાંદીના બાજોઠ માથે સોનાની થાળીમાં બત્રીસ ભાવતાં ભોજન પીરસાણાં અને પછી સ્વર્ગની અપ્સરાઓએ જે તાણ કરી છે. ઘડીક ઉર્વશી મોહનથાળ ખવરાવે ત્યાં મેનકા જાંબુ મોઢામાં મૂકી દે. રંભાએ તો શું મૈસુર ખવડાવ્યો છે. હું તો ખાઈ ખાઈને ધરાઈ ગયો. મેં કહ્યું, 'હવે નહીં ભાઈસા'બ. જમ્યા પછી મને તરત દરબારમાં લઈ ગયા. મારા માટે સિંહાસન મૂક્યું. એના પર હું બેઠો. દેવરાજ ઇન્દ્ર મને ઊઠીને સામે ચાલીને લેવા આવ્યા. ત્યાર પછી જ અપ્સરાએ નાચ કર્યો છે. હું જિંદગીમાં કોઈ દી ભૂલી નહીં શકું. ગંધર્વ મંડ્યા ગાવા, પણ કેવું?'

જટો કહે, 'પોપટઆપા ભજન ગાય એવું?'

નટો કહે, 'અરે તુંય સાવ અક્કલ વગરનો છે. અરે, આ તો સ્વર્ગનાં નાચગાન. પણ ત્યાં તો મારી મંડી આંખ્યું ઘેરાવા. દેવરાજ ઇન્દ્રે ઇશારો કર્યો. બે દેવદૂતો મને પલંગમાં પોઢાડી ગયા અને આંખ ઊઘડી ત્યાં જોયું તો જગ્યાની ઓરડીમાં હું હતો... લે બોલ, આવું સપનું આવ્યું. હવે કહે, તને કેવું આવ્યું?'

જટો કહે, 'મારું સપનું સાંભળવા જેવું નથી. પરભુ બાપના દુશ્મનને આવાં સપનાં નો દેખાડે. અરેરે, શું દુઃખી થયો છું સપનામાં? હજી આખા શરીરમાં કળતર થયા કરે છે.' નટો લહેરમાં આવી ગયો. એણે માની લીધું કે જટાના સપનામાં કંઈ સારવાટ નહીં હોય. આમેય મૂરખના સપનામાં શું સાંભળવા જેવું હોય? નટાએ કહ્યું, 'પણ તોય કહે તો ખરો, કેવું સપનું આવ્યું?' જટો કહે, 'હું

તો સૂતો. ઘોર અંધારી રાત. હાથ નો સૂઝે એવું ચોહલાં પાડી લ્યો એવું અંધારું. ભેંકાર રાત, એમાં ખાલી તમરાંનો અવાજ, સૂકાં પાંદડાં ખરે એનીય બીક લાગે એવી બિહામણી રાત. એમાં અંધારામાં એક કાળો ઓળો ધીરે ધીરે મારી પાંહે મંડ્યો આવવા. હું તો ફફડી હાલ્યો. અવાચક થઈ ગયો. મોઢામાંથી અવાજ નીકળે નહીં. હું તો મંડ્યો થરથર કાંપવા. ઓળો નજીક આવ્યો. મેં જોયું, એ જમરાજાનો વકરેલો પાડો હતો. એનો કદાવર દેહ, ડોળા એમાં પાછા લાલઘૂમ. પાડો મારી સામે જોઈ રણક્યો ત્યાં હું ધ્રૂજવા મંડ્યો. પાડો ઓસરીમાં ચડી ઓરડામાં આવ્યો, ઊભો રહ્યો, માથેથી જમરાજ ઊતર્યા. મોટી મૂછ, ટૂંકું કપાળ, માથે શિંગડાંવાળો મુગટ અને પાડા જેવો જ કાળમીંઢ પાણામાંથી કંડાર્યો હોય એવો દેહ. પરથમ તો જમરાજે મારી સામે જોયું. મેં પણ સામું જોયું. એમની મોટી આંખ્યુંમાં ક્રોધનો લાલ રંગ મંડ્યો ધીરે ધીરે દેખાવા. કંઈ પણ બોલ્યા-ચાલ્યા વગર એમણે એક ગદા મને વળગાડી. હું બેવડ વળી ગયો. મેં આજીજી કરી, ‘ભાઈસા’બ મારો કંઈ ગુનો?’ મને કહે, ‘ઊઠ, ઊભો થા.’ હું ઊઠીને ઊભો થઈ ગયો. જમરાજ કહે, ‘આ માટલું ઉપાડ, મૂક વચ્ચે અને એમાંથી લાડવા ખા.’ મેં કીધું, ‘મારાથી નો ખવાય, મારે નટાને જાણ કરવી પડે.’

‘તું સપનામાં પણ સાચું બોલ્યો એ ઠીક કર્યું,’ નટાએ જટાની સચ્ચાઈનાં વખાણ કર્યાં.

જટો કહે, ‘હું બોલતાં તો બોલ્યો ત્યાં તો જમરાજાએ મને એક લાફો વળગાડ્યો. મને કહે, ‘મારી સામે દલીલ કરે છે, નપાવટ? મંડ્ય ખાવા, ખબરદાર જો ઊંચું ઉપાડીને જોયું છે તો, એક શબ્દ બોલ્યો તો ભીંતે ભટકાડીશ, સમજ્યો?’ મેં કહ્યું, ‘ભલે ભાઈસા’બ, આપ કહેશો એમ કરીશ, પણ મહેરબાની કરી મારશો મા. ખાવામાં ભલે ગમે એટલું કષ્ટ પડે, પણ માર મારાથી નહીં ખવાય.’

‘નટા, હું તો ઊંધું ઘાલીને મંડ્યો ખાવા. લૂખા લાડવા ગળા હેઠે ઊતરે નહીં. તોય જમરાજાના મારની બીકે હું તો ખાવા જ મંડ્યો. એમનું ધ્યાન નહોતું ત્યારે મેં ચાર લાડવા તો પાડાને ખવડાવી લીધા, પણ માટલામાં લાડવા ધાર્યા બહાર નીકળ્યા. હું જ્યાં જમરાજ સામું જોઉં ત્યાં ડોળા કાઢી કહે, ‘ખાઈ જા, જો જીવવું હોય તો.’ હું ધીરે ધીરે કરીને બધા લાડવા ખાઈ ગયો. બહારના પાણિયારેથી ત્રણ લોટા તો પાણી પીધું તયેં માંડ જીવને નિરાંત થઈ. જાતાં જાતાં પાડો મારી સામે જોઈ રણક્યો. જમરાજા ખુશી થયા. મેં હાથ જોડી નમન કર્યું અને એ જેમ આવ્યા હતા એમ અંધારામાં પાછા દેખાતા બંધ થયા. લાડુ વધુ ખાવાથી મારી

આંખ્યું ઘેરાણી. હું તો ગોદડું ઓઢીને સૂઈ ગયો, વહેલું પડે સવાર. તેં જો ઉઠાડ્યો ન હોત તો હું હજી સૂતો જ હોત.'

જટાની વાત સાંભળી નટો મોળો પડી ગયો. તેને શંકા થઈ. નટાએ પૂછી નાખ્યું, 'તે તું સાચે જ બધા લાડવા ખાઈ ગ્યો?' જટો કહે, 'જો તારે જોવું હોય તો, મારે શું કામ ખોટું બોલવું જોઈએ?' નટાએ જોયું, માટલું ખાલીખમ હતું. એ ક્રોધના આવેશમાં ધ્રૂજવા મંડ્યો. નટાએ માટલાનો ઉપાડી ઘા કર્યો. માટલું ભીંત હારે ભટકાણું, ફૂટી ગયું, ઠીકરાં ચારેકોર વેરાણાં. નટો કહે, 'માંડી વાળેલ, તને જમરાજાએ મારી મારીને ખવરાવ્યું તોય તેં મને કેમ ન ઉઠાડ્યો? મને હાક મારવી હતી ને?'

જટો કહે, 'મેં બહુ રાડ્યું પાડી, ઘણા સાદ પાડ્યા, પણ એ વખતે તું બરોબર સ્વર્ગમાં બત્રીસ ભાતનાં ભોજન આરોગતો હતો. અપસરાયું તને તાણ્ય કરી કરીને ખવરાવતી'તી. તને મારો સાદ ક્યાંથી સંભળાય? મેં તો ઘણા સાદ પાડ્યા'તા.'

નટો રોવા જેવો થઈ ગયો. જટાને દયા આવી. એણે કહ્યું, 'જો નટા, સામી ખીંટીએ ઝોળી ટીંગાય છે તે એમાં બધા લાડવા હેમખેમ અકબંધ પડ્યા છે. તું તારે ખાવા હોય એટલા ખાઈ લે. મારે નથી ખાવા. પણ એટલું ધ્યાન રાખજે, જીવતરમાં લાખના સપના કરતાં રૂપિયો રોકડો ખિસ્સામાં હોય એ સારું. અને બીજું એ ધ્યાન રાખજે, જીવતરની વાટમાં સત્તાના, સંપત્તિના, સુખના લાડવા ભાળીને ભાઈબંધને ભૂલી એકલા ખાઈ જવાના ઓરતા નો રખાય. આ ભાઈબંધીની દીવાલને આવા સ્વાર્થનો લૂણો નો લાગે ઈ જોવું એનું નામ જ ભાઈબંધી.'

જટાને વાત પૂરી થઈ ત્યાં વિજયભાઈએ આવીને કહ્યું: 'પધારો જમવા. અસ્થળની જગ્યાના તમામ મહેમાનો, સાધુ-સંતો ને યાત્રીઓને પૂ.નાનબાપુની પુણ્યતિથિ હોવાથી માત્રાબાપુ તરફથી જમવાનું હતું.

ઝોળી ખીંટીએ એમ ને એમ રહી અને બંને જમવા માટે ઊઠ્યા.

□

તુલસી મીઠે વચન સે જગ અપનો કરી લેત

પ્રીતમલાલ શેઠના મકાનનું વાસ્તુ હતું. દૂર દૂરથી મહેમાનો પધાર્યા હતા. સવારના નાસ્તાનો દોર હજી ચાલુ જ હતો. ગરમાગરમ ગાંઠિયા, તાજી જલેબી, તળેલાં મરચાં સાથે ચાની લિજ્જત મહેમાનો માણી રહ્યા હતા. ક્યાંક આગ્રહ થતો હતો તો ક્યાંક મિત્રો-સ્નેહીઓ મજાક-મશ્કરીમાં ખડખડાટ હસી રહ્યા હતા. ચારે તરફ આનંદનું વાતાવરણ હતું. એમાં શેઠના સાળા ચંપકે કોઈને ફડાક દઈને લાફો વળગાડ્યો. જેનું ધ્યાન ગયું તે તરત જ ઘટનાસ્થળે પર પહોંચ્યા. હું પણ પહોંચી ગયો. મારા આશ્ચર્ય વચ્ચે મેં જોયું તો ચંપક મારા મિત્ર વિઠ્ઠલને મારતો હતો. મને જોતાં જ ચંપક અટકી ગયો અને હું વિઠ્ઠલનો હાથ પકડી તેની સાથે ભોજનશાળાનું ચોગાન છોડી બહાર નીકળી ગયો.

અમે શેરીમાં જઈ ઊભા રહ્યા. મેં વિઠ્ઠલને પૂછ્યું, 'તને શું કામ ચંપકે લાફો માર્યો? આ કજિયો થયો શેમાંથી?'

વિઠ્ઠલે કહ્યું, 'આ જમાનામાં સાચું સાંભળવું કોઈને ગમતું નથી અને હું સાચું બોલ્યા વગર રહી નથી શકતો.' મેં કહ્યું, 'પણ એવું તો તેં શું સાચું કહ્યું કે ચંપકે સીધો તને લાફો જ માર્યો?' વિઠ્ઠલ કંઈ બોલ્યો નહીં પણ પાછળ આવેલા અમારા મિત્ર મથુરે કહ્યું, 'એ શું કહેશે? હું કહું. વિઠ્ઠલે એમ કીધું કે શેઠે મકાન તો સારું બનાવ્યું પણ શેઠનો વહેવાર છે મોટો. ક્યારેક પરિવારમાં કોઈ ગુજરી જશેને ત્યારે આ ફળિયું કૂટવામાં નાનું પડશે. બૈરાંવને પૂરતી જગ્યા નહીં મળે. બસ, આટલું સાંભળતાં જ ચંપક વિઠ્ઠલને મારવા માંડ્યો. આ તો સારું થયું તું આવી ગયો, નહીંતર વિઠ્ઠલ અત્યારે દવાખાને હોત.' મેં વિઠ્ઠલને પ્રશ્ન પૂછ્યો, 'તને શેઠનું આમંત્રણ હતું?' મથુર કહે, 'ના ભાઈ ના, વિઠ્ઠલને ક્યાં શેઠ હારે ભાણે વે'વાર છે તે આમંત્રણ હોય? આ તો જલેબી-ગાંઠિયા ગરમાગરમ થતાં જોઈ

ગયો એમાં વિઠ્ઠલે ઝપટ કરી. બે ડિશ તો મારી સામે ખાઈ ગયો અને ત્રીજો કપ ચા પીતો'તો ત્યાં આ બન્યું. ચંપક તો ક્યારનો તપાસ કરતો હતો કે આને આમંત્રણ કોણે આપ્યું?'

મેં વિઠ્ઠલને કહ્યું, 'એક તો તું વગર આમંત્રણે શેઠના મકાનના વાસ્તાના પ્રસંગે પહોંચી ગયો. નાસ્તો કર્યો. ચા પીધી. એનો પણ વાંધો નહીં, પણ તને આ મકાન વિશે તારો અભિપ્રાય કોઈએ પૂછ્યો. વિઠ્ઠલ તો બોલતો જ નહોતો. મથુરે એની પહેલાં જવાબ આપ્યો, 'ના રે ના. આનો અભિપ્રાય કોણ પૂછે? પણ કોઈ ન પૂછે તો પણ વિઠ્ઠલને અભિપ્રાય આપવાની ટેવ છે. આના પહેલાં ગોવુભાએ વિઠ્ઠલને આ જ રીતે માર્યો'તો. અમે બેઠા હતા એમાં ગોવુભા આવ્યા અને તેમણે વાત કરી કે મારા દીકરા જશવંતને રાજકોટ સારી સ્કૂલમાં દાખલ કરવો છે. તરત વિઠ્ઠલ બોલ્યો કે જંક્શન પાસે મંદબુદ્ધિનાં બાળકોની સારી નિશાળ છે. ગોવુભાએ વિઠ્ઠલને એક લાફો વળગાવ્યો.' વિઠ્ઠલના આવા પ્રસંગોનો દોર ચાલે તે પહેલાં મહેમાનોને આ તરફ આવતાં જોઈ અમે વિદાય લીધી.

એક પ્રચલિત દુહો છે:

કોયલડી ને કાગ એનો વાને વરતારો નહીં;
પણ જીભલડીએ જવાબ ઈ સાચું સોરઠિયો ભણે.

કોયલ અને કાગડાનો વાન તો સરખો છે, પણ બોલવામાં ફેર છે. કોયલનો ટહુકો માણસને સાંભળવો ગમે છે.

સંત તુલસીદાસે લખ્યું છે:

કોયલ કાસો દેત કાગા કાસો લેત
તુલસી મીઠે વચન સે જગ અપનો કરી લેત!

કોયલ આપણને શું આપે છે? કાગડો આપણી પાસેથી શું લઈ લે છે? છતાં કોયલનો ટહુકો સૌનાં મન હરી લે છે. સંસ્કૃતમાં એક શ્લોક છે જેનો અર્થ છે:

વિદ્વાનને ક્યાંય વિદેશ નથી
ઉદ્યમીને કંઈ અસાધ્ય નથી
અને મીઠાબોલાને કોઈ શત્રુ નથી.

રાધેશ્યામ શર્મા એક વાર પંડિત મદનમોહન માલવિયાને મળવા આવ્યા. વાત કરતાં તેમણે જણાવ્યું, 'પંડિતજી, મેં ક્રોધ પર કાબૂ મેળવી લીધો છે. આપ મને સો ગાળો આપશો તો પણ હું ગુસ્સે નહીં થાઉં.' પંડિતજીએ કહ્યું, 'આપના વિધાન સાથે હું સહમત છું, પરંતુ તમારી પરીક્ષા કરવા માટે પણ હું અપશબ્દો બોલું?'

સજ્જનો કદી પણ અપશબ્દો બોલતા નથી અને દુર્જનો અપશબ્દો વગર બોલી નથી શકતા.

એ આંધળા, શું અહીં ઊભો છો?
સુરદાસજી, આપ ચિંતામાં છો?

ઉપરનાં બંને વાક્યો પરથી બોલનાર સજ્જન છે કે દુર્જન, સમજદાર છે કે મૂરખ એ ખબર પડી જાય છે.

બર્નાર્ડ શૉ એક સાંકડા બ્રિજ પરથી પસાર થતા હતા. એમાં તેમનો એક વિરોધી સામો મળ્યો. શૉએ તેમને વિનયપૂર્વક કહ્યું, 'કૃપા કરી મને રસ્તો આપશો?' શૉના વિરોધીએ કહ્યું, 'હું ગધેડાને રસ્તો નથી આપતો.' 'શૉ કહે, હું આપું છું.' આમ કહી તે તરત જ ખસી ગયા.

જબ જબ મુંહ ખોલો તુમ
મીઠી બોલી બોલો તુમ

આ સંસ્કારોનું સિંચન બાલ્યકાળથી થવું જોઈએ.

ભક્ત નરસિંહ જ્યાં નાચિયો નેહમાં સંપદા પામ્યો જ્યાં સુદામો,
વીર ગાંધી દયાનંદ જ્યાં નીપજ્યા સતી અને સંતનો જ્યાં વિસામો.

સૌરાષ્ટ્રની ધરતીની આવી ઓળખ જે કદાચ 'ધન્ય સૌરાષ્ટ્ર ધરણી'માં વ્યક્ત થઈ છે. એ કાવ્યના રચયિતા ત્રિભોવન વ્યાસ પ્રાથમિક શાળામાં શિક્ષક હતા. તેમણે શાળાનો ચાર્જ સંભાળતાં જ સૌપ્રથમ બાળકોને એ શીખવ્યું: જુઓ બાળકો, કાનિયો એમ ન બોલાય, કાનજીભાઈ કહેવાય, મગનો-છગનો-પ્રેમલો એવું ન બોલાય પણ છગનભાઈ-મગનભાઈ-પ્રેમજીભાઈ એમ કહેવાય.' બાળકો પણ એકબીજાને માનથી બોલાવામાં અનેરો આનંદ માણવા લાગ્યાં. બાળકોમાંથી પ્રેરણા લઈ મોટાંઓ પણ આ પ્રમાણે બોલવા લાગ્યાં. સંસ્કારોની સરવાણી ઘરથી શરૂ થવી જોઈએ. શાળામાં તેનું સિંચન થવું જોઈએ અને સમાજમાં તેની અભિવ્યક્તિ થવી જોઈએ.

એક બાળક બાલ્યાવસ્થાથી જ બહુ તેજસ્વી હતો. એટલો જ પ્રેમાળ અને સરળ, પણ ક્યારેક એ ઘેર મોડો આવતો, કારણ કોઈ સંતમહાત્માને તે જોતો તો તે તેમની સેવામાં લાગી જતો. આથી મોડું થઈ જતું.

બાળકનાં માતુશ્રી કડક શબ્દોમાં સૂચના આપતાં: 'હવે મોડો આવીશ તો હું દ્વાર જ નહીં ખોલું.' બાળક વિનમ્ર ભાવે કહેતો, 'માતા હવે આવી ભૂલ નહીં કરું.' માતા પ્રેમથી બાળક માથે હાથ ફેરવતી. એક વાર એવું થયું કે બાળકને

એક મહાત્મા મળી ગયા. તેમની સેવામાં, સત્સંગમાં મોડું થઈ ગયું. બાળક ચિંતામાં ઘેર પહોંચ્યો. સાંકળ ખખડાવી. માતાએ પૂછ્યું, 'કોણ?'

બાળક: 'હું નીલકંઠ છું.'

માતા: 'નીલકંઠ હો તો કોઈ મંદિરના ટોડલે જઈ ગહેકો.'

બાળક: 'હું ઘનશ્યામ છું.'

માતા: 'ઘનશ્યામ હો તો જંગલમાં જઈ વરસો.'

બાળક: 'હું હરિકૃષ્ણ છું.'

માતા: 'સિંહ કદી કાળો ન હોય.'

બાળક: 'હું ધર્મપુત્ર છું.'

માતા: 'ધર્મરાજ યુધિષ્ઠિરને કોઈ પુત્ર જ નહોતો.'

બાળક: 'હું ભક્તિસુત છું.'

માતા: 'ભક્તિને બે જ પુત્રો છે. જ્ઞાન અને વૈરાગ્ય.'

બાળક: 'હું તે જ છું.'

તરત માતાએ દ્વાર ખોલ્યું અને માતા અને પુત્ર ભેટી પડ્યાં. જાણો છો આ બાળકનું નામ? સહજાનંદ સ્વામી મહારાજ. શ્રીજી મહારાજ. નીલકંઠનો અર્થ મોર, ઘનશ્યામનો અર્થ કાળું વાદળું. હરિ એટલે સિંહ અને કૃષ્ણ એટલે કાળો. હરિકૃષ્ણ એટલે કાળો સિંહ અર્થ પણ થાય. પિતાનું નામ ધર્મ હોવાથી બાળકે ધર્મપુત્ર કહ્યું તો માતાએ ધર્મનો અર્થ યુધિષ્ઠિર કર્યો અને માતાનું નામ ભક્તિ હોવાથી બાળકે ભક્તિસુત કહ્યું ત્યારે માતાએ ભક્તિનો અર્થ આરાધના-ઉપાસના એવો કર્યો.

ભક્તિ, જ્ઞાન અને વૈરાગ્યના સંસ્કારની સરવાણી તો માતાના ધોળા ધાવણની ધારાથી શરૂ થાય છે. એટલે જ મેઘાણીજીએ લખ્યું:

એના ધોળા ધાવણ કેરી ધારા એ
ધારા એ પીધો કસૂંબીનો રંગ
રાજ મને લાગ્યો કસૂંબીનો રંગ.

□

રસપૂરીનું જમણ

આ જગતમાં જેટલી સ્વસ્થતાથી જ્ઞાની જીવે છે એટલી જ સ્વસ્થતાથી અજ્ઞાની જીવે છે. બંનેની સ્વસ્થતામાં કંઈ ફેર નથી હોતો. કારણ? જ્ઞાની જે સાચું હોય તેનું જ આચરણ કરે છે. અજ્ઞાની જે આચરણ કરે છે તેને સાચું માને છે. આ જગતમાં ગરીબો તદ્દન સાદો ખોરાક ખાય છે. એ જ સાદો ખોરાક શ્રીમંતો ખાય છે. ગરીબોને મજબૂરી સાદો ખોરાક ખાવાની ફરજ પાડે છે. શ્રીમંતોને ડૉક્ટરો ફરજ પાડે છે.

માનવી જેટલો સુખી થવા પ્રયાસ કરે છે એટલો જ દુઃખી થાય છે. એ સુખ અને દુઃખ બંનેથી પર થઈ જાય છે ત્યારે જે સ્થિતિને પામે છે તે છે આનંદ.

વિશુદ્ધ આનંદની એક જ પરખ છે. તેનાથી બીજો આનંદ ઓછો નથી થતો અને જેટલો વહેંચો એટલો વધે છે, કારણ કે એ અંદરથી આવે છે. સંપત્તિ ખૂટી જાય છે, કારણ કે બહારથી આવે છે.

અમે મિત્રો બધા રામનવમીની પાર્ટીના ત્રેપનમાં વર્ષે ડોળિયા ગયા. તા.૫/૪/૦૯ની રાત્રે જૈન મંદિરના વિશ્રામગૃહમાં રામજીભાઈ મારુની સૂચનાથી અમારી સુંદર વ્યવસ્થા થઈ હતી. ત્યાં રાત્રે ભોજન કર્યા પછી અમે આવી વાતુએ ચડી ગયા.

અમારી રામનવમીની પાર્ટી પાછળ પણ અર્ધી સદીની મૈત્રીનો ઇતિહાસ પથરાઈને પડ્યો છે. અમે મિત્રો હું, નટુ અને વનેચંદ, રતિલાલ, પ્રાણલાલ, પ્રવીણ, થોભણ, સુલેમાન, શશિકાંત, શાંતિલાલ, કનક વજુભા, જશવંત અને અન્ય મિત્રો પહેલા ધોરણથી ચોથા ધોરણ સુધી પ્રાથમિક શાળામાં સાથે ભણ્યા પછી મિડલ સ્કૂલમાં ફર્સ્ટથી સિક્સ સુધી ભણ્યા. ૧૯૫૪ની સાલમાં અમે છૂટા પડ્યા, કારણ એસએસસીનો વર્ગ અમારી શાળામાં નહોતો. જેટલું ભણતર હતું એટલું અમે ભણી ઊતર્યા હતા. સૌ ઉદાસ થઈ ગયા. સૌનાં હૈયાં ઘેરા વિષાદથી ભરાઈ ગયાં. અમારામાં ગંભીરતા તો હતી જ નહીં, ઘેરથી શાળાએ આવવું, મજાકમશ્કરી –

ધિંગામસ્તી કરવાં, ભણાય એટલું ભણવું, તળાવમાં ધૂબકા મારવા, સાંજે વૉલીબૉલ રમવું અને રાત્રે તળાવને કાંઠે બેસી બાર વાગ્યા સુધી અલકમલકની વાતો કરવી અને જીવતરનો આનંદ માણવો. આથી વધુ કોઈ પ્રવૃત્તિ નહોતી કે સમજણ પણ નહોતી. એમાં મિત્રોના વિયોગનું દુઃખ આવી પડ્યું. ભારે હૈયે અમે સૌ ભેગા થયા અને નક્કી કર્યું કે છેલ્લી પાર્ટી બાંડિયા બેલીમાં કરી લઈએ. ૧૯૫૪માં ત્રણ જ રૂપિયામાં લાડુ, દાળ, ભાત, શાકની પાર્ટી થઈ જતી પણ અમને બેકારી એવો ભરડો લઈ ગઈ હતી કે ત્રણ રૂપિયાનો વેત નહોતો થતો. છતાં મહામુસીબતે સૌએ આવી માતબર રકમ કાઢવાનું સ્વીકાર્યું. અમારા ગામના નવલરામે અમારા પર રહેમનજર રાખી અમને જણાવ્યું કે, હું બાંડિયા બેલી આવીશ અને તમને મફત રાંધી દઈશ, તમારો એક પૈસો નહીં લઉં, બસ? અમે નવલરામને હા પાડી પણ બીજા દિવસે શાંતિલાલે એક મહત્ત્વની માહિતી આપી કે 'નવલરામ નવ લાડવા ખાય છે. એનો કોઈએ વિચાર કર્યો છે ખરો?' નટુએ કહ્યું, 'નવલરામ પાંચ લાડવા તો લૂખા એમ ને એમ ખાઈ જાય છે. છઠ્ઠા લાડવાથી દાળનો સબડકો સાથે લેવાનું શરૂ કરે છે.'

પાર્ટી યોજવામાં અચાનક આવી પડેલી આ સમસ્યા અંગેની ચર્ચાવિચારણા માટે અમે ઇમર્જન્સી મિટિંગ બોલાવી. સૌ ભેગા થયા અને નવલરામની ચર્ચા શરૂ થઈ. વનેચંદે ગંભીર થઈ કહ્યું, 'નવલરામ જો નવ લાડવા ખાઈ જશે તો પછી આપણે શું ખાશું? ખૂબ ચર્ચા-વિચારણાને અંતે લાડુ બનાવવાનું જ માંડી વાળ્યું.

અમારા બધામાં ભોજનનો સૌથી વધુ શોખ જશવંતને હતો. અમારી ચર્ચા ચાલતી ત્યારે એ ઝોલાં ખાતો પણ કોઈ વાનગીની વાત સાંભળતો ત્યારે ઝબકીને જાગી જતો. અમે જશવંતને પૂછ્યું. તેણે કહ્યું, 'પૂરી- શાક- કઢી- ભાત અને સાથે કેરીનો રસ, ખરચની જોગવાઈ હોય તો ખમણ નહીંતર ભજિયાં સાથે ચટણી.' આટલું કહી જશવંતે નસકોરાં બોલાવવાનું શરૂ કર્યું.

અમે રસપૂરીનું નક્કી કર્યું. પાંચ મિત્રો કોથળા લઈને કેરી ખરીદવા નીકળ્યા. પ્રથમ ઉધાર કેરી ખરીદવાનો પ્રયાસ કર્યો, પણ તેમાં સફળતા ન મળી. બહાદુર અલી પાસે કેરી સારી હતી પણ ભાવ વધુ હોવાથી અમે બે-ત્રણ ચાખીને ખરીદવાનું માંડી વાળ્યું. છેવટે અમારા બજેટમાં સમાવેશ થઈ શકે તેવી ખરીદી વલીબાપા પાસેથી કરી. ખાટી નીકળે તો પૈસા પાછા એવી શરત કરી. ચાર વાર પાકી ગણતરી કરી મારે ત્યાં કોથળો મૂકવામાં આવ્યો.

૧૯૫૪નું વર્ષ. રામનવમીની આગલી સાંજે અમે બાંડિયા બેલી જવા રવાના થયા. અમારા મિત્રોમાં ત્રણ જણ પાસે સાઇકલ હતી. થોભણ, પ્રાણલાલ અને

વજુભા. મેં થોભણને પૂછ્યું, 'એલા પૈસા નહોતા અને સાઇકલ તે ક્યાંથી ખરીદી?' થોભણ કહે, 'હપતાથી લીધી.' મેં પૂછ્યું, 'કેટલાનો હપતો નક્કી કર્યો?' થોભણ કહે, 'એમ નહીં. પહેલાં ખાલી ટ્યૂબ-ટાયર ખરીદ્યાં. પછી હેન્ડલ. સીટ-પૈડાં એમ હપતે હપતે લઈ પૂરી સાઇકલનો મેળ કર્યો.'

સીધું-સામાન ત્રણ સાઇકલો પર લાદી, બાકીની ચીજવસ્તુઓનાં થેલી-થેલા ખભે ટીંગાડી અમે બાંડિયા બેલી જવા રવાના થયા. થાનથી સાતેક કિલોમીટર દૂર જંગલમાં આવેલું આ સ્થાન અમારા જીવતર સાથે વણાઈ ગયું છે. બાંડિયા બેલી દાદાનું મંદિર, જાંબુડાનું નાનકડું અડાબીડ જંગલ, ખખડધજ વડલો, જેમાં કદી પાણી નથી ખૂટતું એવી કૂઈ, મોટો કુંડ, બાજુમાં અવાડો અને કુંડને માથે ઝળૂંબી રહેલી જાંબુડાની જાડી ડાળો. અમે એના માથે ચડીને કુંડમાં ધૂબકા મારતા. અમે ભણતાં ત્યારે દર વર્ષે પચીસમી ડિસેમ્બરના રોજ બાંડિયા બેલીનો પ્રવાસ યોજાતો. શાળાનાં તમામ વિદ્યાર્થીઓ, વિદ્યાર્થિનીઓ અને શિક્ષકો તેમાં ભાગ લેતાં. બપોરના લાડુ, દાળ, ભાત, શાકનું ભોજન થતું. અમારા હેડમાસ્તર આર.એસ. ઓઝાસાહેબ, ચંદુલાલ દવેસાહેબ, બી. વી. રાવલસાહેબ વગેરે સાહેબો સમગ્ર આયોજન સંભાળતા. ૧૯૫૩ સુધી આ રીતે અમે આનંદ માણ્યો અને ૧૯૫૪થી અમે સાથે ભણનારા મિત્રોએ રામનવમીને દિવસે જવાનો ક્રમ શરૂ કર્યો. જે ૫૩ વર્ષથી ચાલુ છે.

આ વર્ષે તા. પાંચમી એપ્રિલ, ૨૦૦૬ના રોજ તમામ મિત્રો મારે ત્યાં 'આશિયાના'માં આવી ગયા. મેં રાબેતા મુજબ સૌને સત્કાર્યા. રાજકોટથી કનક અને શશિકાંત આવ્યા, સુરેન્દ્રનગરથી પ્રવીણ ડગલી અને હસુ ઠાકર આવ્યા. હું, પ્રાણલાલ, શાંતિલાલ અને વનેચંદ – અમે તો અહીં થાનમાં જ છીએ. મારે ત્યાં 'આશિયાના'માં સૌએ ગાંઠિયા-જલેબીનો નાસ્તો કર્યો. ઉપરથી ચા પીધી. નટુની તબિયત સારી નહીં હોવાથી એ ન આવ્યો. અમે આઠ જણ કારમાં રવાના થયા. ચોટીલા હસુ ઠાકરને ત્યાં ફરી ચા પીધી. તેના પરિવારને મળ્યા. સાંજનું ભોજન હસુ ઠાકર તરફથી હતું. તેનો આનંદ માણી ડોળિયા પહોંચ્યા. અમે ઉતારે પહોંચી નિરાંતે બેઠા અને ભૂતકાળની સુખદ સ્મૃતિઓ યાદ કરી કરી ખૂબ હસ્યા. એમાં નવલરામને યાદ કર્યા અને ફરી આખો પ્રસંગ મેં સૌના આગ્રહથી રજૂ કર્યો.

કેરીનો રસ કાઢવા અમે ચાર જણ તપેલા ફરતા ગોઠવાઈ ગયા પછી રસ કાઢવાની શરૂઆત કરી. ચાર જણ કેરીને ઘોળીને અમને સુપરત કરતા. ત્યાર પછી અમારી કામગીરી શરૂ થતી. અમે એટલી તાકાત અને નિષ્ઠાપૂર્વક રસ કાઢવા માંડ્યા કે જેની પાસે ગોટલો આવે ઈ એવો મથે એવો મથે કે પોતાનાં બાવડાંનો

ગોટલો ચડી જાય ત્યારે બીજાને આપે. આ રીતે ચોથા મિત્ર પાસેથી ગોટલો પસાર થાય ત્યાં સુધીમાં તો મૂંડેલા જોગી જેવો થઈ જાય. આ રીતે રસ કાઢ્યા પછી શાંતિલાલે કહ્યું, 'હવે ગોટલાને ધોવો અને ઈ પાણીમાંથી ફજેતો બનાવો.' પ્રવીણે કહ્યું, 'આ થયો તે પૂરતો છે. હવે વધુ ફજેતો કરવાની જરૂર નથી.' ફજેતો કોઈ વાનગીનું નામ છે એ મને તો ખબર નહોતી.

આવી ચર્ચા ચાલતી હતી ત્યાં વનેચંદના હૈયામાં કરુણાની સરવાણી ફૂટી. તેણે કહ્યું, 'હવે રહેવા દ્યો. કંઈ કરશો મા અને હું તો કહું છું ગોટલા ગાયોને નાખી દ્યો. ભલે ધરાતી. ગાયું બિચારી ગોટલા કે'દી ખાશે?' વનેચંદના હૈયાની વાત સાંભળી સૌએ કહ્યું. 'સાચી વાત છે. ગાયું ગોટલા કે'દી ખાશે?'

અમે સૂંડલામાં ગોટલા ભર્યા. કનકે સૂંડલો ઉપાડ્યો અને અમે બધાએ સૂંડલાને હાથ અડાડ્યો. અમે ગાયોને ગોટલા નાખવાનું પુણ્યકાર્ય પૂર્ણ કરવા આગળ વધ્યા. અવાડા નજીક જાંબુડાના છાયામાં બેઠેલી ગાયો સમક્ષ સૂંડલામાંથી ગોટલા ઠાલવ્યા, પણ ગાયો ગોટલા સૂંઘી સૂંઘીને હાલતી થઈ ગઈ ત્યારે મેં કહ્યું, 'આમાં કંઈ રહેવા દીધું હોય તો ખાય ને? ગાયો ગોટલા ખાય શું કામ?'

આવા પ્રસંગો યાદ કરી કરીને ખૂબ હસ્યા. અમને હંમેશાંને માટે છોડી લાંબી સફરે નીકળી ગયેલા વજુભા, જશવંત, થોભણ અને સુલેમાનને અમે યાદ કર્યા. ૧૯૫૪થી ૨૦૦૬. સતત ૫૩ વર્ષથી અમે આ ક્રમ જાળવી રાખ્યો છે, જેમાં વનેચંદ એક પણ વાર ગેરહાજર નથી રહ્યો. હું એકાવન વર્ષ હાજરી આપી શક્યો છું. બે વર્ષ નથી આપી શક્યો. સાઇકલો પર સીધુંસામાન નાખી અમે શરૂઆત કરેલી. ત્યાર પછી અમારી જીવનશૈલી થોડી વૈભવી બની ગઈ હતી. અમે ટ્રેક્ટરમાં ગાદલાં નખાવી જવા લાગ્યા. આ વખતે પહેલી વાર મોટરમાં ગયા.

૫૩માંથી ૪૮ વર્ષ અમે રામનવમીની પાર્ટીમાં બાંડિયા બેલી જ ગયા છીએ. પાંચ વાર અન્ય સ્થળોએ જેવાં કે આબુ-અંબાજી, જૂનાગઢ, સોમનાથ, અવાલિયા, હિંગળાજ માતાના સ્થાનકે અને ડોળિયા ગયા છીએ.

અમારી ૫૩ વર્ષથી ચાલતી આ પ્રવૃત્તિ મૈત્રીની મિસાલ છે, દોસ્તીની દાસ્તાન છે, ભાઈબંધોની ભાવનાનું ઉમદા ઉદાહરણ છે.

A friend in need is a friend indeed.

□

હમસફર અને હમદર્દ

> જીવનમાં છે લહાવા
> કદમ પર કદમ પર
> ફક્ત એક શરત છે
> ગતિમાન રહેવું
> જુદા છે મુસાફિર વિસામે વિસામે
> જુદી સગવડો છે ઉતારે ઉતારે.

મરીઝસાહેબની આ પંક્તિઓ જીવનના એક સાદા સત્યને સરળ રીતે રજૂ કરે છે. જીવનમાં લહાવા તો છે પણ સાથે શરત છે ગતિમાન રહેવું. હું છેલ્લાં છત્રીસ વર્ષથી ગતિમાન છું. હું જાણું છું ગતિ જો સાચી દિશામાં હોય તો જ તેને પ્રગતિ ગણી શકાય. જીવનમાં ગતિ વિજ્ઞાન આપે છે પણ દિશા ધર્મ આપે છે. મેં જીવનમાં પ્રગતિ કરી છે કે નથી કરી એ વિચારવા હું રોકાયો નથી, પણ સાચા અર્થમાં ગતિમાન છું. સતત પ્રવાસ કરતો જ રહ્યો છું. ટ્રેનમાં, પ્લેનમાં, કારમાં, બસમાં, ગાડામાં, સાઇકલ પર, મોટરસાઇકલ પર, ઘોડાગાડીમાં, ચાલીને. થાનથી મોરબી, ચોટીલાથી થાન, ચોટીલાથી કાબરણ. એક જ વાર ઘોડા માથે માથેરાનમાં પ્રવાસ કર્યો છે. અમે સ્ટીમરમાં પ્રવાસ કર્યો છે એટલું કહેવા માટે લંડનથી પૅરિસનો પ્રવાસ પ્રાઇડ ઑફ કેલે નામની સ્ટીમરમાં મુસાફરી કરી હતી.

એક વૃદ્ધ માજી હતાં. તેમણે એમના જીવનમાં જાતજાતના પ્રવાસો કરેલા- ટ્રેનમાં, ગાડામાં, ઘોડા માથે, પણ માજીએ કદી ઊંટ પર પ્રવાસ નહોતો કર્યો. એમાં માજી પીપળાના ઓટા પાસે એક ઊંટ બેઠેલું જોઈ ગયાં. માજીને કમત સૂઝી. એમને થયું: ઊંટ પર જરીક બેસી જાઉં એટલે એમ કહી શકાય કે ઊંટ માથે પણ બેઠી છું. માજી ઓટા માથે ચડી ઊંટ માથે બેઠાં કે તરત ઊંટને થયું સવારી કરનારે સ્થાન સંભાળી લીધું છે. ઊંટ ખળભળીને માજીસોતું ઊભું થયું અને મંડ્યું ચાલવા ચોટીલાના દરવાજા તરફ. રસ્તામાં પથુ પગીએ માજીને ઊંટ પર બિરાજમાન થયેલાં જોઈ પૂછ્યું, 'માડી કેની કોર?'

'ગગા આજ નક્કી નથી', માડીએ જવાબ આપ્યો.

હું અને ચાવડા વી. કે. બંને મોટરસાઇકલ પર થાનથી રાજકોટ રવાના થયા. ગૅલેક્સી ટોકીઝમાં જિતુદાન ગઢવીએ ડાયરાનું ભવ્ય આયોજન કર્યું હતું. તેમાં મારે પણ ભાગ લેવાનો હતો. જાન્યુઆરી મહિનો હતો. કડકડતી ઠંડીમાં અમે થાનથી નીકળી ગૅલેક્સીમાં પહોંચ્યા. બૅંડ પાર્ટીએ અવનવા સૂરોથી અમારું યાદગાર સ્વાગત કર્યું. શ્રી જિતુદાન ગઢવી ડાયરામાં ભલે ન કમાણા પણ તેમણે ડાયરાનું ગૌરવ અવશ્ય વધાર્યું. શાનદાર આયોજન થયું અને લોકોએ મનભરી ડાયરો માણ્યો. મારી રજૂઆતમાં મેં એક રમૂજી પ્રસંગ રજૂ કર્યો. ધરમશી અને ચતુર શિયાળાની કડકડતી ઠંડીમાં મોટરસાઇકલ પર પ્રવાસે નીકળ્યા. ધરમશી હાંકતો અને ચતુર પાછળની સીટ પર બેઠો હતો. ધરમશીએ કોટ પહેર્યો હતો છતાં ઠંડી લાગતી હતી એટલે ધરમશીએ મોટરસાઇકલ ઊભી રાખી દીધી અને કોટ અવળો પહેરી લીધો. ધરમશીએ ચતુરને કીધું, ‘હવે તું પાછળ બટન બંધ કરી દે.’

ચતુરે બટન બંધ કર્યાં. બંને સવાર થયા. ગળા સુધી કોટ આવવાથી ધરમશીને ઠંડી ઓછી મંડી લાગવા. બંનેનો પ્રવાસ ચાલુ હતો. સામેથી વાહનો આવ્યે જતાં હતાં. બંને ખુશ હતા. વાતો કરતા જતા હતા. એમાં સામેથી રાતના અંધારામાં બે લાઇટો આવતી જણાઈ. ધરમશીએ પોતાની બાઇક પરના કાબૂની કાબેલિયત બતાવવા ચતુરને કહ્યું, ‘જો સામેથી બે મોટરસાઇકલ આવે છે ને તેની વચમાંથી નીકળી જઈએ.’ હવે સામે બે લાઇટો ખટારાની હતી. બંને બામણ બોરના વળાંકમાં ફેંકાઈ ગયા. બેભાન થઈ ગયા. ઘણી વારે ચતુરને ભાન આવ્યું ત્યારે તેણે મદદરૂપ થનાર સેવાભાવી ગ્રામજનોને પૂછ્યું, ‘મારા મિત્ર ધરમશીને કેમ છે?’ ગ્રામજનોએ કહ્યું, ‘અત્યાર સુધી થોડા સળવળતા’તા ખરા પણ અમે માથું સવળું કર્યા પછી હલ્યા નથી.’ ચતુર ફરી બેભાન થઈ ગયો.

મારી વાત સાંભળી શ્રોતાઓ ખડખડાટ હસી પડ્યા. ડાયરો પત્યા પછી અમે જિતુદાનને ત્યાં જમ્યા અને કડકડતી ઠંડીમાં રાજકોટથી થાનનો રાત્રિપ્રવાસ મોકૂફ રાખી ત્યાં જ રાતે રોકાઈ સવારે નીકળ્યા. મારો અને ચાવડા વી.કે.નો આ યાદગાર પ્રવાસ હતો. મોટા ભાગે હું ટ્રેનમાં પ્રવાસ કરું છું. ટ્રેનનો પ્રવાસ મને પ્રિય છે. દેશ-વિદેશમાં મેં ભારતીય રેલવેની ખૂબ પ્રશંસા કરી છે. પાંચ-છ હજાર કિલોમીટરમાં પથરાઈને વિસ્તરેલું ભારતીય રેલવેનું નેટવર્ક દુનિયામાં મોટામાં મોટું નેટવર્ક છે. એક કરોડ ને પાંસઠ લાખ પ્રવાસીઓ રોજ પ્રવાસ કરે છે. આટલા પ્રવાસીઓ તો સતત ટ્રેનમાં જ રહે છે. આ વસતિ પાંખી દેખાય છે તેનું કારણ આ છે.

મારા મિત્ર દવે બેંકમાં સર્વિસ કરે છે. એ રોજ સુરેન્દ્રનગરથી થાન અપ-ડાઉન કરે છે. હું એક વાર શનિવારે સાંજે સૌરાષ્ટ્ર મેલમાં મુંબઈથી થાન આવવા નીકળ્યો. રવિવારે સવારે સુરેન્દ્રનગર રેલવેસ્ટેશન પર મેં ટિફિન સાથે દવેને જોયા. મેં પૂછ્યું, 'અરે દવે, આજ તો રવિવાર છે. બેંક તો બંધ હોય. તમે શું થાન આવો છો?' દવેએ કહ્યું, 'કોઈને કહેતા નહીં પણ થયું એવું કે મારી પત્નીએ ભૂલથી ટિફિન બનાવી નાખ્યું, પછી મને કહે, હવે જાતા આવો અને ખાતા આવો.' મેં કહ્યું, 'ભલે તમારી પત્નીએ ટિફિન બનાવ્યું, એ બપોરે ઘેર જ ખાઈ લેવું હતું ને? થાન આવવાની શું જરૂર?' 'એમ જો કરું તો તેની મહેનત નકામી જાય એટલે હું ટિફિનના ભોજનનો આનંદ માણીને મેલમાં રવાના થઈશ.' આવા પ્રસંગો સાંભળી મને પુરુષોની સહનશીલતા માટે માન થાય છે.

ટ્રેનની મુસાફરી વખતે મેં એક નિયમ રાખ્યો છે. રિઝર્વેશન ન હોય ત્યારે હું આ પ્રયોગ અવશ્ય કરું છું. હું સરસામાન સાથે સ્ટેશન પહોંચું છું. ડબ્બામાં દાખલ થાઉં છું, પછી ઊભો રહું છું. કોઈ પેસેન્જર એમ કહે કે 'આવો બેસો' તો જ બેસું છું. બને છે એવું કે સ્ટેશન આવે છે ત્યારે પ્રવાસીઓ પહોળા થાય છે, સામાન ઉપરથી ઉતારી નીચે રાખી દે છે. ખોળામાં બેઠેલાં બાળકોને ન સૂવું હોય તો પણ સુવરાવી દે છે અને જ્યારે કોઈ નવા યાત્રીઓ આવે છે ત્યારે બધા બોલી ઊઠે છે 'અહીં જગ્યા નથી.' અમુક વળી વધારાની વાત કહે છે, 'અહીં જગ્યા નથી. આગલો ડબ્બો સાવ ખાલી છે.' હું ચૂપચાપ આગલા ડબ્બે જાઉં છું. ત્યાં પ્રયાસ કરું છું. ફરી એ જ વાત 'અહીં જગ્યા નથી. આગલો ડબ્બો સાવ ખાલી છે.' ત્યારે હું કહું છું, 'આગલો ડબ્બો ખાલી હોય તો ચાલોને તમે પણ. બંને જણ બેસીશું. અહીં જાજરૂ પાસે ઊભા છો તેના કરતાં તો સારું.' પણ એક વાર તો એવું થયું કે આમ આગળ વધતાં વધતાં હું એન્જિન પછીના ડબ્બે આવી ગયો. ત્યાં પેસેન્જરોએ કીધું કે 'આગલો ડબ્બો સાવ ખાલી છે.' મેં કહ્યું, 'હવે તો બહાર જુઓ, આગળ એન્જિન છે.' એ જ વખતે મારા મિત્ર વિનોદરાય પ્રતાપરામ ઓઝા, જે એન્જિનડ્રાઇવર હતા, તેનો અવાજ આવ્યો, 'અહીં એન્જિનમાં આવતો રહે.' અને હું સાચે જ એન્જિનમાં ચડી ગયો. પેલાં માજીની જેમ કહી તો શકાય – 'એન્જિનમાં પણ બેઠો છું.'

અનેક અનુભવોને અંતે સમજી શક્યો છું કે જગ્યા તો માણસના મનમાં હોવી જોઈએ. એટલે જ એક ઝૂંપડીમાં દસ ગરીબો રહી શકે છે. એક મહેલમાં બે રાજા નથી રહી શકતા.

એક વાર આવી જ રીતે હું જગ્યા નહોતી મળી એટલે ઊભો હતો. ત્યાં એક હિન્દીભાષી બહેન અને તેનું તંદુરસ્ત બાળક ડબ્બામાં દાખલ થયાં. બાળક થાકેલું હતું. કંટાળો તેના ચહેરા પર સ્પષ્ટ દેખાઈ આવતો હતો. એ વારંવાર કહેતું, 'અમ્મા મુઝે બૈઠના હૈ. અમ્મા મુઝે બૈઠના હૈ.' માતાએ ચારે તરફ જોયું પણ કોઈ પ્રવાસીએ જગ્યા ન આપી ત્યારે માતાએ બાળકને એટલું જ કહ્યું, 'બેટે, હમસફર તો બહોત હૈ મગર હમદર્દ કોઈ નહીં.' મને બહેનનું વાક્ય બહુ ગમ્યું. હમસફર હમદર્દ હોય તો સફરનો આનંદ છે.

માતા મેનાવતીના પુત્રનું નામ હતું ગોપીચંદ અને ભાઈનું, હતું ભર્તૃહરિ. ગોપીચંદ સ્નાન કરતા હતા અને માતા મેનાવતીની આંખમાં આંસુ આવ્યાં. માતાનાં અશ્રુ ગોપીચંદના દેહ પર પડ્યાં. કારણ પૂછતાં માતાએ કહ્યું, 'તારા પિતાનો દેહ પણ આવો જ સુંદર હતો, જેને એક દિવસ અમે ચિતા માથે સુવડાવી દીધો.' આટલું જ સાંભળતાં ગોપીચંદે રાજપાટ ત્યાગી સંન્યસ્ત સ્વીકાર્યું. પિંગળાની બેવફાઈ જાણ્યા પછી ભર્તૃહરિએ વનરાવનનો મારગ લીધો. ત્રણે ભારતની યાત્રાએ નીકળ્યાં. એક ધર્મશાળામાં રાત્રિમુકામ કર્યો. અર્ધી રાતે પુત્રની પરીક્ષા કરવા માતા મેનાવતીએ ભગવી કંથા ધારણ કરી કોઈ યાત્રીના રૂપમાં ગોપીચંદ પાસે સૂવાનો પ્રયાસ કર્યો. ગોપીચંદે આંખ ખોલી અને કહ્યું, 'અહીં જગ્યા નથી.' માતા ભર્તૃહરિ પાસે ગયાં તેમણે કહ્યું, 'પધારો, અહીં જગ્યા છે.' મેનાવતીએ સવારે પુત્રને કહ્યું, 'બેટા, તેં રાજપાટ, સત્તા, સંપત્તિ બધું છોડ્યું પણ રાત્રે તું આ કોઈની બનાવેલી ધર્મશાળામાં આટલી જગ્યા ન છોડી શક્યો?' જીવનમાં જે કંઈ મેળવો એ સરવાળે તો આપવા માટે જ મેળવવાનું છે.

પાઈ પાઈ કે ખો દે પ્યારે પાઈ પાઈ કે રખના ક્યા?
જિસ નૈનો સે નીંદ ગંવાઈ તકિયા લેક બિછોના ક્યા?

– કબીર

□

વૃદ્ધત્વની ગતિ

વૃદ્ધ શબ્દ સુંદર છે, ભલે વૃદ્ધોને ન ગમતો હોય. જ્ઞાનમાં, સમજણમાં, સંસ્કારમાં, અનુભવમાં જે વૃદ્ધિ પામ્યા છે તેને વૃદ્ધ કહેવામાં આવે છે. જે સભામાં વૃદ્ધો નથી એ સભાનું કોઈ મહત્ત્વ નથી અને જે વૃદ્ધો સત્ય બોલતા નથી તે વૃદ્ધોનું કોઈ મહત્ત્વ નથી.

મેં જીવનમાં ઘણું ધ્યાન રાખ્યું છતાં અડસઠ વર્ષ પૂરાં થયાં અને ઓગણસિત્તેરમું પણ શરૂ થઈને અર્ધું પૂરું થયું. પહેલાં યુવાનીમાં જરા, વ્યાધિ અને મૃત્યુની વાતો સાંભળી એમ થતું કે આ બધું બીજા કોઈના માટે છે. જ્ઞાનની કાંઈ વાત થાય ત્યારે માનવી પ્રથમ એ વિચારે કે 'હું તો આ બધું સમજું છું, જે અજ્ઞાની છે તેનું શું?' મારા માટે આ છે તેવું સમજણમાં નથી આવતું. મૃત્યુ કોઈને આવશે, બીમાર કોઈ પડશે, વિયોગ બીજાને ભલે આવે. માનવીનો અહમ્ 'હું' ખૂબીપૂર્વક બીજાથી પોતાને અલગ પાડી દે છે. પણ માનવી પાંસઠ વટી જાય પછી તેને પ્રતીતિ થાવા મંડે છે કે આ તો ગાતુંવાજતું માંડવે આવે છે.

આકર્ષક સ્મિત વખતે ચમકતા સફેદ મોતી જેવા દાંત કળવા મંડે છે, કજિયાળા ભાડૂત જેમ મકાન ખાલી પણ ન કરે અને ભાડું પણ ન આપે એમ દાંત ચાવવાની ફરજ પણ ન બજાવે, ઉપરથી પીડા આપે ત્યારે સરવાળે તેમને બળજબરીથી કઢાવી નખાવવા પડે. દાંત મોડા આવે અને વહેલા જાય. અક્કડ રહ્યાનો અંજામ બીજો શું આવે? મહાત્મા કન્ફ્યૂશિયસનો અંતકાળ નજીક આવ્યો ત્યારે શિષ્યોએ તેમને અંતિમ ઉપદેશ આપવા વિનંતી કરી. તેમણે બોખું મોં ખોલીને શિષ્યોને બતાવ્યું અને પૂછ્યું, 'એમાં દાંત છે?' શિષ્યો કહે, 'નથી.' પછી પૂછ્યું, 'જીભ છે?' શિષ્યો કહે 'હા'. 'બસ. આ જ મારો અંતિમ ઉપદેશ છે. દાંત અક્કડ રહ્યા એટલે પડી ગયા. જીભ કોમળ રહી એટલે ટકી રહી. અહમ્‌થી અક્કડ રહેનારા નાશ પામે છે, જ્યારે વિનમ્રતાથી કોમળ રહેનારા ટકી રહે છે.'

જે વાળમાં સુગંધી તેલ નાખ્યાં હોય છે, જતન કરી જાળવ્યા હોય છે, અવનવી સ્ટાઇલમાં ઓળવા માટે કેટલો સમય પસાર કર્યો હોય છે તે સંજોગો સામે શરણાગતિની ધોળી ધજા જેવા સફેદ બની જાય છે. વાળ ધોળા થાય તેનો વાંધો નહીં પણ તે ખરી જાય છે અને પાંખા પડી જાય છે. પોપટ જો તળેલું ખાઈ જાય તો તેનાં પીંછાં ખરી જાય છે. પીંછાં ખરી ગયેલા પોપટ જેવા વૃદ્ધોનાં માથાં થઈ જાય છે. ઘરના વણમાગી સલાહ મંડે છે આપવા, 'બાપા, હવે ભાણામાં ભાત પીરસાઈ ગયા પછી લાડવો નો મગાય.' દાંત વગરનું ગોખલા જેવું મોઢું, વાળ ખરી ગયેલું માથું અને વીતેલાં વર્ષોએ દોરી દીધેલી ચિંતાની રેખાઓ, દર્દોથી ઘેરાયેલો દુર્બળ દેહ, સંકલ્પવિકલ્પમાં અટવાઈ ગયેલું મન, નિર્ણય ન કરી શકતી બુદ્ધિ અને પરિસ્થિતિને સમજવા અશક્ત ચિત્ત, અનેક આઘાતોના જખમોથી ઘવાયેલું હૃદય, ઉપરથી નિર્ધનતાની વધતી જતી ભીંસ... આવા સંજોગોમાં વૃદ્ધો જાયે તો જાયે કહાં? તેમના હૃદયમાંથી આર્તનાદ ઊઠે છે.

ચલતે ચલતે મેરે પગ હારે
આઈ જીવન કી શામ
કબ લોગે ખબર મોરે રામ
બડી દેર ભઈ, બડી દેર ભઈ

જીવનની દુર્દશા નિવૃત્તિ પછી શરૂ થાય છે. જે રુઆબથી ઑફિસ સંભાળી હોય, જે કર્મચારીઓને હુકમો આપ્યા હોય, જે કડકાઈથી કામ લીધું હોય એ એક જ દિવસે વિદાયસમારંભ વેળાએ ભૂતકાળ બની જાય છે. ફૂલહાર, ભેટસોગાદો, લાગણીભર્યાં પ્રવચનો, સન્માનસમારંભ – અશ્રુભીની આંખે સાથીમિત્રોથી વિખૂટા પડવાની વેળાનાં વિવિધ ચિત્રો સ્મૃતિમાં મૂડીરૂપે સચવાઈને પડ્યાં રહે છે.

નિવૃત્ત વૃદ્ધને એક પછી એક જુદા જ અનુભવ થવા લાગે છે. શરૂઆત પત્નીથી થાય છે. પત્ની કહે છે, 'આ દીકરો અને દીકરાનાં વહુ ઓસરીમાં પડ્યાં છે અને તમે આખેઆખો રૂમ રાખીને બેઠા છો. ઓસરીના છેડે ખાટે બેસો... બાજુમાં ખુરશીમાં બેસો તો ના ચાલે? આ ઉંમરે હવે તમને કહેવું પણ શું?' પરિવારમાં મોટા ભાગે એવું થાય છે કે પુત્રો માતાના પક્ષે જતા રહે છે. વિરોધ પક્ષ સબળ બને છે. મોટો પુત્ર માતૃપક્ષે રહી બોલે છે, 'બા, તમે રહેવા દો. મારા બાપુજી નહીં સમજે. સમજ્યા હોત તો આપણે અત્યારે મોટા ઘરમાં ન રહેતા હોત?' પિતાની લાંચ નહીં લેવાની અણઆવડત પરનો પુત્રનો કટાક્ષ પિતાને સમજતાં વાર નથી લાગતી. એ ઓસરીની ખાટ માથે બીજે દિવસે સ્થાન સંભાળે છે. સાત-આઠ દિવસ ખાટ પર સારી રીતે પસાર થાય છે. ત્યાર પછી પાછી

પત્નીની વાણી સંભળાવા માંડે છે, 'આડોશપાડોશમાંથી બૈરાં બેસવાં આવતાં હોય. દીકરાઓની વહુઓ આખો દિવસ હરતી-ફરતી હોય અને તમે માણેકથંભ રોપ્યો હોય તેમ ખાટ માથે ને ખાટ માથે. તમને એમેય નથી થતું કે બહારના ઓટે લીંબડાના છાંયે જઈ થોડી વાર બેસું જેથી ઘરના એટલી મોકળાશનો આનંદ માણી શકે?'

વૃદ્ધ સમજી જાય છે. બીજા દિવસથી તે ઘરની બહાર ઓટા માથે લીંબડાના છાંયે બેસે છે. ઓરડામાંથી ઓસરી અને ઓસરીમાંથી બહારના ઓટા સુધી આવી પહોંચેલી જીવનયાત્રાને વૃદ્ધ તટસ્થભાવે નીરખ્યા કરે છે. ઓટા પર આઠેક દિવસ તો પસાર થાય છે ત્યાં ફરી વૃદ્ધની પત્ની કહે છે, 'તમે આખો દિવસ ઓટે બેસી રહો છો. તમને એમેય નથી થતું કે રામજી મંદિરે જઈને દર્શન કરું, પડખે ઠાકર મંદિરે કથામાં પાંચ વેણ ધરમનાં સાંભળું કે વાસુકિ મંદિરે સત્સંગમાં બેસી સારું જીવન જીવ્યાની વાતુ સાંભળું? કોઈને મળું, છાપું વાંચું. તમને આખો દિવસ ઓટે બેઠેલા જોઈ લોકો એમ વિચારે છે કે ડોસાને ઘરમાં નહીં બેસવા દેતા હોય?' વૃદ્ધ પ્રશ્નો પૂછ્યા વગર માત્ર સાંભળી લે છે. બીજે દિવસે વૃદ્ધ ઠાકર મંદિરે જાય છે, ત્યાંથી રામજી મંદિરે, ત્યાંથી વાસુકિએ. અન્ય વૃદ્ધોને મળે છે. ક્યાંય મેળ પડે તો છાપું વાંચે છે, સત્સંગસભામાં બેસે છે, વક્તાની અનુભવ વગરની વાણી સાંભળે છે અને ઓટેથી દેવમંદિર સુધીની જીવનયાત્રા પર દૃષ્ટિપાત કરે છે. વૃદ્ધનું હૈયું ભરાઈ આવે છે. એ ઘેર આવે છે, મનેકમને જમે છે અને ખાટ પાસેના ખાટલે સૂવે છે. વ્યથાના વિચારો શમી જાય છે. વૃદ્ધને ઊંઘ આવી જાય છે. રાત્રિના ત્રીજા પ્રહરે વૃદ્ધને એક સપનું આવે છે. સપનામાં વૃદ્ધે શું જોયું? વૃદ્ધે જોયું તો અફાટ સમુદ્ર એક તરફ ઘૂઘવે છે અને બાજુમાં જ રેતીનો અસીમ કિનારો વિસ્તરેલો છે. સમુદ્રના નીલરંગી જળને જોઈ વૃદ્ધને આનંદ થયો. વૃદ્ધે રેતીના દૂર દૂર સુધી વિસ્તરેલા કિનારા તરફ જોયું તો વૃદ્ધના આશ્ચર્યનો પાર ન રહ્યો. કિનારાની ભીની રેતી પર બે પગલાંનાં નિશાન પડતાં આવતાં હતાં. વૃદ્ધને થયું, મારી જીવનયાત્રા, તેનાં જ આ પદચિહ્નો. ત્યાં એથી વધુ આશ્ચર્યજનક દૃશ્ય વૃદ્ધને જોવા મળ્યું. બાજુમાં બીજાં બે પગલાંનાં ચિહ્નો પડવા લાગ્યાં. વૃદ્ધનું હૈયું આનંદથી ઝૂમી ઊઠ્યું. તેને થયું, 'જીવનની યાત્રામાં હું એકલો નથી, પરમાત્મા મારી સાથે છે. સ્વયં પ્રભુનો મને સંગાથ છે, પણ ત્યાં તો તરત જ તોફાન શરૂ થયું. ઝંઝાવાતો જાગ્યા. આંધી ઊઠી, ભયાનક મોજાંઓ કિનારા સાથે અફળાયાં, મેઘલી કાળી રાત્રિનાં અંધારાં ઊતર્યાં, વીજળીના કડાકા સાથે ઝબકારા થયા. થોડી વારમાં બધું ઝળાંઝળાં થઈ ગયું. વીજળીના પ્રકાશમાં વૃદ્ધે જોયું કે પોતાનાં પગલાંની પાસે પડતાં આવતાં

અન્ય બે પગલાં પડતાં બંધ થઈ ગયાં છે. વૃદ્ધનું હૃદય દુઃખથી ભરાઈ ગયું. તેણે પ્રભુને કહ્યું, 'હે દયાળુ, મારી કસોટીના કાળે, મારી યાતનાના સમયે જ તેં મારો ત્યાગ કર્યો? પ્રભુ તેં મને તરછોડી દીધો?' પ્રભુએ કહ્યું, 'વત્સ, મેં તને ચાહ્યો છે. હું તને કેમ ત્યજી શકું? તેં જે બે પગલાંનાં નિશાન જોયાં તે તારાં નહોતાં મારાં હતાં. તારી વ્યથામાં તું તો બેભાન થઈ ગયો હતો. મેં તને ખભે ઊંચકી લીધો હતો.'

જીવનના પરમ સંતોષનો આનંદ વૃદ્ધના ચહેરા પર ઝળકી ઊઠ્યો.

અનાથ કૌન હૈ યહાં ત્રિલોકનાથ સાથ હૈ
દયાલુ દીનબંધુ કે બડે વિશાલ હાથ હૈ

□

ઈશ્વરને પ્રાર્થના

મારો મિત્ર ચતુર વહેલો ઊઠી સ્નાન કરી, પૂજાપાઠનો સામાન લઈ ઠાકર મંદિરે પહોંચી જતો અને દર્શન કરી પૂજા કરી ઘરે પાછો ફરતો.

મને નવાઈ લાગી કે આ કાગડાના મોઢામાં રામ ક્યાંથી?

માનવી પ્રાર્થના જ્યારે ભયમાં હોય ત્યારે કરે છે. મારો મિત્ર નૂરુદ્દીન રાતની કીર્તિમાં રાજકોટથી આવ્યો. સાડાબારે ટ્રેન આવી. નૂરુદ્દીનને એમ કે કોઈ સથવારો ગામ સુધીનો મળી રહેશે, પણ તે રાત્રે કોઈ પેસેન્જર ઊતર્યું નહીં. નાના તળાવનો નિર્જન કિનારો, વળી રસ્તામાં આવતું ત્રણ દેરીનું સ્થાનક. રાતનો સમય. નૂરુદ્દીનનો સમગ્ર પરિવાર ઘણો મુલાયમ. ત્રણ મહિના પહેલાં નૂરુદ્દીને ભેંસ લીધી અને આઠ જ દિવસમાં પચાસ રૂપિયા ખોટ ખાઈને વેચી દીધી. મેં નૂરુદ્દીનને પૂછ્યું, 'એલા આઠ દિવસમાં વેચી દેવી હતી તો ભેંસ લીધી શું કામ?' નૂરુદ્દીને કારણ જણાવ્યું, 'દિવસમાં ત્રણ-ચાર વાર ભેંસ બોલવું પડે એટલે છાતીમાં ધ્રાસકો પડે, બોલવામાં તકલીફ થઈ એટલે વેચી દીધી અને બકરી ખરીદી, 'બકરી' સીધું બોલી તો શકાય!' આવો મુલાયમ સ્વભાવ.

એમાં રાત્રે રેલવેસ્ટેશન પરથી દરબારગઢ શેરીમાં પહોંચવાનો પ્રસંગ બન્યો. નૂરુદ્દીન હિંમત કરી તળાવના કાંઠે આવી પહોંચ્યો. તળાવને કાંઠે ફરતાં બગલાનો અવાજ આવ્યો અને નૂરુદ્દીનને માલિકને ઇબાદત શરૂ કરી. બગલાનો અવાજ આવ્યો, 'કોક', 'કોક'. નૂરુદ્દીનને ભ્રમ થયો કોઈ પૂછે છે: કોણ? કોણ?

નૂરુદ્દીને કહ્યું, 'એ તો હું નૂરુદ્દીન.'

તે દિવસે અમે નવાગામ તરગાળા જોવા ગયેલા. એ વખતે મનોરંજનનાં સાધનો નહોતાં એટલે આજુબાજુના ગામે તરગાળા રમતા હોય ત્યારે આ રીતે શોખીનો જોવા જતા. અમે મિત્રો નવાગામથી થાન આવતા હતા. અમે છ જણ હોવાથી અમારે કંઈ બીક નહોતી. ત્રણ દેરી પાસેનો વિસ્તાર ત્યારે સૂમસાન અને ભેંકાર લાગતો. એમાં અમે 'એ તો હું નૂરુદ્દીન'નો અવાજ સાંભળ્યો. અમે ઓળખી ગયા. એલા આ તો નૂરુદ્દીન, પણ આમ એકલો એકલો કાં બોલે?

હાસ્યનો વરઘોડો

અમે કહ્યું: 'એલા કોણ?' નૂરુદ્દીને કહ્યું, 'નૂરુદ્દીન'. અમે પૂછ્યું, 'તું અત્યાર સુધી કોને જવાબ આપતો આવે છે?' નૂરુદ્દીન કહે 'કોઈ પૂછે છે, કોણ?'

પછી તો અમે ખાતરી કરી. નૂરુદ્દીનને પણ ખાતરી કરાવી કે કોઈ નથી પૂછતું. માત્ર બગલા 'કોક, કોક' કરે છે. ત્યારે નૂરુદ્દીનને નિરાંત થઈ. એ હિંમતમાં આવી ગયો.

માનવી ભયમાં હોય ત્યારે માલિકને યાદ કરે.

અહીં કોણ ભલાને પૂછે છે? અહીં કોણ બૂરાને પૂછે છે?
મતલબથી બધાને નિસબત છે અહીં કોણ ખરાને પૂછે છે?
અત્તરને નિચોવી કોણ અહીં ફૂલોની દશાને પૂછે છે,
આ તો સંજોગ ઝુકાવે છે નહીંતર અહીં કોણ ખુદાને પૂછે છે?

પ્રાર્થનાનો બીજો ઉદ્દેશ હોય છે માનવીની ઝંખના, ઇચ્છા, આકાંક્ષા કે મહત્ત્વાકાંક્ષા. એ પૂરી કરવા એ પ્રાર્થના કરે છે. મારે ચતુરની પ્રાર્થનાનું રહસ્ય જાણવું હતું એટલે ચતુરને ખબર ન પડે તેમ મેં મંદિરમાં મારું સ્થાન સંભાળ્યું. ચતુર મંદિરમાં આવ્યો. બે હાથ જોડી ઊભો રહ્યો, ગળગળો થઈ ગયો અને બોલ્યો, 'હે દીનાનાથ, એક શેર માટીની ખોટ છે.' હું રહી ન શક્યો. પાછળથી આગળ આવી મેં ચતુરને કહ્યું, 'એલા ચતુર, તું પરણ્યો છું ખરો?' ચતુર કહે, 'ના. હું ક્યાં પરણ્યો છું?' મેં કહ્યું, 'તો પછી તું શું સીધી શેર માટીની વાત કરે છે? પહેલાં પરમાત્મા પાસે સુલક્ષણી કન્યાની માગણી મૂક.' ચતુર કહે, 'મેં પણ એમ જ ધાર્યું હતું પણ કન્યાનું કહેતાં શરમ લાગી એટલે શેર માટીની માગણી કરી. મને થયું મારો વાલો આ તો અંતર્યામી છે. કન્યાનું એની મેળે નહીં સમજી જાય?'

મેં કહ્યું, 'હવે ઈ શરમાવાનું છોડી દે. સારે ઠેકાણે સગપણ થાય એવી પ્રાર્થના કર, સમજ્યો?' ચતુરે મારી વાત સ્વીકારી. બીજે દિવસે નાળિયેર, પેંડાનું પડીકું અને અગરબત્તીનું પાકીટ લઈ ચતુર પહોંચ્યો. પણ ત્યાં અમારા વર્ગમાં અમારી સાથે ભણતી પ્રભાને પ્રભુ સમક્ષ પ્રાર્થના કરતી જોઈ. પ્રભાએ કહ્યું, 'હે પ્રભુ, મારે કંઈ નથી જોતું. પણ મારી બાને સારો જમાઈ દેજો.' પ્રભાની પ્રાર્થના સાંભળી ચતુર લહેરમાં આવી ગયો. તેણે પછીથી હિંમત કરી પ્રભુને પ્રાર્થના કરી, 'હે દીનાનાથ, આમનું સાંભળજો.' ચતુરની વાત સાંભળી પ્રભા ચમકી. પછી શરમાણી અને હસીને ચતુર સામે જોઈ ચાલી ગઈ. ચતુર હરખમાં ને હરખમાં નાળિયેર વધેરીને પેંડાનો પરસાદ ધરાવવાનું ભૂલી ગયો. પણ પૂજારી દુર્ગાપ્રસાદને જોઈ ચતુરને યાદ આવ્યું. ચતુરે બધું દુર્ગાપ્રસાદને આપ્યું. દુર્ગાપ્રસાદે અર્ધું નાળિયેર

અને બે પેંડા પાછા આપ્યા. પણ આજ ચતુરના પગ ધરતી માથે છબતાં નહોતાં. પ્રભાની પ્રાર્થના, તેની તીરછી નજર અને જતાં જતાં કરેલું સ્મિત – આ બધું ચતુરની સ્મૃતિમાં અંકિત થઈ ગયું.

પછી તો રોજનો મંદિર જવાનો સમય બંનેનો એક થઈ ગયો. વાતચીતનો દોર શરૂ થયો. પરિચય તો સાથે ભણતાં હતાં એટલે હતો તો ખરો પણ તે વધુ ગાઢ થયો. બંનેનો પરિચય પ્રેમમાં પરિણમ્યો. એકબીજા સાથે જીવતર સાથે જીવવાના કોલ દીધા. બંને એક જ જ્ઞાતિનાં હતાં. પરિણામ? ચતુર અને પ્રભાનાં ધામધૂમથી લગ્ન થયાં અને સુખી સંસાર શરૂ થયો.

ત્રીજા વર્ષે નાનકડા કાનજી હારે બંને દર્શને આવ્યાં. મેં ચતુરને કહ્યું, 'તારી પ્રાર્થના પ્રભુએ સાંભળી ખરી.'

ચતુર કહે, 'પ્રભુ અને પ્રભા બંનેએ સાંભળી.' અમે હસી પડ્યાં. નાનકડા કાનજીને મેં ચાવીવાળો ઠક ઠક ચાલતો હાથી લઈ આપ્યો. એ પણ ખુશ થઈ ગયો.

એક ભિક્ષુક મંદિરમાં જઈ કંઈ ભગવાન પાસે માગે એ પહેલાં પ્રભુએ હાથ લાંબો કર્યો અને કહ્યું, 'દે મને દે'. ભિક્ષુક મૂંઝાઈ ગયો. તેને થયું કે પરમાત્મા પોતે ઊઠીને માગે છે, બોલો! હવે શું કરવું? લોભી ભિક્ષુકે પોતાની ઝોળીમાં હાથ નાખી થોડા ચોખા પ્રભુના હાથમાં મૂક્યા. સવારમાં સપનું પૂરું થતાં ભિક્ષુકે ઝોળીમાં જોયું તો જેટલા ચોખા આપ્યા હતા એટલા સુવર્ણના બની ગયા હતા. પછી તો ભિખારીનો પસ્તાવાનો પાર ન રહ્યો: આખી ઝોળી મેં કેમ ન આપી?

પ્રાર્થનાનો ત્રીજો પ્રકાર છે, માત્ર પ્રભુ પ્રત્યેનો પ્રેમ. હા, એમાં ક્યારેક મિલનની તીવ્ર વ્યથા હોય છે.

ધાન ન ભાવે, નીંદ ન આવે, વિરહ સતાવે મોય
ઘાયલ કરી મૈં ઘૂમત ફિરું, મેરો દરદ ન જાને કોય
જો મૈં ઐસા જાનતી પ્રીત કિયે દુ:ખ હોય
નગર ઢિંઢોરા પીટતી પ્રીત કરો મત કોય.

મીરાં

□

મીઠું બોલવું કે સાચું બોલવું?

રાજકોટ 'અનિલ'માં નવીનકાકાએ મને પૂછ્યું, 'અધ્યાત્મ અને ધર્મમાં ફેર શો?' પૂરો પરિવાર સાંભળવા માટે ઉત્સુક બની ગોઠવાઈ ગયો.

મેં કહ્યું, 'આમ તો મારી સમજણ બહારનો પ્રશ્ન છે છતાં હું ઉત્તર આપવા પ્રયાસ કરું.'

ધર્મ એટલે જે સંજોગોમાં, જે સ્થાને, જે સમયે માનવીએ જે ફરજ બજાવવાની હોય તેનું નામ ધર્મ કહી શકાય. યુદ્ધના મેદાન પર એક સૈનિકનો ધર્મ શત્રુની હિંસા કરવાનો હોય છે, સમાજમાં નહીં.

રણસંગ્રામ પર વધુ ને વધુ શત્રુને હણી નાખનારને આપણે વધુ ને વધુ માનસન્માન આપીએ છીએ – વીરચક્ર, પરમવીરચક્ર વગેરે, પરંતુ સમાજમાં કોઈનું ખૂન કરવામાં આવે તો ફાંસી સુધીની સજા કરવામાં આવે છે. અધ્યાત્મ તો આત્માની ઓળખ છે.

ભગવાન મહાવીર સુંદર ઉદાહરણ આપી આ વાત સમજાવતા.

એક તુંબડા પર માટીમાં પાણી ભેળવી તેનો ગારો બનાવી તેનો એક સ્તર તેના પર ચડાવી સૂકવી નાખવામાં આવે. ગારો સાવ સુકાઈ જાય પછી એ જ રીતે બીજો સ્તર ચડાવવામાં આવે. ફરી ત્રીજો, ચોથો... આમ સ્તર ચડતા જાય સુકાતા જાય અને ત્યાર પછી એ તુંબડાને પાણીમાં નાખી દેવામાં આવે તો તેનું શું થાય ગૌતમ?

ઇન્દ્રભૂતિ ગૌતમે પ્રણામ કરી કહ્યું, 'પ્રભુ, એ તુંબડું પાણીમાં ડૂબી જાય.' ભગવાન મહાવીરે ફરી પૂછ્યું, 'પાણીમાં એ માટીના સ્તરો પલાળ્યા કરે, પલાળ્યા જ કરે પછી શું થાય?'

ગૌતમે પ્રત્યુત્તર આપ્યો, 'જેમ જેમ સ્તર પલળતા જાય, તેમ તેમ એ તુંબડાથી અલગ પડતા જશે અને છેલ્લે તમામ સ્તરો પલળીને અલગ થઈ જશે ત્યારે તુંબડું ફરી જળ પર તરવા માંડશે.'

આ જ રીતે આત્માના તુંબડા પર કામ-ક્રોધ-લોભ-મોહ-મદ અને મત્સર જેવા દુર્ગુણોના સ્તર જેમ જેમ ચડતા જાય છે તેમ તેમ આત્મા ડૂબતો જાય છે, પરંતુ સત્યના જળનો સંગ થતાં એ સ્તરો પલળીને દૂર થાય છે અને આત્મા ફરી તરવા માંડે છે. આત્માનો સ્વભાવ જ તરવાનો છે. અખો એમ કહેતો કે તુંબડું અંદરથી સુકાય તો તરે અને જે તરી શકે એ જ કોઈને તારી શકે.

મેં સમાપન કરતાં કહ્યું, 'ભગવાન મહાવીરનું ઉદાહરણ મને ગમે છે એટલે તેનું હાર્દ સચવાઈ રહે તે રીતે મારા શબ્દોમાં રજૂ કરવા મેં પ્રયાસ કર્યો છે.'

જ્યૂએ પૂછ્યું, 'તમે જે અધ્યાત્મ વિશે સમજાવ્યું તેની જીવનમાં શરૂઆત ક્યાંથી કરવી?'

મેં કહ્યું, 'તમારા પોતાના જીવનથી. તમે જે રીતે જીવો છો તેનાથી સારી રીતે જીવી શકાય?'

નવીનકાકા કહે, 'દાખલા તરીકે?' મેં કહ્યું, 'દાખલા તરીકે, આપણે જે ભાષા બોલીએ છીએ તેનાથી સારી ભાષા બોલી શકાય?'

અમુએ કહ્યું, 'કોઈ પ્રસંગ વર્ણવો તો વધુ મજા આવે.'

મેં વાત શરૂ કરી.

'ઠાકોરસાહેબ રત્નસિંહજી પોતાની હવેલીના પહેલા માળે આમથી તેમ ફરી રહ્યા હતા. તેમનું સ્થૂળ શરીર કંઈક મેળમાં આવે એ માટે ઠાકોરસાહેબે થોડો વ્યાયામ શરૂ કર્યો હતો. એમાં મથુરનો દીકરો દામોદર ત્યાંથી નીકળ્યો. તેણે ઠાકોરસાહેબની પ્રવૃત્તિનું પ્રથમ નિરીક્ષણ કર્યું અને ખડખડાટ હસી પડ્યો. હસીને હાલતો થઈ ગયો હોત તો પણ વાંધો નહોતો પણ આ તો ત્યાં ઊભો રહી હસતો જ રહ્યો.

ઠાકોરસાહેબનું ધ્યાન ગયું. તેમણે જેસિંહને બોલાવી હુકમ કર્યો, 'પેલા છોકરાને પકડી અહીં લઈ આવો.' જેસિંહે દામોદરને પકડ્યો અને ઠાકોરસાહેબ સમક્ષ રજૂ કર્યો. દામોદરને જોતાં જ પ્રશ્નોની ઝડી વરસાવી – 'શું નામ છે તારું? કોનો દીકરો છો? તને હસવું કેમ આવ્યું? બતાવ મને.' દામોદર ગભરાઈ ગયો. તેણે પોતાનું નામ, પિતાનું નામ વગેરે કહ્યું, પણ હસવાનું કારણ ન જણાવ્યું. દામોદર એક જ વાત કહેતો રહ્યોઃ એ હું નહીં બતાવું. ઠાકોરસાહેબે તેને વચન આપ્યું, 'હું તને કંઈ નહીં કહું. મારે માત્ર તારા હસવાનું કારણ જાણવું છે.' દામોદર કંઈક હિંમતમાં આવ્યો અને તેણે કહ્યું, 'માફ કરજો બાપુસાહેબ, ભૂલ થઈ ગઈ, પણ આપનું આવડું મોટું શરીર જોઈ મને વિચાર એ આવ્યો કે આપ પહેલા માળે ગુજરી જાવ તો ઉપરથી નીચે કઈ રીતે ઉતારવા?... અને પછી મારા જ વિચાર

હાસ્યનો વરઘોડો

પર હું હસી પડ્યો.' ઠાકોરસાહેબની ભ્રૂકુટિ તંગ થઈ ગઈ. તેમણે કહ્યું, 'આવો વિચાર કરે છે અને પાછો હસ્યા કરે છે? જેસિંહ, એના બાપને બોલાવી લાવ.' મથુર ઠાકોરસાહેબ સમક્ષ હાજર થયો. ઠાકોરસાહેબે તમામ વિગત મથુરને જણાવી પૂછ્યું, 'આવો અક્કલહીન છે તમારો પુત્ર? આવા સંસ્કારો આપો છો?' મથુર કહે 'બાપુસાહેબ, માફ કરજો. છોકરું છે. એને શી ખબર પડે? પણ એ છે અક્કલમઠો, તેનામાં બુદ્ધિ નથી. બાપુસાહેબ એને એટલું ન સૂઝ્યું કે આપ ગુજરી જાવ તો આપના બે ભાગ કરી એક પછી એક ન ઉતારી લેવાય?'

ઠાકોરસાહેબે મથુરને એક અડબોથ વળગાડી. તે પડ્યો દામોદર માથે એને હુકમ કર્યો જેસિંહને કે મથુરના બાપને બોલાવો.

મથુરના બાપ પીતાંબર ડોસાને બાપુ સમક્ષ હાજર કરવામાં આવ્યા. દામોદર-મથુરના જવાબો જણાવવામાં આવ્યા અને ઠપકો આપવામાં આવ્યો કે આવા સંસ્કારો સંતાનોને આપ્યા છે?

પીતાંબરબાપાએ પરિસ્થિતિનો ક્યાસ કાઢી વિચારીને કહ્યું, 'બાપુસાહેબ, આ મારો વસ્તાર છે. આ બાપ-દીકરામાં બુદ્ધિનો છાંટો નથી એ હું સમજું છું. મૂરખાઓને એટલી સમજણ ન પડી કે આપના ગુજરી ગયા પછી આ હવેલી રાખીને શું કરવી છે? એમાં જ સીધી દીવાસળી ન મુકાય? ચિતાનાં લાકડાં ખડકવાની તો માથાકૂટ નહીં... પણ બાપુ, સમજણ વગર બધું નકામું છે.'

બાપુએ પીતાંબરબાપાની અવસ્થાનો ખ્યાલ કરી માત્ર ધક્કો જ માર્યો અને એ પડ્યા મથુર માથે. કોઈ શિક્ષા ન કરી પણ બે દિવસ સુધી ત્યાં ને ત્યાં ભૂખ્યા-તરસ્યા બેસાડી રાખ્યા. ત્રણેએ નક્કી કર્યું કે જીવનમાં વિચારો ગમે તેવા આવે પણ કોઈની વિરુદ્ધના હોય તો આ રીતે પ્રગટ ન કરવા. એટલે જ ભગવાન બુદ્ધ કહેતાઃ સત્ય બોલવું પણ અપ્રિય સત્ય ન બોલવું.

ત્યાં રમાકાકીએ જણાવ્યું, 'રસોઈ તૈયાર થઈ ગઈ છે, આવો જમવા.' મેં કહ્યું, 'બસ, આવું પ્રિય સાચું બોલવું' અને બધા ખડખડાટ હસી પડ્યા. જમતાં જમતાં અને જમ્યા પછી પણ થોડી વાર અમારી ચર્ચા ચાલુ રહી. વિષય હતો, 'સત્ય પ્રિય છે કે અપ્રિય?'

મેં કહ્યું, 'સત્ય પ્રિય પણ નથી અને અપ્રિય પણ નથી, માનવીના મનની સ્થિતિ પ્રમાણે તેને એ પ્રિય-અપ્રિય લાગે છે.'

બળાત્કારના કેસમાં મૅજિસ્ટ્રેટ ગુનેગારને જનમટીપની સજા કરે તો ગુનેગાર અને તેના કુટુંબીજનોને અપ્રિય લાગશે એ જ ચુકાદો બળાત્કારનો ભોગ બનનાર યુવતીને કે તેના પરિવારજનોને પ્રિય પણ લાગે.

એક વાર એક કેસમાં એક વકીલે વિચિત્ર દલીલ કરી. તેણે કહ્યું, 'મારા અસીલે ગુનો કર્યો જ નથી, જે ગુનો કર્યો છે તે તેના જમણા હાથે કર્યો છે. નામદાર કોર્ટ સજા કરવા ઇચ્છતી હોય તો તેના જમણા હાથને કરવી જોઈએ.'

મૅજિસ્ટ્રેટસાહેબે વિચારીને ચુકાદો આપ્યો. તેમણે જણાવ્યું, 'ગુનેગારના જમણા હાથને બે વર્ષની સજા ફરમાવવામાં આવે છે. ગુનેગારે જમણા હાથ સાથે ભોગવવી કે ન ભોગવવી એ એની મરજી પર છોડી દેવામાં આવે છે.'

ચુકાદો સાંભળી ગુનેગાર ખુશ થયો. તેણે સ્ક્રૂ ખોલી ખોટો જમણો હાથ ટેબલ પર મૂક્યો અને વિદાય થયો. ગુનેગાર અને તેના વકીલને ચુકાદો પ્રિય લાગ્યો. સાહેબને અપ્રિય લાગ્યો.

ધર્મ માને છે:

Action is judged by the intention.

કાયદો માને છે:

Intention is judged by the action.

□

આસક્તની ગતિ

સંતોની વાતોમાં અનુભવનું ઊંડાણ હોય છે. ઉત્તમ જીવન જીવવાની અણમોલ શીખ હોય છે.

સંત તુલસીદાસજીનો એક દોહો છે:

અલિ, પતંગ, મૃગ, મીન, ગજ એક એક રસ આપ,
તુલસી વાકી ક્યા ગતિ જિનકો વ્યાપ્ત પાંચ.

ભમરો, પતંગિયું, હરણ, માછલી અને હાથી દરેકની એક એક આસક્તિ તેમનો નાશ કરે છે, પણ જેનામાં આ પાંચેય હોય તેની શું ગતિ?

અલિ એટલે ભ્રમર, ભમરો. કઠિનમાં કઠિન લાકડાને વીંધીને સોંસવો નીકળી જનાર ભમરો કમળની કોમળ પાંખડીઓમાં કેદ થયા પછી એમાંથી છૂટી શકતો નથી.

કામણગારી કાયાના કામણમાં નમણાં અંગોની અનોખી અદામાં અને અણિયાળી આંખ્યુના તીરથી જે જુવાનો વીંધાઈને ભોંભેગા થઈ જાય છે એ પછી ઊઠી નથી શકતા.

પતંગ એટલે પતંગા. પતંગિયા – પરવાનાની આ જ હાલત થાય છે. જ્યોત ખુદ તેને સમજાવે છે કરગરે છે, પતંગાને આ મોતનો ખેલ ન ખેલવા વીનવે છે, પણ ત્યાં તો?

પાંખ સરસરાવતાં ઝૂમતાં પતંગને થરથરી, ફરીફરી, જ્યોત કરગરી રહી
ભાગ ને અભાગિયા હું રૂપાળી આગ છું ત્યાં તો પ્રેમઅંધની લાશ તરવરી રહી.

અલિ અને પતંગ બેની ગતિ તો જોઈ પણ મૃગ કઈ રીતે ફસાય છે? મૃગ એટલે કે હરણ સંગીતના શોખીન હોય છે.

બૈજુ બાવરા અને તાનસેન એક જ ગુરુ સ્વામી હરિદાસના શિષ્ય હતા. બંને વચ્ચે જ્યારે સંગીતસ્પર્ધા થઈ ત્યારે તાનસેનનું સંગીત સાંભળી મુગ્ધ બનેલાં હરણો જંગલમાંથી રાજદરબારમાં પહોંચી ગયાં. તાનસેને તેમને પુષ્પમાળા પહેરાવી-

હરણાં વિદાય થયાં. બૈજુ બાવરાએ જ્યારે એ જ સંગીત છેડ્યું ત્યારે હાર પહેરેલાં હરણાં પાછાં હાજર થયાં.

નિર્દોષ હરણાંની આ જ સંગીત આસક્તિનો કેવો હીન ઉપયોગ થાય છે? સંગીતકારો સંગીત રજૂ કરે છે. છુપાયેલા શિકારીઓ તીરકમાન તૈયાર રાખે છે. સંગીત સાંભળી હરણાંઓ આવે છે અને તીરથી વીંધાઈને તરફડી પ્રાણ આપી દે છે.

હવે વારો છે મીન, મત્સ્ય, માછલાનો. માછલીનો શિકાર કરનારા કાંટાવાળા ગલના આગલા ભાગ પર લોટની ગોળીઓ બનાવી લગાવી દે છે. આહારની લાલચમાં માછલી ગોળી ખાવા જાય છે અને ગલ ગળામાં ફસાઈ જાય છે.

શાળા-કૉલેજોની પાસે આવેલ પાનના ગલ્લા તમાકુ, બીડી, સિગારેટ અને મોતના માંડવે યુવાનોને પોંખવા માટે બંધાયેલા ગુટખાનાં તોરણ, એથી આગળ બિયર બાર અને બૉટલો, ખાનગીમાં વેચાતા કોકેનનાં પડીકાં. આ બધું ગલમાં ભરાવેલ લોટની ગોળીઓ જ નથી શું? કુસંસ્કારો કદીયે મફતમાં નથી મળતા. તેની મોટી કિંમત ચૂકવવી પડે છે.

> *તુલસી ઇસ સંસાર મેં પાખંડી કી માંગ*
> *ગલી ગલી ગોરસ ફિરે મદિરા બૈઠી બિકાઈ.*

દૂધ-દહીં-છાશ શેરીએ શેરીએ વેચવા જવું પડે છે, જ્યારે શરાબ લેવા જવું પડે છે. અલિ, પતંગ, મૃગ, મીનનો અંજામ જોયો પણ ગાઢ જંગલમાં વિહાર કરતાં ગજરાજનો વળી શો દોષ? એ જ, આસક્તિ. હાથીનો શિકાર કરનારા શિકારીઓ હાથીના આવવા-જવાના રસ્તાઓનું નિરીક્ષણ કરી અભ્યાસ કરી લે છે. પછી એક જગ્યા પસંદ કરી મોટો ખાડો ગળાવે છે, ખાડા પર વૃક્ષોની લાંબી ડાળીઓ નખાવી ઉપરનો ભાગ આવરી લે છે. હાથીને હરિયાળી જમીન લાગે એવું દૃશ્ય તૈયાર કરવામાં આવે છે. આટલી તૈયારી શું પૂરતી છે? સૌથી મહત્ત્વની ચાલ તો છેલ્લે ચાલવામાં આવે છે. મદોન્મત્ત હાથણીનું પૂરા કદનું ચિત્ર દોરવામાં આવે છે અને એ મોટા કૅન્વાસને મજબૂત ફ્રેમમાં મઢી ખાડાના કાંઠે મૂકવામાં આવે છે.

હાથી આ દૃશ્ય જુએ છે. હાથણીને મળવાની ઝંખનામાં આગળ વધે છે. ઝાડી, ઝાંખરાં, ડાળોનો ભાંગી ભુક્કો થઈ જાય છે. હાથી ખાડામાં પડી જાય છે. એ ધમપછાડા કરે છે. ખાડામાંથી છૂટવા ખૂબ મથે છે. શિકારીઓ થોડા દિવસ હાથીને ખાવા નથી દેતા. ગજરાજ સાવ અશક્ત બની જાય છે. શિકારીઓ તેને બાંધી દે છે. ખાડાની એક બાજુ ખોદી ઢાળ બનાવી બહાર કાઢી હાથીને જંજીરોમાં જકડી લેવામાં આવે છે.

જંગલનો મુક્ત વિહાર, સાથીઓનો સંગાથ અને મલયાનિલની માત્ર સ્મૃતિ જ રહી જાય છે.

મલયાચલ બન પવન ગયા ગયા સંબંધી સાથ,
જંજીર પગ જકડ્યા રહ્યા રહ્યા અંકુશ ઘા માથ.

ગજરાજનું સ્વતંત્ર નિરંકુશ જીવન પૂરું થાય છે. પરાધીન, અંકુશથી અંકુશમાં રહેતું જીવન શરૂ થાય છે.

એક હાથીને સૂંઢથી માથા પર ધૂળ નાખતો જોઈને ખાનખાના રહીમનના મનમાં પ્રશ્ન ઉદ્ભવ્યો.

ધૂર ધરત નિત સિસ પર
કહ રહીમ કિહી કાજ?

તેમણે જ સુંદર પ્રત્યુત્તર આપ્યો:

જો રજ મુનિ પતિની તરી
સો ઢૂંઢત ગજરાજ.

જે રજથી મુનિની પત્ની શિલામાંથી અહલ્યા થઈ તે ગજરાજ શોધે છે.

કોઈ કોઈ ગજરાજને રાજા-મહારાજા અને શહેનશાહનો સંગાથ સાંપડે છે. શહેનશાહ શાહજહાંના પ્રિય હાથીનું નામ હતું 'ખલીકદાદ', જેનો અર્થ થાય છે ખુદાનો દીધેલો. આલમગીર ઔરંગઝેબે જ્યારે પિતા શાહજહાંને આગ્રાના લાલ કિલ્લામાં કેદ રાખવાનો હુકમ કર્યો ત્યારે નિષ્ઠુર પુત્ર પાસે પિતાએ ત્રણ શરતો રજૂ કરી. પહેલી શરતઃ મને એવી જગ્યાએ રાખવામાં આવે જ્યાંથી હું તાજમહાલ જોઈ શકું. બીજી શરતઃ મને જમનાનું પાણી મળ્યા કરે અને ત્રીજી શરતઃ મારો પ્રિય હાથી ખલીકદાદ મારી સામે, મારી સાથે રહે.

ઔરંગઝેબે શાહજહાંની ત્રણે શરતો માન્ય કરી. પોતાનાં આંસુ સંગેમરમરના રૂપમાં થીજી ગયાં હોય એવા તાજમહાલને શાહજહાં જોયા કરતો, જમુનાનું જળ પીતો અને મન વ્યથાથી ભરાઈ જાય ત્યારે ખલીકદાદ પાસે આવી આંસુ વહાવતો. દુઃખી અવસ્થામાં બંને એકબીજાના સાથી હતા.

શાહજહાંની દુઃખી દાસ્તાન જેવી જિંદગી પૂરી થઈ. સ્વજનોએ આવીને મૃતદેહ સંભાળી લીધો. શાહજહાંની અંતિમ વિદાયનું દશ્ય ખલીકદાદે નિહાળ્યું અને વૃદ્ધાવસ્થાને લીધે અશક્ત થઈ ગયેલો ખલીકદાદ ઊઠ્યો, ત્રણ વાર સૂંઢ ઊંચી કરી શાહજહાંને અંતિમ સલામી આપી ઢળી પડ્યો. એ જ ક્ષણે તેણે પ્રાણ ત્યાગી દીધા.

અલિ, પતંગ, મૃગ, મીન અને ગજનો એકએક દોષ દર્શાવી તુલસીદાસજીએ લખ્યું: તુલસી વાકી ક્યા ગતિ જિનકો વ્યાપ્ત પાંચ?

જેનામાં પાંચેય અવગુણ હોય તેનું શું?

કાર્તિક માસ કે કૂતરે તજે અન્ન ઔર પ્યાસ
તુલસી વાકી ક્યા ગતિ જિન કે બારે માસ!

ભાદરવા મહિનામાં વાસનાના વમળમાં અટવાયેલાં કૂતરાં કારતક મહિનો આવે એટલે દરદમાં ઘેરાઈ અન્નજળનો ત્યાગ કરે છે. એમના દેહ ત્યારે ભોગવિલાસને કારણે ક્ષીણ થઈ જાય છે. એક જ મહિનામાં આવી અવદશા થતી હોય તો બારે મહિના ભોગ ભોગવનારનું શું? સંતોનાં વચનો વિલાસીઓને કઠોર અને કડવાં જરૂર લાગતાં હશે, પણ એમાં જ જીવનના સાચા રાહનું દર્શન સમાયેલું હોય છે.

વધુ એક વાત.

બાપુની ડેલીએ ડાયરો હકડેઠઠ ભરાયેલો એમાં રામદાસે કહ્યું: 'બાપુ, આ જીવલો હું નીકળ્યો ત્યારે પીપળાની ઓટે કૂતરા ભગતની વાત કહેતો હતો અને બધા સાંભળતા'તા.' તરત જ ડાયરાએ જીવલાને કૂતરા ભગતની વાત કહેવા આગ્રહ શરૂ કર્યા. જીવલાએ વાત શરૂ કરી:

બધી નાતમાં સંતો-ભક્તો પાકે તેમ કૂતરાની નાતમાં પણ પાકે. એક કૂતરો સંત જેવી ડાહી ડાહી વાતો કરતો હતો. ચૂંટણી પહેલાં ઉમેદવારો કરે છે તેવી. બધાં કૂતરાંઓને ભેગા કરી એ ભાષણ કરતો: 'ભાઈઓ મૌન રાખો, હું આપ સૌને નમ્રભાવે વિનંતી કરું છું કે મૌન થઈ જાવ. આપણી આખી જ્ઞાતિએ ભસીભસીને કેટલું ગુમાવ્યું છે? ભસવાનું બંધ થતાં જ આપણી વેડફાઈ જતી શક્તિ ભેગી થશે. કૂતરા ભગતના આવા પ્રવચનથી સમગ્ર શ્વાનસમાજ આશ્ચર્યથી સ્તબ્ધ થઈ જતો. બધાંને થતું, 'અહાહા... કેવું જ્ઞાન છે!' બધાં કૂતરાં આ કૂતરાને સંત ગણતા અને તેની સેવાચાકરી કરવામાં પોતાનું ગૌરવ સમજતા. ત્રણ-ચાર સેવકો અને બેત્રણ સેવિકાઓ સંતની સેવામાં ચોવીસે કલાક ખડે પગે રહેતાં. સંતના નિવાસસ્થાનની, ભોજનની બધી જવાબદારી શ્વાનસમાજે ઉઠાવી લીધી. શ્વાનસંત ઉત્તમ પ્રકારનું ભોજન આરોગતા, આરામ કરતા અને આવડે એવો ઉપદેશ આપતા. એમાં થયું એવું કે સમગ્ર શ્વાનસમાજે શ્વાન સંતનો જન્મદિવસ મનાવવાનું નક્કી કર્યું. એ પણ શ્વાન સંતના ઉપદેશનું-મૌનનું પાલન કરીને. સેવકોએ સંતને આની જાણ ન કરી. રાત પડી ચારે તરફ નીરવ શાંતિ. ક્યાંય પણ જરા જેટલોય ભસવાનો અવાજ નહીં. કૂતરા ભગતને ચિંતા થઈ. તેને થયું. 'આ સમાજ સાચે જ મૌન

થઈ જશે તો પછી હું ઉપદેશ કોને આપીશ? આ નિવાસસ્થાન, આ ભોજન, આ સમાજસેવિકાઓનું શું?' શ્વાનસંત ચૂપચાપ નિવાસસ્થાનની બહાર નીકળ્યા. અંધારામાં જઈ જોરથી ભસ્યા. તરત જ ચારે તરફથી ભસવાના અવાજો શરૂ થઈ ગયા. પરમ સંતોષ સાથે પ્રસન્ન ચિત્તે શ્વાનસંત નિદ્રાધીન થઈ ગયા.

સમસ્યાઓમાં જ જેનું હિત સમાયેલું હોય છે એ વર્ગ સમસ્યાઓ હલ થાય તેવું કદી નથી ઇચ્છતો.

□

મનનું ઝરણું

જીવનમાં જરૂર છે બુદ્ધિની કે વિશુદ્ધિની? બુદ્ધિ હોય પણ વિશુદ્ધિ ન હોય તો? જીવનમાં જરૂર છે ગતિની કે પ્રગતિની? જીવનમાં સંપત્તિની જરૂર છે કે સંસ્કારની?

જીવનમાં ગમે તેટલા પ્રશ્નો ઉદ્ભવે પણ જ્યાં સુધી સાચા પ્રશ્નો નહીં ઉદ્ભવે ત્યાં સુધી સાચા પ્રત્યુત્તરો પ્રાપ્ત થશે નહીં.

પ્રત્યેક પ્રશ્નમાં જ તેનો પ્રત્યુત્તર સમાયેલો હોય છે.

ભગવાન બુદ્ધનો પટ્ટશિષ્ય આનંદ સતત પ્રશ્નો પૂછ્યા જ કરતો. પ્રશ્ન પૂછતો પ્રત્યુત્તરમાંથી પાછા પ્રશ્નો સર્જતો અને પાછી ચર્ચા કરતો.

એક વાર બુદ્ધ અને આનંદ જંગલમાં પ્રવાસ કરી રહ્યા હતા. એક સુંદર પહાડી ઝરણા પાસેથી બંને પસાર થયા. આગળ ચાલ્યા. થોડું અંતર વહી ગયા પછી ભગવાન બુદ્ધે આનંદને કહ્યું, 'આનંદ, મને બહુ તરસ લાગી છે. મારે પાણી પીવું છે.' આનંદે કહ્યું, 'પ્રભો, હમણાં જ આપણે એક સુંદર ઝરણું વટાવીને આવ્યા. હું પાછો જાઉં અને આપના માટે પાણી લઈ આવું.' એક વૃક્ષ નીચે બુદ્ધ વિશ્રામ કરવા રોકાયા. આનંદ પાણી લઈ આવવા પાછો ફર્યો.

ભગવાન બુદ્ધે ઘણી વાર પ્રતીક્ષા કરી. ત્યાં આનંદ પાછો ફર્યો પણ તેના ચહેરા પર વિષાદ હતો. તેણે બુદ્ધને પ્રણામ કરી કહ્યું, 'પ્રભુ, હું ત્યાં પહોંચ્યો અને મેં પાણી ભરવા પ્રયાસ કર્યો પણ ભેંસો એ પાણીમાંથી પસાર થઈ હોવાથી પાણી ડહોળાઈ ગયું હતું. ઝાડનાં પાંદડાં, ડાળખીઓ, કાદવ વગેરેથી દૂષિત થઈ ચૂક્યું હતું. મેં બહુ પ્રયત્ન કર્યો પણ પાણી ફરી નિર્મળ થયું જ નહીં. ક્ષમા કરજો પ્રભુ, આપણે આગળ કોઈ અન્ય ઝરણામાંથી પાણી મેળવી લઈશું.'

બુદ્ધે આનંદની વાત શાંતિથી સાંભળી અને એટલું જ પૂછ્યું, 'આનંદ, તેં જળ નિર્મળ બને તે માટે પ્રયાસ કર્યો?' આનંદે કહ્યું, 'હા, પ્રભુ.' બુદ્ધે કહ્યું, 'આનંદ, પ્રયાસની જરૂર જ નહોતી.' આનંદે તરત પ્રશ્ન કર્યો, 'પ્રભુ, પ્રયાસ કર્યા વગર જીવનમાં કંઈ પ્રાપ્ત કરી શકાય ખરું?'

હાસ્યનો વરઘોડો

બુદ્ધે કહ્યું, 'આનંદ, એ જ ઝરણા પર પાછો જા અને કંઈ પણ પ્રયાસ કર્યા વગર માત્ર પ્રતીક્ષા કર.'

આનંદને પાછું જવું ઠીક તો ન લાગ્યું પણ બુદ્ધના આદેશને અનુસરી એ ફરી ઝરણાના કિનારે જઈ બેઠો અને કંઈ પણ પ્રયાસ ન કર્યો. માત્ર પ્રતીક્ષા કરી. થોડો સમય પસાર થયો. આનંદના આશ્ચર્ય વચ્ચે ડાળખીઓ, પાંદડાં, કાદવ ધીરે ધીરે વહેતા ઝરણામાં તણાઈ ગયાં. જે અશુદ્ધિઓ હતી એ બધી તળિયે જઈ બેઠી. પાણી તળિયું જોઈ શકાય તેવું સ્વચ્છ બની ગયું. આનંદે કમંડળ ભરી લીધું. પાછો ફર્યો. આવીને સીધો ભગવાન બુદ્ધના પગમાં પડ્યો અને બોલ્યો, 'પ્રભુ, આટલું જ શીખવવા આપે મને પાછો મોકલ્યો?' બુદ્ધે કહ્યું, 'હા વત્સ.' આનંદ સમજી ગયો કે મનના ઝરણાને કાંઠે બેસી વિચારના પ્રવાહનું માત્ર નિરીક્ષણ કરવાનું છે. કંઈ પણ પ્રયાસ કરવાનો જ નથી. જીવનમાં એક સમય એવો આવશે કે પ્રશ્નો જ શમી જશે.

આનંદના પ્રસંગને યાદ કરતો હું ઑફિસેથી આશિયાનામાં આવતો હતો ત્યાં રસ્તામાં કાનજીના ફળિયાનું બારણું ખુલ્લું ભાળ્યું. મેં જોયું કંકુ વાસણ ઊટકતી હતી અને કાનજી કપડાં ધોતો હતો.

મેં પૂછ્યું, 'એલા ઘરે મે'માન આવવાના છે? શેની તૈયારી ચાલે છે?'

કાનજી કહે, 'એને પૂછો સાહેબ. એને પૂછો.'

મેં કંકુને પૂછ્યું તો કંકુ કહે, 'વાંક એનો છે સાહેબ. સવારથી એણે શરૂઆત કરી છે.' મારા પ્રશ્નોના કોઈએ જવાબો ન આપ્યા એટલે મેં કડકાઈથી કાનજીને કહ્યું, 'તું બોલ, શું થયું છે?' કાનજી કહે, 'સાહેબ, સવારથી ઘરમાં કજિયો શરૂ થયો છે.' મેં પૂછ્યું, 'પણ બાઝવાનું થયું શેમાંથી?' કાનજીએ કંકુ સામે જોયું. બેમાંથી એક પણ કજિયાનું કારણ ન આપી શક્યાં. છેવટે બંનેએ એકરાર કર્યો કે 'કજિયો વધુ ચાલ્યો એટલે કારણ તો સાહેબ, ભુલાઈ ગયું છે.'

મેં કહ્યું, 'તો પછી હવે શું છે?' બંને કહે: 'કંઈ નથી આ તો અમે બેય જણાએ નક્કી કર્યું છે કે જ્યારે જ્યારે બેય વચ્ચે કજિયો થાય ને એટલે એકે વાસણ ઊટકી નાખવા અને એકે લૂગડાં ધોઈ નાખવાં.' કાનજી કહે, 'જુઓ સાહેબ, કંકુએ વાસણ કેવા ઝગારા મારે એવાં ઊટકી નાખ્યાં છે?!'

કંકુ કહે, 'અને સાહેબ એમણે લૂગડાં ધોયાં ઈ તો જોવો. ગોદડાં બગલાની પાંખ જેવાં કરી નાખ્યાં છે. મૂળ તો બેયની દાઝ વાસણ અને લૂગડાં માથે ઊતરી જાય અને ઘર ચોખ્ખુંચણક થઈ જાય એટલે અમે આવું નક્કી કર્યું છે. અમે તો અભણ માણહ રિયા. અમારામાં બીજી તો શું સમજણ હોય?'

મેં કહ્યું, 'આ નાનીસૂની સમજણ નથી. ભણેલામાં આટલી સમજણ હોત તો જીવતરની ઘણી સમસ્યાઓ હલ થઈ ગઈ હોત.'

મને કંકુ અને કાનજીના પરિવાર માટે લાગણી. જીવતરના શ્રમયજ્ઞમાં પરસેવાની આહુતિ આપી જીવનારા બંને શ્રમજીવીઓ. એક લારી એમની માલિકીની છે. કરિયાણાની દુકાનેથી સીધુંસામાન લઈ લારીમાં ઘરધણીના ઘર સુધી પહોંચાડવાનું કામ બંને સાથે જ કરે છે. સાંજ પડ્યે બસો રૂપિયા જેવું રળી લે છે. બંને સંતોષી જીવ છે. સાંજે કામ નથી કરતાં. નાના પ્રેમજીને લઈ ખોડિયારના રસ્તે ફરવા જાય છે.

બસ, ક્યારેક સમજ્યા વગરનાં બાઝી પડે છે અને કજિયો લાંબો ચાલે તો શેમાંથી બાઝવાનું થયું એ ભૂલી જાય છે. એટલે વળી તરત મનમેળ થઈ જાય છે. બંને ઊંડે ઊંડે સમજે છે કે આપણે એકબીજા વગર રહી શકીએ તેમ નથી અને જ્યાં પ્રેમ હોય ત્યાં કજિયો થાયને તો તે પણ જીવતરનું એક સંભારણું બની જાય છે.

એક વાર આવું જ થયું. હું કાનજીના ઘર પાસેથી નીકળ્યો અને કંકુને ઊંચા સાદે બોલતાં જોઈ. કાનજી વારંવાર 'પણ એમાં મારો શો વાંક? આટલું જ બોલ્યા કરતો. હું તરત જ ઘરમાં દાખલ થયો અને હંમેશનો પ્રશ્ન પૂછ્યો, 'અરે, પણ કજિયો થયો શેમાંથી?'

કાનજી કહે, 'એમાં સાહેબ એવું થયું છે...' વચ્ચે જ કાનજીને અટકાવી કંકુએ કહ્યું, 'ખબરદાર, જો સાહેબને કંઈ કીધું છે તો!' 'પણ' મેં જોયું. આટલું બોલતાં કંકુના ચહેરા પર શરમના શેરડા પડ્યા અને ચહેરો લાલ થઈ ગયો. એ હસીને ઘરમાં જતી રહી.

હું પણ ઑફિસે જવા રવાના થયો. સાંજે હું ફરવા નીકળ્યો ત્યારે રૂપાવટીના માર્ગે મેં કાનજીને જોયો એટલે મેં તેને કજિયાનું કારણ પૂછ્યું. કાનજીએ શરમાતાં શરમાતાં વાત કરી.

'મૂળ વાત એમ હતી સાહેબ, કંકુએ જ સવારમાં શરૂઆત કરેલી. કંકુ કહે, "મને રાતે સપનું આવ્યું. સપનામાં તરણેતરનો મેળો આવ્યો. ફજેત ફાળકા, રાવટી, મંદિર, ચકડોળ, મોતનો કૂવો, સરકસ... મેં બધું જોયું એમાં મેળામાં ફરતાં ફરતાં મેં તમને જોયા. તમારી હારે કો'ક બાઈ હતી." કાનજી કહે, "તું નહોતી?" કંકુ કહે, "ના, વાલામૂઈ બીજી કો'ક હતી. એને તમે ચકડોળમાં હાથ ઝાલીને બેહાડી અને પડખે લગોલગ બેઠા. ઢોલીને એક આનો આપી તમે ચકડોળ ચગાવવાનું કીધું. તમે હસી હસીને એની હારે વાતું કરતા'તા. ચકડોળમાંથી હેઠે ઊતરી તમે

ભજિયાં લીધાં. ખાખરા વાંહે તમે બેયે ભજિયાં ખાધાં. તમે એને તાંઇણ કરી કરીને ભજિયાં ખવરાવતા'તા. પછી તમે એના સાટુ ચા લઈ આવ્યા. તમે એને ચા પાઈ ત્યાર પછી તમે એની હારે હૂડો રમ્યા. ઊલળી ઊલળી સામસામાં થપાટું મારતાં'તાં.'' બસ, આટલું કહેતાં કહેતાં કંકુ રોવા માંડી અને મને કે'વા માંડી કે એની હારે ચકડોળમાં બેઠા જ કેમ? એને ભજિયાં ખવરાવ્યાં જ શું કામ? એની હારે હૂડો રમ્યા જ કેમ? બસ પરભાતના પોરમાં મને વાંકગુના વગર સાહેબ, ઘઘલાવવા જ મંડી. હું એને વારેઘડીએ કહું કે, ''પણ એમાં મારો શું વાંક?'' તો બસ સમજે જ નહીં ને? મને રોતાં રોતાં કહે, ''મારા સપનામાં તમે આવા જલસા કરતા'તા તે તમારા સપનામાં તમે કેવા જલસા કરતા હશો?'' એ તો સારું થયું સાહેબ, તમે આવ્યા તે ઈ અંદર વઈ ગઈ. પછી તો મને પણ નિરાંત થઈ.'

મેં ગંભીર થઈ કાનજીને કહ્યું, 'તે કાનજી, તારે પણ સમજીવિચારીને જલસા કરવા જોઈએ ને?' કાનજી કહે, 'સાહેબ, તમે પણ શું મશ્કરી કરો છો?'

□

વનરાજે બ્રાહ્મણને શું કહ્યું?

એક હતો કાગડો. એ જંગલમાં ખોરાકની શોધમાં ચાલ્યા કરતો. આ ખાવું આ ન ખાવું એવી કોઈ સૂગ આ કાગડાને નહોતી. ક્યારેક જંગલમાં વનરાજે મોટા જાનવરનું મારણ કર્યું હોય ત્યારે પાછળ જે કંઈ વધે એમાંથી એની સમગ્ર ન્યાત માટે નાતજમણ થઈ જતું.

એક વાર ખાઈપીને વકરી ગયેલા બલિષ્ઠ ભૂદેવને ભયાનક જંગલમાં નિર્ભયપણે આવતા જોઈ કાગડાને વિચાર આવ્યો કે જો સિંહ ભૂદેવનું મારણ કરે તો પાછળ આપણી આખી નાતને જમણવાર થઈ જાય. કાગડાએ અન્ય કાગડાઓને વાત કરી. થોડા કાગડા ભેગા થઈ ગયા. એટલી વારમાં સામેની ઝાડીમાંથી એક વનરાજને આ તરફ આવતા જોઈ કાગડાની નાત ખુશી થઈ ગઈ. બધાએ ક્રાં ક્રાં કરી વનરાજનું અભિવાદન કર્યું અને વિનંતી કરી, 'મહારાજ, સામેથી એક ભૂદેવ આવે છે. આકડે મધ છે. આપ ભૂદેવને સ્વધામ પહોંચાડો તો આપના રાજ- પરિવારને ભોજન મળે અને અમારી સમગ્ર નાતને નાતજમણ થઈ જાય.'

વનરાજે કાગડાઓની વાત સાંભળી અને કરડી આંખે તેમની સામે જોયું. બધા ચૂપ થઈ ગયા.

વર્ષોનો સંબંધ હોય એમ વનરાજ અને ભૂદેવ એકબીજાને મળ્યા. વનરાજે ભૂદેવને કંઈક વાત કરી અને ભૂદેવ ચૂપચાપ જંગલ છોડી જતા રહ્યા.

વનરાજે ભૂદેવને શું કહ્યું?

થોડાં વર્ષ પહેલાં આ જ ભૂદેવને થયું હતું કે મારામાં બુદ્ધિ નથી, વિદ્યા નથી, ધરમ, જશ, દાન કંઈ નથી. જીવનમાં આવતા સંઘર્ષોનો સામનો કર્યા વગર જે ચૂપચાપ શરણાગતિ સ્વીકારી લે છે એ શૂદ્ર છે. સંઘર્ષો સાથે સમાધાન કરે એ વૈશ્ય છે.

સંઘર્ષોનો વીરતાપૂર્વક સામનો કરનાર ક્ષત્રિય છે અને સંઘર્ષોનો સામનો કરી વિજય મેળવી શકનાર બ્રાહ્મણ છે.

જન્મથી નહીં, કર્મથી જાતિ નક્કી થાય છે. હું જો સંઘર્ષોનો સામનો ન કરી શકું તો આ નિર્માલ્ય જીવનનો કોઈ અર્થ નથી. મૃત્યુ એ એક જ મારા માટે માર્ગ છે. ભૂદેવે

નિર્ણય કરી લીધો. માનવી જ્યારે તેના વિચારોમાં સ્પષ્ટ હોય છે ત્યારે એ પરિણામનો વિચાર નથી કરતો.

ભૂદેવે વનરાવનનો મારગ લીધો. એ ગાઢ બિહામણા જંગલમાં નિર્ભય બનીને ચાલ્યો જતો હતો. એમાં સામેથી એક સિંહે ભૂદેવને જોયા. સિંહને થયું, 'આ કાળા માથાનો અભય માનવી છે કોણ?' સિંહ આગળ આવ્યો. એ જ વખતે દ્વારકાની યાત્રાએ નીકળેલા માનસરોવરના હંસો નદીને કિનારે વિશાળ વટવૃક્ષ પર વિશ્રામ કરતા હતા. વૃક્ષનાં લીલાં પાંદડાંમાં શ્વેત હંસો નીલમના ઢગલામાં મોતી પડ્યાં હોય એવું લાગતું હતું.

રાજહંસોએ ભૂદેવને જોયા. સિંહને તેના તરફ આવતો જોઈ હંસોએ કહ્યું, 'મહારાજ, આપ વનરાજ છો. ભૂદેવ પ્રત્યેક માટે સન્માનનીય ગણાય. આપ ગૌબ્રાહ્મણ-પ્રતિપાલક છો. જીવનની કોઈ અસહ્ય યાતનાને લઈ ભૂદેવ અહીં આવ્યા હશે. તેને સહાયરૂપ થજો મહારાજ.'

રાજહંસોનાં વચનો સાંભળી વનરાજે કહ્યું, 'રાજહંસો, તમે જો મને આવાં ઉમદા વચનામૃતથી વાર્યો ન હોત તો હું કદાચ મારી અજ્ઞાનતામાં બ્રહ્મહત્યાનું પાપ વહોરી લેત. તમારો આભાર.'

સિંહ વિનમ્ર બની ભૂદેવ પાસે ગયો. ભૂદેવની ધોતી પકડી ખેંચવા લાગ્યો. ભૂદેવ પણ સિંહને અનુસરવા લાગ્યા. બંને એક ગુફાના પ્રવેશદ્વાર પર આવી પહોંચ્યા.

ભૂદેવને ગુફા સુધી લાવી સિંહે વિદાય લીધી. ભૂદેવે ગુફામાં જોયું તો તેના આશ્ચર્યનો પાર ન રહ્યો. ગુફામાં મૂલ્યવાન હીરામોતી જડેલાં સુવર્ણનાં આભૂષણો પડ્યાં હતાં.

ભૂદેવે બધાં આભૂષણો ભેગાં કર્યાં. મહામુશ્કેલીએ ઉપવસ્ત્રના પોટલામાં બાંધ્યાં અને ઘર તરફ રવાના થયા.

જે અનુભવ પછી વર્તનમાં પરિવર્તન ન આવે એ અનુભવનો શો અર્થ?

એક જ આભૂષણ ભૂદેવે વેચ્યું ત્યાં વિશાળ જગ્યા સાથે આલીશાન આવાસ નિર્માણ થઈ ગયો. બીજું વેચતાં જીવનજરૂરિયાતની તમામ વસ્તુઓ હાજર થઈ. સુંદર મહાલય, રંગબેરંગી પુષ્પોથી શોભતો ઉદ્યાન, સેવકસેવિકાઓ... ભૂદેવનું સમગ્ર જીવન બદલાઈ ગયું.

કન્યાવાળા રોજ આંગણે આવવા લાગ્યા. એક રૂપવતી કન્યાની પસંદગી થઈ. ધામધૂમથી લગ્ન થયાં. સમગ્ર ગામને ધુમાડાબંધ જમાડવામાં આવ્યું.

દિવસો વ્યતીત થતાં થતાં મહિનાઓ વીત્યા અને મહિનાઓ વીતતાં વર્ષ. દેવના ચાકર જેવા બે પુત્રો આંગણે રમતા થયા. એ પણ મોટા થયા. વિદ્યાભ્યાસ કરી વિદ્વાન બન્યા. તેમની યોગ્યતા મુજબ બે ઉત્તમ કન્યાઓ સાથે તેમણે પણ પ્રભુતામાં પગલાં પાડ્યાં. ભૂદેવના જીવનમાં હવે બધું જ હતું. સુલક્ષણી પત્ની, સુપાત્ર સંતાનો, સદ્‌ગુણી સમજદાર પુત્રવધૂઓ, વિશાળ ભવન અને સંપત્તિ, પ્રભુભજન, યાત્રાઓ, સત્સંગ કે

ઉત્તમ ગ્રંથોનું અધ્યયન કરી કાયાનું અને આત્માનું કલ્યાણ થાય એવાં કાર્યો કરવાનાં જ હવે બાકી રહ્યાં હતાં.

પરંતુ માનવસ્વભાવ છે ને? ભૂદેવને પ્રલોભન થયું, વિચાર આવ્યો. મેં તો જિંદગી ઈશ્વરકૃપાથી સુખચેનથી પ્રારબ્ધના જોરે વ્યતીત કરી, પણ મારા પુત્રો અને તેમનાં સંતાનોનું શું?

જીવનની તમામ સમસ્યાઓનો ભૂદેવ પાસે તો એક જ ઉકેલ હતો, 'ચાલો જંગલમાં, મળો વનરાજ ને.'

લોભને વશ થઈ ભૂદેવ જંગલમાં આવી પહોંચ્યા.

કાગડાઓએ ભૂદેવને જોયા, વનરાજને સલાહ આપી, પણ વનરાજે ભૂદેવ પાસે જઈ કહ્યું, 'ભૂદેવ, લોભને વશ થઈ તમે પાછા જંગલમાં આવ્યા છો એ હું સમજી શકું છું, પણ જેવા આવ્યા તેવા પાછા જતા રહો.'

ભૂદેવને આશ્ચર્ય થયું. 'મહારાજ આપ શું કહો છો? એ જ નદી છે, એ જ નદીનો કિનારો છે, એ જ સ્થાન છે, એ જ હું છું, એ જ આપ વનરાજ છો. એવો તે શો ફેરફાર થઈ ગયો કે આપનું વર્તન બદલાઈ ગયું?'

વનરાજ કહે, 'ફેરફાર બીજો કંઈ નથી થયો, માત્ર સલાહકાર બદલાઈ ગયા છે. આપ પ્રથમવાર આવ્યા ત્યારે વટવૃક્ષ પર રાજહંસો હતા. અત્યારે આંબલી માથે કાગડાઓ છે.'

ભૂદેવ એક ક્ષણમાં બધું સમજી ગયા અને વનરાજને પ્રણામ કરી કહ્યું, 'ક્ષમા કરજો મહારાજ, પ્રલોભનને વશ થઈ હું આવ્યો હતો સંપત્તિ માટે, પણ એથીય ઉમદા અને મૂલ્યવાન સમજણ લઈને પાછો જાઉં છું.'

ભૂદેવે એક દિશામાં વિદાય લીધી. બીજી દિશામાં વનરાજ સિધાવ્યા. નાતજમણની આશા ન રહી હોવાથી કાગડાની નાત વિખેરાઈ ગઈ.

નીચના સંગમાં વસવું અને કલંક ન લાગે એમ બને ખરું?

એક નાચનારી સ્ત્રી દૂધ લઈ જતી હોય તો પણ લોકો તેને દારૂ જ સમજે છે.

> રહીમન નીચ ન સંગ બસી લગત કલંક ન કાહી
> દૂધ કલારી કર ગૃહે મદ હી કહે સબ તાહી.

માનવી પાસે શું છે તે મહત્ત્વનું નથી, જે છે તેનો એ કઈ રીતે ઉપયોગ કરે છે તે મહત્ત્વનું છે.

□

કાનુડે કવરાવ્યાં ગોકુળિયામાં

સારા મુરતિયાને વટાવવાનું કામ સહેલું છે, પણ દુકાળના વરસમાં નબળા બળદને વેચવા જેટલું કપરું કામ મોળા મુરતિયાને ડાળે વળગાડવાનું છે. કાનજીની કઠણાઈ પણ આ જ હતી. કાનજી માથે વીહ વીહ વરહ અલગોઠિયાં ખાઈ ગયાં હતાં, પણ કાનજી હજી થાળે નહોતો પડ્યો. ઝરમર ઝરમર વરસાદ વરસતો. માણહ માતરનાં હૈયાં હરખાતાં. જુવાનિયા પોતાનાં બૈરાંને લઈ તરણેતરના મેળે જવા રવાના થતાં તંયે કાનજીનો જીવ ચકરાવે ચડી જતો. પોતે પણ પરણ્યો હોય, હારે ફૂલફટાક બૈરું હોય, નાનકાને ખંભે બેહાર્યો હોય, ઝીણકી એની માની આંગળીએ હાલી આવતી હોય, વચ્ચે વચ્ચે નાનકડા બે હાથ ઊંચા કરીને પોતાને તેડી લેવા વીનવતી હોય, મેળામાં ચકડોળની એક જ પાલખીમાં ચારેય ગોઠવાઈ ગયાં હોય, ઢોલ વાગતા હોય, માનવમહેરામણ હેલે ચડ્યો હોય... કાનજી કલ્પનામાં ખોવાઈ જતો, 'અરે! હું સંસારના લહાવા લઈ શકીશ?' આવા નિહાકા મંડતો નાખવા. અમને ભાઈબંધોને કાનજીની ચિંતા નહોતી એમ નહોતું પણ અમારાં ઠેકાણાં તો પડવાં જોઈએ ને?

એમાં સતાપરથી કાનજીને જોવા મે'માન આવ્યા. સૌએ ભેગા થઈને કાનજીને રૂડો કરી દેખાડ્યો. વાત પાકે પાયે થઈ. કાનજીનું સગપણ થયું. ગામે ગોળ વહેંચ્યો. ધામધૂમથી કાનજીનાં લગ્ન પણ થયાં અને જે ઘડીની કાનજી રાહ જોતો હતો તે મિલનની ઘડી આવી પહોંચી. કાનજી વારેઘડિયે સૂરજ જોતો. એને થાતું આજ સૂરજનારાયણના ઘરમાંય બોલાચાલી થઈ ગઈ છે. નકર આમ સાવ મોળી ચાલ નો હોય. સાંજ પડતાં જ મગન વાળંદની દુકાને દાઢીનો લપેટો લેવરાવી, એક આનાનું સુગંધી તેલ માથામાં નખાવી, તરભોવન કંદોઈની દુકાનેથી ગાંઠિયા-પેંડાના નાસ્તાનાં પડીકાં બંધાવી કાનજી ઘરે આવ્યો.

ધીરેથી બારણું હડસેલી ઓરડામાં દાખલ થયો. કંકુ પણ ભોળી, ગામડાની કોડભરી કન્યા હતી. એના હૈયામાં પણ હરખ હતો. શરમને લીધે એ આખો ઢોલિયો મૂકીને પાંગતે બેઠી હતી. કાનજીના આગમન હારે એનું હૈયું મંડ્યું જોરથી ધબકવા. કાનજીએ પડીકાં એક કોર મૂક્યાં. કંકુ સામે જોયું ત્યાં પાકું કરેલું બધું ભૂલી ગયો. તોય છૂટક છૂટક વાક્ય બોલ્યો, 'તને મેં મેળામાં જોઈ હતી... તું ને રુખી પાલખીમાં બેઠાં. એના પછીની પાલખીમાં હું ને રઘો હતા... તારા બે આના મારે દેવા'તા પણ હિંમત નો હાલી.' કંકુ આટલું સાંભળી જરાક હસી. એટલામાં તો ચોમાસામાં મોર થનગનાટ કરે એમ કાનજીનું હૈયું નાચી ઊઠ્યું. કાનજીએ પડીકાં કાઢ્યાં. આગ્રહ કરીને કંકુને પેંડો ખવરાવ્યો.

કંકુના આનંદથી કાનજીનો જુસ્સો વધ્યો. કંકુને વધુ ખુશ કરવા તે અધીરો થઈ ઊઠ્યો. કાનજીએ કંકુને પૂછ્યું, 'તારે ગીત સાંભળવું છે?' કંકુને એમ કે ક્યાંકથી લાવીને તાવડીવાજું વગાડશે એટલે તેણે હા પાડી. તરત જ કાનજી ખૂણામાંથી મોટી પિત્તળની ગોળી ઢસડીને ઢોલિયા પાહે લાવ્યો. ગોળીમાં મોઢું નાખી ગાવાથી અવાજ સારો લાગે છે એવો કાનજીને વહેમ હતો. ગોળા પરથી બુઝારું હાથમાં લઈ એની પાછળ મોઢું રાખી એ ક્યારેક ગાતો પણ ખરો. તેને થયું ગોળીમાં મોં રાખવાથી અવાજમાં ઘોર પડે છે. કાનજીએ ગોળીમાં મોઢું નાખ્યું અને ગીત ઉપાડ્યું, 'કુંવર દેવકીના કાન તમે મારા મે'માન'. એ પૂરું થાય ત્યાં 'કાનુડે કવરાવ્યાં ગોકુળિયામાં' રજૂ કર્યું. રજૂ થતાં ગીતના શબ્દો કે એ શબ્દને મળેલ સ્વરના સથવારા સાથે કંકુને કશી લેવાદેવા નહોતી. પોતાને રાજી કરવા પોતાનો ભરથાર કેવો દુ:ખી થાય છે એ જ એ તો જોઈ રહી હતી. કંકુને દયા આવી. એણે કાનજીને ખભે હાથ મૂક્યા. એમાં કાનજીએ શેણી – વિજાણંદના દુહા માંડ્યા ફટકારવા. છેવટે કંકુએ કહ્યું, 'હવે બહાર નીકળો.'

કાનજી જાળવીને નીકળવા ગયો પણ ગમે તે થયું એ માથું કાઢી ન શક્યો. તેણે ફરી અંદર નાખી દીધું. જરાક ત્રાંસા થઈ ફરી પ્રયાસ કર્યો પણ સફળતા મળી નહીં. કંકુએ પણ મહેનત કરી. હવે કાનજી મૂંઝાઈ ગયો. ગોળીસોતો ઊભો થઈ ગયો અને અલગોઠિયું ખાઈ ભીંત હારે ભટકાણો. લોટામાં દૂધ પીવા જતાં બિલાડીનું માથું સલવાઈ રહે અને પછી એ માથું બહાર કાઢવા ધમપછાડા કરે બરાબર એમ કાનજી વલખાં માંડ્યો મારવા. પણ માથું ન નીકળ્યું તે ન નીકળ્યું. એ ગોળીમાં રોવા મંડ્યો. કંકુનું હૈયું પણ હાથ ન રહ્યું. એણે જોરથી મોં વાળ્યું. અમે પડોશમાંથી કાનજીને ઘરે પહોંચ્યા. ઘરનાં જાગી ગયાં. અમે બારણું ખખડાવ્યું

અને કંકુએ બારણું ખોલ્યું. અમે દાખલ થતાં જ જે દશ્ય જોયું એનાથી અવાચક થઈ ગયા.

પ્રાણલાલ અને પ્રવીણે એક જ પ્રશ્ન ઉપાડ્યો, 'કાનજી ગોળીમાં સલવાણો કઈ રીતે?' કંકુ તો રોતી રોતી એક જ વાત કહેતી હતી, 'મેં કાંઈ નથી કર્યું.' કનક ગાંધી કહે, 'બધી લપ મૂકીને આને પહેલાં બાર તો કાઢો.' અમે કાનજીના પગ તરફ રહ્યા. તેના ઘરનાં માથા તરફ રહ્યાં. કાનજીને ઊંચો લઈ લીધો. સમુદ્રમંથન માટે દેવ-દાનવ સામસામા ગોઠવાય એમ અમે ગોઠવાઈ ગયાં. બધાંએ એકસામટી મહેનત કરી પણ કાનજીનો છુટકારો ન થયો. ઊલટાની એણે રાડ પાડી. અમે તરત નીચે સુવરાવી દીધો. કાનજી હવે અધમૂઓ થઈ ગયો. મેં તરત લખમણ લુહારને બોલાવી લાવવા થોભણને કીધું. થોભણ ગયો અને છીણી હથોડી સાથે લુહારને બોલાવી લાવ્યો.

લખમણ લુહારે પણ પહેલાં પૂછ્યું, 'આ સલવાણો કઈ રીતે?' અમે કહ્યું, 'પે'લાં આને કાઢવાનું કાંઈક કરો!' લખમણે ગોળી, ગોળીનો કાંઠો, ઘેરાવો- જાડાઈ બધું જોઈને નિર્ણય જાહેર કર્યો, 'અત્યારે ફરતો કાંઠલો કાપી શ્વાસ લીધા જેવું કરી દઉં. બાકીનો કાંઠો અહીં નહીં કપાય. એ કાલે કોડમાં કાપવો પડશે.' તરત કાર્યવાહી શરૂ થઈ. અમે કાનજીને ઊંધો પકડી રાખ્યો. પગ ઉપરથી ઝાલી રાખ્યો. માથું નીચે રાખીને કાંઠા ફરતી લખમણે ધીરે ધીરે મહામહેનતે ગોળી કાપી દીધી. ખાલી ગોળીનો કાંઠો કાનજીના ગળામાં રહ્યો. હરાયા ઢોરને ગળામાં ગાળિયો રહે એમ ગોળીને ખૂણામાં ફગાવી દેવામાં આવી. વહેલી સવારે ગામમાં ફંફેરો ન થાય એટલા ખાતર અમે કાનજીને ઉપાડ્યો. લખમણને જગાડી કોડ્ય ઉઘડાવી. કાનજીને શીર્ષાસન કરાવી અધ્ધર પકડી રાખ્યો. લખમણે ચોરસ કોઢાનો લાગ કરી, એક ઠેકાણેથી કાંઠો કાપવાનું શરૂ કર્યું. હથોડીના થડકારે કાનજી કણસતો... પણ શું થાય? ધીમે ધીમે કાંઠલો કપાતો ગયો અને છેવટે કાનજી મુક્ત થયો.

અમે ઘણો ખટકો રાખ્યો છતાં વાયુવેગે વાત ગામમાં ફેલાઈ ગઈ અને સોએક માણસોનો સમૂહ કાનજીની મુક્તિ જોવા ઊમટી પડ્યો.

કાંઠો અને ગોળી બંને ભંગારમાં પીતાંબરદાસ કંસારાની દુકાને મોકલી આપવામાં આવ્યાં. જે રકમ આવી એ લખમણ લુહારને આપવામાં આવી. આખી વિગત તો બીજે દિવસે કંકુએ કહી ત્યારે અમે જાણી.

થોડાં વરસ સુધી કાનજીને તકલીફ રહી. નાના છોકરા એને જોઈ 'કાનુડે કવરાવ્યાં ગોકુળિયામાં...' શરૂ કરતાં અને કાનજી ખિજાઈને પાછળ દોડતો. ગામની યુવતીઓ પણ કાનજીને ભાળી જતી તો કહેતી, 'કંકુએ વરત માતર કર્યાં હશે

નકર આવો વર ક્યાંથી મળે?' કાનજી એમના પર ખિજાતો અને હસીને સૌ દોડી જતી.

ગામમાં ઘણી વાર બહારગામથી મહેમાન આવ્યા હોય એને તેડીને ઘરધણી કાનજીને બતાવતા અને કહેતા, 'આ હું કહેતો હતો ઈ કાનજી.' એક જ ભૂલે કાનજી વિનમ્ર બની ગયો. કંકુને કાંઈ પણ ક્રોધમાં કહેવા જતો ત્યાં કંકુ કહેતી, 'ભલે મારામાં સમજણ ન હોય પણ અમે કોઈ દી ગોળીમાં માથું નાખીને ગીત નથી ગાયાં.' કાનજી તરત નરમઘેંશ જેવો થઈ જતો.

વર્ષો પછી કાનજી પોતે પોતાની મૂર્ખાઈ પર હસી શકે એટલો નિખાલસ થઈ ગયો છે. એ જ પોતાની વાત માંડે છે. મને થોડા દિવસ પહેલાં મળ્યો અને અમે વાતોએ ચડ્યા. કાનજી મને કહે, 'સાહેબ, આખા મલકનું લખો છો તે બે વેણ મારાંય કોક દી લખો ને. ભલેને જગત જાણે. જુવાનીમાં સાહેબ, કોણ ભૂલ નથી કરતું? કોઈ જુગારમાં ઘર ને ખોરડાં હારી જાય છે તો કોઈ વ્યસનમાં અટવાઈને આખા ખાનદાનને ખેદાનમેદાન કરી નાખે છે. મેં એવું તો નથી કર્યું? સૌને બે ઘડી મોજ આવશે.'

હું કાનજી સામે જોઈ રહ્યો. મને થયું કે દરેક માણસ જાતનો સ્વીકાર કરે તો? પોતે જેવો છે તેવો સ્વીકારી લે તો? સમાજ સ્વર્ગ બની જશે.

□

શ્રીમંતાઈનાં સપનાં

કબહુ મન રંગત રંગ ચડે

ક્યારેક મન રંગમાં આવી જાય છે.

કબહુ મન સોચત હૈ ધન કો

ક્યારેક એ પૈસાના વિચારે ચડી જાય છે.

અમારા ગામના બેચરશેઠનો દીકરો બચુ રંગમાં આવી ગયો અને હારે પૈસાના વિચારે ચડી ગયો. બચુને એક દિવસ એમ થઈ ગયું કે બાપદાદા વખતની આ કરિયાણાની દુકાનમાં મીઠું-મરચું-હળદર વેચી, અડદ, મગ કે તુવેરની દાળ જોખી, ઘઉં, બાજરો કે ચોખાની ગૂણો ફેરવવામાં આયખું નથી પૂરું કરવું. મુંબઈ જાવું છે. ફિલમના હીરો બનવું છે, લખલૂટ પૈસા રળવા છે. કોઈ સ્વરૂપવાન હીરોઈન સાથે લગ્નથી જોડાઈને સંસારના લહાવા લેવા છે. ફરતા બગીચાવાળા મોટા બંગલામાં રહીને એશઆરામની જિંદગી જીવવી છે.

બચુનું મન ચકરાવે ચડી ગયું. જે છે તેની અવગણના અને જે નથી તેની ઝંખના શરૂ થઈ. મન હોય તો માળવે જવાય. એક રાતે ઘરમાંથી જે હાથ પડ્યું તે લઈ બચુ મુંબઈ ભેગો થઈ ગયો, પણ મુંબઈ આવ્યા પછી તેને સમજાણું કે મુંબઈમાં જીવતરની કેડી કંડારવી ઘણી વહમી છે.

બચુ ઘણું મથ્યો પણ ફિલમલાઇનની મજબૂત વાડ્યમાં તેને ક્યાંય નબળું છીડું જડ્યું જ નહીં. વધેલી દાઢી, વિખરાયેલા વાળ, ફાટેલાં લૂગડાં, તૂટેલાં જોડાં અને ભાંગેલા મન સાથે સ્ટુડિયોના ધક્કા ખાઈ ખાઈને બચુ બેહાલ બની ગયો. બહુ મહેનત કરી ત્યારે પંદર રૂપિયાના રોજથી રામસેનામાં વાનરનું પાત્ર બચુને મળ્યું. આગળ રબ્બરનું વાંદરાનું મોઢું અને પાછળ પૂંછડું લગાડી બચુને વાનરસેનામાં ભરતી કરી દેવામાં આવ્યો. સૌ વાનરમિત્રો સાથે એ સેતુબંધ બાંધવાના કામે લાગી પડ્યો અને શ્રીરામને સહાયરૂપ થઈ શક્યો.

બચુને અનુભવ થઈ ગયો. એ સમજી ગયો. આ ફિલમલાઇન છે. અહીં શૂટિંગ પૂરું થયા પછી ભગવાન બસની લાઇનમાં ઊભા રહે છે અને ભગત

મોટરમાં જાય છે. ઉઘરાણીએ આવનાર લેણિયાત પાસેથી જો ઉછીના પૈસા મેળવી શકવાની આવડત હોય એ જ આ લાઇનમાં ટકી શકે છે. મુંબઈમાં બચુને ખબર પડી કે બેચરશેઠની તબિયત કથળી છે. તરત બચુએ વાળ કપાવ્યા, દાઢી કરાવી. એક જોડ લૂગડાંને તાત્કાલિક ઇસ્ત્રી કરાવી, થેલો ખંભે નાખી સાંજે સૌરાષ્ટ્ર મેઇલમાં બારી પાસે જગ્યા પર ગોઠવાઈ ગયો. બીજે દિવસે મેઇલમાંથી ઊતરી બચુ સીધો સાર્વજનિક હૉસ્પિટલમાં હાજર થયો.

ધોળા બૂટ, કાળું પાટલૂન, ચોકડાવાળો બુશકોટ, આંખો પર ગૉગલ્સ અને ખભે ઍરબૅગ લટકાવી નાટકના તખ્તા પર કોઈ મહત્ત્વનું પાત્ર પ્રવેશે તેમ બચુએ બેચરશેઠના રૂમમાં પ્રવેશ કર્યો.

ગૉગલ્સ આંખ પરથી ઉતારી, કરુણ દૃષ્ટિએ પિતાને જોઈ એક ડૂસકું ખાઈ બચુએ શરૂઆત કરી, ‘પિતાજી, યુવાનીના મદમાં અંધ બની, આપના પ્રેમની અવગણના કરી, પૂરા પરિવારની લાગણી ઠુકરાવી મેં મુંબઈ જવાની મૂર્ખાઈ કરી, પરંતુ ઠોકરો ખાઈ, પાયમાલ થઈ, અનુભવને અંતે મને જીવનનું સત્ય સમજાઈ ગયું છે. માતા-પિતા અને પરિવારની છત્રછાયા જેવું સુખ જગતમાં બીજે ક્યાંય નથી. મને માફ કરો. પિતાજી મને ક્ષમા કરો.’

બચુએ Prodigal son, ઉડાઉ પુત્રનો અભિનય આબેહૂબ કરી દેખાડ્યો.

બચુનો વાર્તાલાપ સાંભળી બેચરશેઠે આંખો ખોલી. બચુ તરફ દૃષ્ટિ કરી એટલું જ બોલ્યા, ‘સૌથી પહેલાં ઑક્સિજનની નળી પરથી તારો પગ ખસેડી લે. પછી જે કહેવું હોય તે કહે.’

બેચરશેઠની ચતુરાઈ જોઈ સૌ ખુશ થયા. બચુ ભોંઠો પડ્યો અને નીચું જોઈને હાલતો થયો.

કબહુ મન રંગત રંગ ચડે
કબહુ મન સોચત હૈ ધન કો

અમારી શાળાના ચંદ્રકાંત માસ્તર લૉટરીની ટિકિટો લઈ આવતા. કો’ક દિવસ નસીબ આડેથી પાંદડું ખસશે અને પરભુ સારો દી દેખાડશે. બસ, આ જ આશાના સહારે માસ્તર જીવતર જીવ્યે જતા હતા. માસ્તર લૉટરીની ટિકિટો ખરીદી વ્યવસ્થિત ગોઠવી પછી એક ટિકિટ ઉપાડતા. તેના પર જે ઇનામની રકમ લખી હોય તેનો સરવાળો કરતા. પાંચ લાખ, અગિયાર લાખ, એકાવન લાખ... ઇનામની રકમનો કુલ સરવાળો ઘણી વાર એક કરોડ પર પહોંચી જતો. પછી માસ્તર કહેતા, ‘એક કરોડ અને અઢાર લાખમાંથી નાખી દેતાંય ચારપાંચ લાખ તો આવશે ને?’

આવડી મોટી રકમ સાંભળતાં ચંદ્રિકાબહેન રાંધવાનું કામ પડતું મૂકીને બહાર દોડી આવતાં અને માસ્તરને પૂછતાં, 'તે સાંભળ્યું? આપણને આટલા બધા પૈસા મળવાના છે.' માસ્તર પોતાની બુદ્ધિ અનુસાર ભવિષ્યમાં થનાર જંગી અર્થ-ઉપાર્જનની વિગત સમજાવતાં અને બંને કોઈ રંગીન સ્વપ્નસૃષ્ટિમાં સરી પડતાં. માસ્તર કહેતા, 'એક વાર પૈસા હાથમાં આવે એટલે સૌપ્રથમ આ ભાડાનું મકાન કાઢી નાખવું છે. ચારસો વારનો પ્લૉટ લેવો છે. બસ્સો વારમાં બાંધકામ અને બસ્સો વારમાં પહેલાં તો મોટાં ઝાડ વવરાવવાં છે. લીંબડો, ગુલમહોર, આસોપાલવ અને શેતૂર... આ તરફ રંગબેરંગી ફૂલોવાળી બૉગનવેલ નખાવવી છે. બાજુમાં ક્યારામાં ગુલાબ, ચંપો, ચમેલી અને મોગરાનાં ફૂલઝાડ વવરાવવા છે. બોગનવેલના માંડવા હેઠે લોખંડનો હીંચકો મુકાવી, વચ્ચે ગાદી અને બેય કોર તકિયા મુકાવી, પછી સાંજને ટાણે આપણે હીંચકે બેસીને હીંચક... હીંચક હીંચશું. તને કામ કરતી જોઈને મારો જીવ સતત બળ્યા કરે છે. તારા માટે એક સારી કામવાળી રાખી લેવી છે. સૌપ્રથમ તારા માથેથી કામનો બોજ મારે ઉતારી નાખવો છે.' આટલું સાંભળતાં કોઈ પૂર્વાનુભવની અસર હોય કે ગમે તે પણ ચંદ્રિકાબહેન તાડૂક્યાં, 'ના હોં, મારે આ ઘરમાં કોઈ બીજા બૈરાનો પગ નથી જોતો. હૈયું બાળવું એના કરતાં હાથ બાળવા સારા.' ચંદ્રકાંત માસ્તર કહેતા, 'તારામાં અક્કલ જ નથી. તું તો ઢસરડો કરવા જ જન્મી છો. સાલાવ, તમારે હોય નોકર-ચાકર? હું જ મૂરખ છું કે તમને સુખી કરવા રાત-દિવસ મથ્યા કરું છું.'

લૉટરી ટિકિટો એમ ને એમ રહેતી અને ઘરમાં મહાભારત કજિયો શરૂ થઈ જતો. આના પહેલાં પણ એક વાર માસ્તરે લૉટરીનું ઇનામ લાગવાની વાત કરી ત્યારે ચંદ્રિકાબહેને કીધું હતું કે 'મારા ભાઈ મનહરને એક દસ હજાર રૂપિયા ઉછીના આપજો. બિચારો હંમેશાં પૈસાની ખેંચમાં રહ્યા કરે છે.' મનહરનું નામ સાંભળતાં માસ્તરની ભ્રૂકુટિ તંગ થઈ ગઈ. તેમણે કહ્યું, 'મનહરને દસ હજાર રૂપિયા હું આપું? અરે! મરી જાઉં તો પણ દસ રૂપિયા ન આપું. એક પૈસો નો આપું.'

ચંદ્રિકાબહેન કહે, 'અરે! તમે શું આપવાના હતા? તમે તો મૂળથી જ ભૂખડી- બારશ છો. મારો ભાઈ બિચારો સાચું કહેતો હતો કે બહેન રહેવા દે, આ લોભી હારે ચાર ફેરા ફરીને તું ભવાટવિમાં એવી અટવાઈ જઈશ કે તને મારગ નહીં મળે.'

માસ્તર કહે, 'બસ, એટલે જ નથી દેવા.' એ જ વખતે મેં માસ્તરના ગૃહમાં પ્રવેશ કરી પૂછ્યું, 'કોને નથી દેવા?'

માસ્તર કહે, 'મનહરને મારે દસ હજાર નથી દેવા. સો વાતની એક વાત.'

મેં કહ્યું, 'પણ માસ્તર, તમારી પાસે આવી પૈસાની સવલત છે ખરી?' વચ્ચેથી ચંદ્રિકાબહેને કહ્યું, 'હું ક્યાં કહું છું અત્યારે ને અત્યારે આપો. આ તો પૈસા આવે ત્યારે આપજો. મેં આટલી જ વાત કરી ત્યાં મંડ્યા જેમ આવે તેમ બોલવા. મારા ભાઈનું કીધું માન્યું હોત ને તો અત્યારે પૈસાની રેલમછેલ હોત અને આંગણે મોટર ઊભી હોત.'

માસ્તર કહે, 'હજી તારા ભાઈને કહી કોક મોટરવાળા હારે નક્કી કર્ય.'

ફરી કજિયો શરૂ થયો.

મેં કહ્યું, 'બંધ કરો બકવાસ.' મારું ઉગ્ર સ્વરૂપ જોઈ માસ્તર ડઘાઈ ગયા. શાંત થઈ ગયા. ચંદ્રિકાબહેન પણ તરત સમજી ગયાં. મેં સીધો જ પ્રશ્ન પૂછ્યો, 'ક્યાંથી પૈસા આવવાના છે?' બંનેમાંથી કોઈ કાંઈ બોલ્યું નહીં. ચંદ્રિકાબહેને કહ્યું માસ્તરને, 'સાહેબને કહો ક્યાંથી પૈસા આવવાના છે?'

માસ્તર મૂંઝાઈ ગયા. છેવટે બોલ્યા, 'આ તો લૉટરીની ટિકિટો લીધી છે. કદાચ કોઈ ઇનામ લાગે અને દિવસ ફરે એટલા પૂરતી વાત હતી.'

હું બધું સમજી ગયો. આ તો સંપત્તિ આવ્યા પહેલાં સંપત્તિની સમસ્યા શરૂ થઈ.

મેં કહ્યું, 'માસ્તર, શ્રીમંતાઈનાં સપનાં જોવાં કરતાં નિર્ધનતાને જુઓ તો દિવસ ફરશે, નહીંતર તમારું ફરશે બીજું કાંઈ નહીં થાય.'

આવી ઘણી વાતો મેં કરી. ચંદ્રિકાબહેને ચા બનાવી. અમે ત્રણેયે પીધી. ફરી આ રીતે નહીં ઝઘડવાની બંનેએ ખાતરી આપી અને મેં વિદાય લીધી.

□

સાચો કલાકાર

ગામને પાદર, વડના ઝાડ પાસે એક ખંડેર જેવું અવાવરું મંદિર હતું, તેના પથ્થરો પર બેસી છોકરાઓ મળત્યાગ કરતા. લોકો કચરો નાખ્યા કરતા. બાજુમાંથી નીકળતા સૌને અસહ્ય દુર્ગંધનો અનુભવ થતો. સૌને થતું હતું આનું કંઈક કરવું જોઈએ, પણ કોણ કરે?

એમાં અચાનક એક દિવસ એક સાધુમહાત્મા ત્યાં આવી ચડ્યા. તેમણે જગ્યાનું નિરીક્ષણ કર્યું અને ચૂપચાપ એક સાવરણો લઈ કચરો સાફ કરવા લાગ્યા. સાધુમહાત્માને આ કામ કરતા જોઈને ગામના યુવાનો પણ સફાઈકામમાં લાગી પડ્યા. કિસાનપુત્રો પાવડા, બકડિયાં, ત્રિકમ, કોદાળી જેવાં સાધનો લઈ આવ્યાં. આજુબાજુ ઊગેલા બાવળ કાપી નાખવામાં આવ્યા. બધી ગંદકી દૂર કરવામાં આવી. ખાતર તરીકે ઉપયોગી થાય એવું બધું ખેડૂતો લઈ ગયા. મંદિરના પથ્થરોને ધોઈ નાખવામાં આવ્યા. સુંદર શિલ્પો જોઈ લોકો મુગ્ધ થઈ ગયા. બે-ત્રણ કડિયા સાથે સેવાભાવી સજ્જનો હાજર થયા. તેમણે વડ ફરતે સુંદર ઓટો ચણાવી આપ્યો. મંદિરમાં જ્યાં જ્યાં જરૂર હતી ત્યાં મરામત કરાવી આપી. બાજુમાં વહેતી નદી, કિનારે મંદિર અને વિશાળ વટવૃક્ષ, એને ફરતો ઓટો. લોકોને સાંજે ફરવાનું સ્થળ તૈયાર થઈ ગયું. સૌને થયું આ જ સ્થળ હતું આ જ મંદિર, ઓટો બધું હતું, પણ ઊભા ન રહી શકાય એવી દુર્ગંધ આવતી, ચારે તરફ ગંદકી હતી, માત્ર એક જ સાધુની સાધુતાએ આખા સ્થાનની સૂરત બદલી નાખી. સાધુને સૌ 'સ્વામીજી' એમ સંબોધન કરવા લાગ્યા. સ્વામીજીએ વડના ઓટે ધૂણી ધખાવી, આસન જમાવ્યું. એ મોટા ભાગે જ્યારે જુઓ ત્યારે સફાઈકામમાં જ રોકાયેલા રહેતા, માત્ર એક જ વાર ભીખ માગવા ભિક્ષાપાત્ર લઈ નીકળતા અને એક જ ઘરેથી જે મળે તે સ્વીકારી લેતા. એક ભગવી કંથા, દંડ અને કમંડળ સિવાય મહાત્મા પાસે કોઈ સંપત્તિ નહોતી. નહોતો કંઈ પણ પરિગ્રહ. સાંજ પડ્યે સત્સંગસભા શરૂ થતી. સ્વામીજી સાધુ માટે કહેતા:

સાધુ ગઠરી ન બાંધિએ ઉદર સમાતા લેતા
આગે પીછે હરિ ખડે જબ માંગે તબ દેતા॥

સ્વામીજીની વાણી સાંભળી વધુ ને વધુ લોકો સત્સંગમાં આવવા લાગ્યા. સૌને સ્વામીજીની વાણી અસર કરતી અને સૌ માનસિક શાંતિ મેળવતા. પ્રથમ મંદિરનું આજુબાજુનું વાતાવરણ સ્વચ્છ બન્યું. પછી મંદિરની મરામત થઈ. વડની આજુબાજુ ઓટો ચણાઈ ગયો. એક યુવાને પૂજાની જવાબદારી સ્વીકારી એટલે સ્વામીજીએ ઠાકોરજીની મૂર્તિની પ્રાણપ્રતિષ્ઠા કરાવી, ભૂદેવોને જમાડ્યા, યથાશક્તિ દાનદક્ષિણા પણ આપ્યાં. ધીરે ધીરે સ્વામીજીની યશગાથાની કીર્તિ પ્રસરતી પ્રસરતી રાજપરિવાર સુધી પહોંચી. પ્રથમ રાજકુમારો સત્સંગમાં આવવા લાગ્યા પછી રાજકુમારીઓ, રાજમાતાશ્રી અને રાજપરિવારનો સ્ત્રીવર્ગ મંડ્યો હાજરી આપવા, એક દિવસ મહારાજા ખુદ પધાર્યા. સ્વામીજીને વંદન કર્યાં.

સત્સંગસભામાં સ્થાન ગ્રહણ કર્યું અને બેઠા. એક ચિત્તે સ્વામીજીની વાણી સાંભળી, જતાં જતાં પ્રણામ કરી મહારાજે સ્વામીજીને વિનંતી કરી, 'આપ રાજદરબારમાં કાલે પધારો. સમસ્ત રાજપરિવાર તરફથી આપનું સન્માન કરવાની મારી તીવ્ર ઝંખના છે.' સ્વામીજીએ સંમતિ આપી. સમગ્ર ગામમાં આ વાતની જાણ થતાં આનંદની લહેરી પ્રસરી, સમસ્ત ગામ ઊમટી પડ્યું. રાજદરબાર ભરાયો, રાજદરબારીઓએ પોતાનાં સ્થાન સંભાળી લીધાં, રાજમાતા, રાજકુમારીઓ અને અન્ય રાજઘરાનાનાં બહેનો પડદા પાછળ એમના સ્થાને ગોઠવાઈ ગયાં, છડીદારે છડી પોકારી. મહારાજાએ દરબારમાં પ્રવેશ કર્યો. સૌએ ઊભા થઈ મહારાજાને સન્માન આપ્યું. ત્યાર પછી શિષ્યવૃંદ સાથે સ્વામીજીએ પ્રવેશ કર્યો. સ્વામીજીના જયજયકારના હર્ષનાદોથી દરબાર ગુંજી ઊઠ્યો. ખુદ મહારાજાએ ઊભા થઈ સ્વામીજીનું સન્માન કર્યું. એમના આસાન પર બિરાજવા વિનંતી કરી. સ્વામીજીએ સૌને આશીર્વાદ આપ્યા. મહારાજા સિંહાસન પર બિરાજમાન થયા અને સન્માનસમારંભ શરૂ થયો. રાજપુરોહિતે સ્વામીજીને ચાંદલો કર્યો. ચોખા ચોડ્યા. ત્યાર પછી તમામ રાજદરબારીઓ અને મહારાજાને તિલક કરવામાં આવ્યાં. એ વિધિ પૂરી થતાં એક પછી એક દરબારીએ આવી સ્વામીજીને હાર પહેરાવી પ્રણામ કર્યા. છેવટે મહારાજાએ તેમના રાજસિંહાસન પરથી ઊતરી સ્વામીજીના આસન પાસે જઈને વિનયપૂર્વક પ્રણામ કરી સ્વામીજીને હાર પહેરાવ્યો અને રૂપિયા એક લાખ ચરણોમાં ધર્યો. એ જ ક્ષણે એક એવી અભૂતપૂર્વ ઘટના ઘટી કે મહારાજા, સમગ્ર દરબારીઓ, રાજપરિવાર અને જનતા આશ્ચર્યથી સ્તબ્ધ થઈ ગયાં. કંઈ પણ પ્રતિભાવ આપવાના હોશકોશ સૌ ખોઈ બેઠા, મહારાજાએ પ્રણામ કરી સ્વામીજીનું

સન્માન કર્યું ત્યારે સૌના આશ્ચર્ય વચ્ચે સ્વામીજીએ ખોટાં દાઢી-મૂછ અને જટા દૂર કરી મહારાજાના પગમાં પડી કહ્યું, 'મહારાજા, આપે મને ન ઓળખ્યો?' મહારાજા પ્રથમ તો સ્વામીજીના આ નવા સ્વરૂપને જોઈ જ રહ્યા અને પછી આનંદથી ભેટી પડ્યા અને બોલ્યા. 'કલાધર તું? તું સ્વામીજી?' કલાધરે કહ્યું, 'મહારાજ, આપને યાદ છે? હું મારી નિર્ધનતા દૂર કરવા આપની પાસે મદદ માગવા આવ્યો હતો ત્યારે આપે મને જણાવ્યું હતું, ''હું એમ કંઈ ન આપી શકું. તું તો કલાકાર છો. તારી કલા જોઈને, જાણીને, અનુભવ કરીને હું તને યોગ્ય પુરસ્કાર આપીશ.''

મહારાજાને વાત યાદ આવી. તેમણે કહ્યું, 'હા, મેં કહ્યું હતું કે જો તું બહુરૂપી છે, કલાકાર છે તો તને તારી કલા જોઈને હું યોગ્ય પુરસ્કાર આપીશ.' બહુરૂપી કલાકારે રૂપિયા એક લાખ મહારાજાને ચરણે ધર્યા અને પછી વિનંતી કરી: હવે આપ મારી કલા જોઈ પ્રસન્ન થયા હો તો મને મારી કલાની કદરરૂપે યોગ્ય પુરસ્કાર આપો. કલાધર જેવા શ્રેષ્ઠ કલાકારની આવી ઉમદા વાત સાંભળી મહારાજા ખુશ થયા. તેમણે કહ્યું, 'જો તારી કલાથી ખુશ થઈ હું તને એક લાખનો પુરસ્કાર આપું છું અને તને અગાઉ આપેલી એક લાખની રકમ પણ તું તારી કલાની કદર સમજી સ્વીકારી લે.' પરંતુ કલાધરે માત્ર એક લાખનો પુરસ્કાર જ સ્વીકાર્યો, એક લાખ પરત કર્યા. મહારાજાએ બહુ આગ્રહ કર્યો છતાં કલાધર મક્કમ રહ્યો.

મહારાજાએ છેવટે પૂછ્યું, 'તને આપેલી એક લાખની રકમ તું કેમ નથી સ્વીકારતો?' કલાધરે સ્પષ્ટતા કરી, 'મહારાજ, એ રકમ તો એક સંતને મળેલી રકમ છે અને આપ જાણો છો, હું કલાકાર છું, સંત નથી. મેં તો માત્ર સંતનો વેશ કાઢ્યો હતો. હું એ વેશ લજવી ન શકું. મેં સંતનો વેશ લીધો હતો એટલે એ પૂરેપૂરો મારે ભજવી બતાવવો જોઈએ.

'ભગવાં પહેર્યા પછી રાવણે પણ લક્ષ્મણરેખા નહોતી ઓળંગી. આ રકમ રાજની છે. હું રાજને પરત કરું છું. પ્રજાકલ્યાણના કોઈ કામમાં એ રકમ વપરાશે તો મને આનંદ થશે, બાકી હું તો સ્વીકારી નહીં જ શકું.' છેવટે મંદિરના જીર્ણોદ્ધાર માટે એ રકમ વાપરવાનું નક્કી થયું. મહારાજાએ એવો પ્રબંધ કર્યો. કલાધરને સંબોધીને તેમણે કહ્યું, 'કલાધર, તારી ઉચ્ચ કલા, એથીયે ઉચ્ચ તારી ભાવના અને તારું શ્રેષ્ઠ વર્તન જોઈ મને અત્યંત આનંદ થયો છે. રાજ્યના ગૌરવમાં વધારો કર્યા બદલ હું તારો આભારી છું.' મહારાજાને પ્રણામ કરી કલાધરે વિદાય લીધી. સૌના મોંમાં એક જ શબ્દ હતો, ધન્ય છે... ધન્ય છે. સંતનો વેશ ઉતારી એક કલાકારે વિદાય લીધી. એક સુંદર દશ્ય પૂરું થયું. બીજું દશ્ય. એક બહુરૂપી કલાકારે જૈન મહારાજસાહેબનો વેશ ધારણ કરી પ્રવેશ કર્યો. યુદ્ધના મેદાન નજીક સૈન્યનો

મુકામ હતો. એક આલીશાન તંબૂમાં દોડધામ થઈ રહી હતી. ગુજરાત અને માળવા વચ્ચે યુદ્ધો થયાં કરતાં હતાં. એક વાર આ યુદ્ધનું સંચાલન મંત્રી શ્રી ઉદયનને સોંપવામાં આવ્યું હતું. મંત્રીશ્રી વીરતાપૂર્વક લડ્યા, પણ તુમુલ યુદ્ધમાં પોતે ઘાયલ થયા. તાત્કાલિક તેમને છાવણીમાં તેમના તંબૂમાં લાવવામાં આવ્યા. મંત્રીશ્રીને સૂઝી આવ્યું, 'હવે પ્રાણ રહેશે નહીં.' તેમણે કોઈ જૈન મહારાજસાહેબનાં દર્શનની અંતિમ ઇચ્છા વ્યક્ત કરી. મૂંઝવણ એ હતી કે અહીં મહારાજસાહેબને ક્યાંથી લાવવા? કઈ રીતે લાવવા? પણ કોઈએ એક યુક્તિ કરી. એક બહુરૂપી કલાકારને તત્કાળ જૈન મહારાજસાહેબના વેશમાં હાજર કર્યો.

અરિહંત સરણં પવજ્જામિ
સિદ્ધો સરણં પવજ્જામિ
સાહૂ સરણં પવજ્જામિ
કેવલી પન્નતં ધમ્મં સરળં પવજ્જામિ

અરિહંતના શરણનો સ્વીકાર કરું છું. સિદ્ધોના શરણનો સ્વીકાર કરું છું. આત્મજ્ઞકથિત ધર્મના શરણનો સ્વીકાર કરું છું.

મહારાજસાહેબનો મંત્ર પૂરો થતાં પ્રસન્નતાપૂર્વક ઉદયનમંત્રીશ્રીએ પ્રાણનો ત્યાગ કર્યો. અધિકારીઓએ પુરસ્કારની થેલી કલાકારને અર્પણ કરી ત્યારે તેનો અસ્વીકાર કરતાં કલાકારે જણાવ્યું, 'જે ક્ષણે મંત્રીશ્રીની આંખ બંધ થઈ એ જ ક્ષણે મારી આંખ ખૂલી ગઈ છે. હવે મને કોઈ અપેક્ષા નથી. જે વેશ સમક્ષ મંત્રીશ્રીએ સંતોષપૂર્વક પ્રાણ ત્યાગી દીધો એ વેશ હું લજાવવા નથી માગતો. હવે જીવનભર હું આ જ વેશમાં રહીશ.' ક્ષિતિજ પર સૂર્ય આથમી રહ્યો હતો. તેના પ્રકાશમાં દૂર દૂર જઈ રહેલા મહારાજસાહેબને મનોમન સૌએ વંદન કર્યાં.

□

બધા મતદારો મામા છે

તા.૧/૭/૨૦૦૬ની મેં સુંદર શરૂઆત કરી. સૌરાષ્ટ્ર જનતામાં હું નવસારી જવા રવાના થયો. બરાબર ૧.૪૫ વાગ્યે ટ્રેન નવસારી સમયસર આવી પહોંચી. ડૉ. શ્રોફસાહેબ અને ભાઈશ્રી રિશાર મને સત્કારવા હાજર હતા. નવસારી મેડિકલ ઍસોસિયેશન દ્વારા ડૉ. બી. સી. રૉયની સ્મૃતિમાં ઊજવાતા ડૉક્ટર્સ ડે કાર્યક્રમમાં ભાગ લેવા હું આવ્યો હતો. નવસારી સ્ટેશન પર તૂટેલી બેંચો, ભાંગેલી સિમેન્ટની સીટો, વેરાયેલી કાચની કરચો, વળી ગયેલી પાઇપ અને આવું બધું જોયા પછી મેં જાણ્યું કે અમુક ટ્રેનોને સુપર ફાસ્ટ ટ્રેનમાં બદલી ડેઇલી અપ-ડાઉન કરનાર પાસહોલ્ડરોના પાસમાં રેલભાડામાં અચાનક મોટો વધારો થતાં તેમણે પોતાનો રોષ આ રીતે વ્યક્ત કર્યો છે. આ દૃશ્ય મેં જોયું. ડૉ. શ્રોફસાહેબની કારમાં અમે તેમના નિવાસસ્થાને પહોંચ્યા. મને એક કપ ગરમ દૂધ બૉર્નવિટા નાખેલું આગ્રહપૂર્વક પિવરાવવામાં આવ્યું. મારો રૂમ બતાવવામાં આવ્યો. લાગણીશીલ શ્રોફ પરિવારે મને સ્વજન જેમ સાચવ્યો. થોડી વાચનસામગ્રી સાથે મેં મારા રૂમમાં સૂવાનો પ્રયાસ કર્યો, પણ મને ઊંઘ ન આવી. નવસારી સ્ટેશન પર તોડફોડનું દૃશ્ય નજર સમક્ષ આવ્યું અને હું વિચારે ચડ્યો.

પીતાંબર પટેલને બે દીકરા. મોટો મનજી અને નાનો નાનજી. મોટો દીકરો મનજી ઉસ્તાદ, ચાલાક પણ એવો, આખો દિવસ ડેલીએ અને ચોરે બેઠો રહે, ગામની પંચાત કર્યા કરે, લોકોને સાચું-ખોટું સમજાવતો રહે, આવતા-જતા અમલદારોને સાચવતો રહે અને ગામનાં કામો પોતાને વધુ રહેતાં હોવાથી ઘરનાં કામો પર પોતે ધ્યાન આપી નથી શકતો એવો ધોખો પણ કરતો રહે.

નાનો નાનજી સરળ, ભોળો અને લાગણીશીલ. પરિવાર માટે વાડીએ અને ઘરે કામ કર્યા કરે, કઠોર પરિશ્રમ કરે, ઢોર સાચવે. વધુમાં વધુ નીપજ આવે એવા પ્રયાસો કર્યા જ કરે. મોટો મનજી નીપજ તૈયાર થાય ત્યારે કબજો સંભાળી લે. લે-વેચનું કામ એ કરે અને નાનાને 'તને પૈસાના વહીવટમાં ખબર ન પડે' આવું કહીને આર્થિક વ્યવહારથી દૂર રાખે.

ગામની પંચાત કરતાં કરતાં એ રાજકારણમાં આગળ વધ્યો અને ગામનો સરપંચ થઈ ગયો.

સમગ્ર ગામની જવાબદારી પોતાની ઉપર આવી પડી હોવાથી હવે એ પરિવારની માત્ર આર્થિક જવાબદારી પૂરતું જ ધ્યાન આપતો. જવાબદારી સાથે મનજીની ગમે તે આવડત હોય, તેની સંપત્તિ પણ વધવા લાગી. નાના મકાનમાંથી મોટું પૂરતી સગવડવાળું આલીશાન મકાન બન્યું, સીમમાં બે-ત્રણ ઠેકાણે જમીનના પ્લોટ મનજીના નામે ચડી ગયા, બે મોટરસાઇકલની ખરીદી થઈ. અમલદારોનો ઉતારો મનજીને ત્યાં રહેતો. તમામનાં ભોજન અને અન્ય જરૂરિયાતની વ્યવસ્થા પણ મનજી જ સંભાળતો, જ્યારે નાનજીની કામગીરી વધી અને સાથે પૈસાની તાણ પણ વધી. મનજીએ જ્યાંત્યાં સહીઓ કરાવી બધેબધું પોતાના નામે કરાવી લીધું.

નીપજની રકમ આવે એમાંથી થોડી નાનજીને આપી, મનજી નાનજીને સમજાવી દેતો. ધીરે ધીરે મનજીએ બધું પોતાને હસ્તક કરી લીધું. છેવટે એક ભેંસ રહી. એના પણ મનજીએ ઊભા ભાગ પાડ્યા. આગલા બે પગ અને મોઢું નાનજીના ભાગે આવ્યું, જ્યારે પાછલા બે પગ અને પૂંછડાનો ભાગ મનજીની માલિકીનો રહ્યો.

નાનજી એટલું જ સમજતો કે મોટા ભાઈ જે કરતા હશે એ સારું જ હશે. બસ, આવો આંધળો વિવેકબુદ્ધિ વગરનો વિશ્વાસ જ માનવીને ખત્તા ખવરાવે છે અને ઘણી વાર ભરોસાની ભેંસ પાડો વિયાઈને ઊભી રહે છે. અહીં પણ એવું જ થયું. સાંજ પડે એટલે મનજી બોઘરણું લઈ દૂધ દોહવા બેસી જતો અને ભેંસ ભૂખી થઈ ભાંભરડા નાખવા માંડે તો મનજી નાનજીને કહેતો, 'મોઢું તારા ભાગમાં આવે છે, માટે ભેંસને ખાણ ખવરાવ, ચારો નાખ.' નાનજી ખાણ ખવરાવે, મનજી દૂધ દોહી લે અને નાનજીને જરા પણ દૂધ આપે નહીં.

નાનજી મૂંઝાઈ ગયો. એ ગયો ગામના શિક્ષક અમૃતલાલ માસ્તર પાસે. માસ્તર સેવાના રંગે રંગાઈ ગયેલા હતા. એ દિવસે પ્રાથમિક શાળા ચલાવતા પણ રાત્રેય પ્રૌઢોને શિક્ષણ આપતા. વિદ્યાર્થીઓ પાસે શ્રમયજ્ઞ કરાવી ગ્રામસફાઈ પણ

કરાવતા. પ્રત્યેક કાર્યમાં ચોકસાઈ રાખતા. એમના પ્રત્યેક કાર્યમાં રાષ્ટ્રહિતની પ્રતીતિ થતી. વિધાનસભાની કે લોકસભાની ચૂંટણીના ઉમેદવારો પ્રચાર માટે આવતા. એ ભૂલથી પણ અમૃતલાલ માસ્તરને મળવાનું ટાળતા. એક ઉમેદવારે માસ્તરને મળવાની ભૂલ કરેલી અને 'મને મત આપજો' – આટલું કહેલું કે તરત જ અમૃતલાલ માસ્તરે તેમને જણાવ્યું, 'પ્રથમ હું પૂછું તે પ્રશ્નોના આપે ઉત્તર આપવા પડશે.' ઉમેદવાર કહેઃ પૂછો અને અમૃતલાલ માસ્તરે યાદી રજૂ કરી.

પ્રશ્ન ૧ઃ હાલ તમારી પાસે સ્થાવર અને જંગમ મિલકત કેટલી છે?

પ્રશ્ન ૨ઃ ચૂંટાયા પછી કેટલી એકત્રિત કરવા ઇચ્છો છો?

પ્રશ્ન ૩ઃ સંપત્તિ એકત્રિત કરવા તમે કયો રાહ પસંદ કરશો? નૈતિક કે અનૈતિક?

પ્રશ્ન ૪ઃ કયા ઉદ્દેશ સાથે ચુનાવ લડી રહ્યા છો?

પ્રશ્ન ૫ઃ આપના ઉદ્દેશમાં નિષ્ફળ જશો તો રાજીનામું આપશો?

પ્રશ્ન ૬ઃ અત્યાર સુધીમાં કેટલી વાર પક્ષપલટો કર્યો છે તે જણાવશો?

પ્રશ્ન ૭ઃ આપની શૈક્ષણિક લાયકાત શી છે?

માસ્તરના પ્રશ્નો સાંભળી ઉમેદવાર ઊભો થઈ ચાલવા જ માંડ્યો. અમૃતલાલ માસ્તરે કહ્યું, 'મારા પ્રશ્નોના ઉત્તરો આપ્યા વગર આપ ક્યાં ચાલ્યા?'

ઉમેદવારે કહ્યુંઃ 'ઉમેદવારીપત્ર પાછુ ખેંચવા. ચૂંટણી જ નથી લડવી.'

આ પ્રસંગ પછી કોઈ ઉમેદવાર માસ્તર પાસે મત માગવા આવ્યો નથી. એક વાંચેલો પ્રસંગ મને યાદ આવ્યો.

એક સજ્જન વારાણસી જાત્રાએ ગયેલા. સ્ટેશન પર ઊતરતાં જ એક જુવાન એમને જોઈને કહે, 'અરે મામા, તમે અહીં ક્યાંથી?' સજ્જન કહે, 'ભાઈ, તને ઓળખ્યો નહીં.' યુવાન કહે, 'ક્યાંથી ઓળખો, મામા, કેટલાં વર્ષ થયાં? હું બચુ. તમારે ત્યાં અમે બધા ફળિયામાં રમતાં, તોફાન, મસ્તી કરતાં. હું તો ઘણી વાર તમારે ત્યાં જમી લેતો.'

મામાને થયું, 'અજાણ્યા શહેરમાં કો'ક તો જાણીતું મળ્યું.' બચુએ મામાનું પોટલું ઉપાડી લીધું. ચા પિવરાવી અને ગંગાકિનારે ગંગાસ્નાન કરાવવા લઈ ગયો.

મામાએ પંચિયું પહેર્યું અને ગંગાજીમાં ડૂબકી મારી ત્યાં ભાણો બચુ પોટલું લઈ પલાયન થઈ ગયો. બહાર નીકળ્યા પછી મામાએ ભાણા બચુને ન જોયો. એમની મૂંઝવણનો પાર ન રહ્યો. જે આવે તેને પૂછે, 'ભાઈ, બચુને ક્યાંય જોયો? લોકો પૂછેઃ 'કોણ બચુ? મામા કહે, 'હું જેનો મામો થાઉં છું એ બચુ.' વારાણસી જેવા શહેરમાં બચુનો ક્યાં પત્તો ખાય? મામા ભીનું પંચિયું પહેરીને રવાના થયા.

આપણા દેશના ચૂંટણીના ઉમેદવાર બધા બચુ છે અને મતદારો છે મામા. મામો જ્યાં ડૂબકી મારે છે ત્યાં ઉમેદવાર ભાણો બચુ મતની પોટલી લઈ હાલતો થઈ જાય છે. એ પછી પાંચ વરસે પાછો આવી કહે છે, 'મને ન ઓળખ્યો? હું બચુ.'

મામો તો ભુલકણો અને ભોળો છે જ. પાંચ વરસમાં એ બધું ભૂલી જાય છે.

નાનજીની વાત સાંભળી અમૃતલાલ માસ્તર ઊકળી ઊઠ્યા. તેમણે કહ્યું, 'અન્યાય સહન કરવો તેનો અર્થ અન્યાયને ઉત્તેજન આપવું. પરંતુ એ પહેલાં હું તને એક યુક્તિ બતાવું એ તું અજમાવી જો. પછી આપણે આગળ કેમ લડત આપવી તે વિચારશું.'

સાંજ પડે એની રાહ જોઈ નાનજી માસ્તરે જણાવેલી યુક્તિ અજમાવવા તૈયાર થઈને બેઠો. મનજી સમય થયો એટલે આવ્યો. બોઘરણામાં દૂધ દોવાની શરૂઆત કરી. અર્ધું બોઘરણું ભરાઈ ગયું ત્યાં અચાનક નાનજીએ સટાક દઈને ભેંસના મોઢા પર સોટી મારી. ભેંસ ભડકી. દૂધનું બોઘરણું છટક્યું અને દૂધ બધું ઢોળાઈ ગયું. મનજી ગુસ્સે થયો. તેણે નાનજીને કહ્યું, 'આ તું શું કરે છે?' નાનજીએ વિનમ્રતાપૂર્વક કહ્યું, 'મોટા ભાઈ, મોઢું મારા ભાગમાં આવે છે. મારા ભાગમાં હું ગમે તેમ કરું.' મોટો ભાઈ સમજી ગયો. નાનાને કોઈ સાચો સલાહકાર મળી ગયો લાગે છે.

બીજે દિવસે માત્ર સોટી જોઈ ભેંસ ભડકી. મનજીને થયું, હવે ચાલશે નહીં. નાનજીને પણ દૂધ દેવાનું નક્કી થયું અને મનજીએ પણ ખાણ ખવરાવવાનું સ્વીકાર્યું. ત્યાર પછી અમૃતલાલ માસ્તરે પંચ બોલાવ્યું. બંને ભાઈની મિલકતની યાદી રજૂ થઈ. પછી વિધિસરના ભાગ પાડવામાં આવ્યા. મકાન, જમીન, ઘરવખરી, સરસામાન બધાંની ન્યાયી વહેંચણી થઈ. જોકે મનજીનું મન કડવાશથી ભરાઈ ગયું. તેણે કહ્યું, 'ભલમનસાઈનું આવું ફળ મળશે એવું મેં નહોતું ધાર્યું.'

દેશમાં જ્યારે જ્યારે તોફાનો થાય છે અને જાહેર મિલકતોને નુકસાન થાય છે ત્યારે ત્યારે મને નાનજીએ ભેંસના મોઢા પર મારેલી સોટી યાદ આવે છે અને તરત થાય છે, 'મોટો ભાઈ એની મેળે ક્યારે સમજશે?'

સમગ્ર વિશ્વમાં લોકોના અમુક વર્ગે શારીરિક શક્તિના જોરે સત્તા મેળવી લીધી. બીજા વર્ગે જ્ઞાનના જોરે સંપત્તિ મેળવી લીધી તો કોઈ વર્ગે વળી સંપત્તિના જોરે સુખસગવડો પ્રાપ્ત કરી લીધી. છેવટે રહી ગયો ખેડૂતોનો વર્ગ, મજૂરોનો વર્ગ અને ઉપલા વર્ગની સેવાચાકરી કરનારો દલિતોનો કચડાયેલો તિરસ્કૃત ગરીબ વર્ગ. એમને સાચી સલાહ આપનારા જગતમાં કાર્લ માર્ક્સ જેવા નીકળ્યા. એમણે એલાન

કર્યું, 'જગતભરના કચડાયેલા, દબાયેલા ગરીબો, કામદારો-કિસાનો, સંગઠિત બની સંઘર્ષ કરો. તમારે તમારી ગરીબી સિવાય, તમારી જંજીરો સિવાય કંઈ ગુમાવવાનું નથી.' કામદારો અને કિસાનો સંગઠિત થયા. ક્રાંતિની ભીષણ જ્વાળા રશિયા, ચીન સહિત અન્ય દેશો પર ફરી વળી. ત્યાર પછી એમને પણ એમનો હિસ્સો મળવો શરૂ થયો.

ગરીબોના પસીનાનું વહેતું પાણી કો'ક દિવસ જરૂર રંગ લાવશે એ શ્રદ્ધા ફળી.

ગરીબોં કા પસીના બહ રહા હૈ
યહ પાની બહતે બહતે કહ રહા હૈ
કભી વો દિન ભી આયેગા
યહ પાની રંગ લાયેગા
યહ પાની રંગ લાયેગા.

□

રેલવેની રામાયણ

મને પ્રવાસો કરવા ગમે છે. તેમાં પણ ટ્રેનનો પ્રવાસ હોય, બારી પાસે જગ્યા મળી હોય, સામે સફરમાં આનંદ આવે તેવા હમસફર હોય, એ હમસફર પાછા હમદર્દ હોય, અને પાસે ટિકિટ હોય તો યાત્રા યાદગાર બની જાય છે. ગતિ વિચારોને વેગ આપે છે. ટ્રેનમાં પ્રવાસ શરૂ થતાં જ હું બહાર દેખાતાં દૃશ્યો જોવામાં મગ્ન થઈ જાઉં છું. એક જ લીલા રંગમાં કેટલી વિવિધતા જણાય છે. પહાડો, ઝરણાં, નદી, વૃક્ષો, વનરાઈઓ જોઈ મને એમ થાય છે કે ક્યારે હું જીવનની આ સુંદર ક્ષણોને ચિત્રોરૂપે અંકિત કરી દઉં?

વિમાનના પ્રવાસમાં પણ હું બારી પાસે બને ત્યાં સુધી સીટ મેળવવા પ્રયાસ કરું છું. ઉપરથી જ્યારે જ્યારે નીચે ધરતી દેખાય છે ત્યારે ત્યારે મને સાહિર લુધિયાનવીની પંક્તિઓ યાદ આવે છે:

કુદરતને તો બક્ષી થી કહીં એક હી ધરતી
હમને કહીં ભારત કહીં ઈરાન બનાયા

ઍરલાઇન્સના નક્શા પણ મને જોવા બહુ ગમે છે, કારણ કે તેમાં ધરતી, પહાડો, નદીઓ અને સમુદ્ર હોય છે. રાજકીય રેખાઓ નથી હોતી.

વિમાનમાંથી દેખાતું ધરતીનું સૌંદર્ય રમણીય જરૂર હોય છે, પણ ભયમિશ્રિત હોય છે, જ્યારે ટ્રેનમાં એ નિરાંત હોય છે. મારા મોટા ભાઈ છોટુભાઈ, સી.એસ. રાઠોડ રેલવેમાં ટીટીઈ હતા અને મારા બનેવી ખાનસાહેબ આઈ. જે. પઠાણ રેલવેમાં પીએસઆઈ હતા. આટલી ઓળખાણ રેલવેમાં મફત મુસાફરી કરવા માટે ત્યારે પૂરતી ગણાતી. આ સિવાય પણ નવલભાઈ ગાર્ડ, જોરુભા હવાલદાર જેવાં ઘણાં સ્વજનો પણ રેલવેમાં હતાં. એટલે જ મેં રેલવે સ્ટાફની મજાક કરેલ છે.

એક જૂનો પ્રસંગ હું આ રીતે વર્ણવતો. એક વાર સ્ટેશનમાં વેઇટિંગરૂમમાં રેલવે સ્ટાફ એકત્રિત થયો. એસએમ, એએસએમ, ટીટી, ટીસી, બુકિંગ ક્લાર્ક, હવાલદાર અને મારફતિયા. એમાં હવાલદારે કહ્યું, 'હાલોને આજ કંઈક જલસો કરીએ.' સ્ટેશનમાસ્તરે કહ્યું, 'મને પણ એમ થાય છે. વલ્લભદાસને ત્યાંથી ગરમાગરમ ભજિયાં મગાવીએ અને બાબુભાઈને ત્યાંથી ચા મગાવીએ.' ત્યાં ટીસીએ કહ્યું, 'એના કરતાં પાર્સલરૂમમાં જુઓને, કંઈક મળી આવશે.' તરત બે-ત્રણ જણે સંમતિ આપી. લાભુને પાર્સલરૂમમાં તપાસ કરવાનું જણાવવામાં આવ્યું. એક પાર્સલમાં મીઠાઈ હોવાના સમાચાર મળ્યા. સૌ આનંદથી ઝૂમી ઊઠ્યા. પાર્સલ વેઇટિંગરૂમમાં લાવવામાં આવ્યું. ઉપરથી પટ્ટીઓ કાપવામાં આવી. સૌના આશ્ચર્ય વચ્ચે વિવિધ પ્રકારની મીઠાઈનો વિપુલ જથ્થો નીકળી પડ્યો. પાર્સલમાંથી મીઠાઈ કાઢી જૂનાં છાપાં પર પાથરવામાં આવી. મોહનથાળ, બુંદીના લાડવા, મેસૂબ, બરફી, હલવો, ગુલાબજાંબુ, જલેબી, રસગુલ્લાં, અડદિયા અનેક પ્રકારની મીઠાઈ જોઈ સૌનાં હૈયાં હરખાઈ ઊઠ્યાં. બુકિંગક્લાર્કે કહ્યું, 'મીઠાઈ આખી નથી.' પણ ત્યાં ટીસીએ કીધું કે આપણા મજૂરો સ્ટેશને સ્ટેશને કેવા પાર્સલ પછાડે છે એ જોયું નથી? એમાં રહેતી હશે મીઠાઈ આખી? સૌને ટીસીની વાત વાજબી લાગી. ત્યાં તો કૂકડા ઉકરડો ફંફોળે તેમ સૌ મંડ્યા મીઠાઈ ગોતવા અને ખાવા. જેને જે હાથ પડ્યું તે ખાઈ ગયા. ઉપરથી એક એક લોટો પાણી પી ગયા. ત્યાં બાબુભાઈની હોટેલથી ચા આવી. છગને ચાના કપ ભર્યા. સૌ ચા પીતા હતા ત્યાં એક ઘટના એવી બની કે સૌનાં જીવતર ઝેર થઈ ગયાં. ગામના સફાઈકામદાર સોમલાએ સ્ટેશનમાં મંગલ પ્રવેશ કર્યો અને વેઇટિંગરૂમમાં આવી જણાવ્યું,' મારો ભાઈ જીવલો મુંબઈ છે. એણે લગનગાળાનો વધ્યોઘટ્યો માલ પાર્સલમાં પેક કરી અહીં રવાના કર્યો છે.' આ પ્રકારનું લખાણવાળું પોસ્ટકાર્ડ સોમલાએ બતાવ્યું અને વિનંતી કરી કે જો આવી ગયું હોય તો આપી દ્યો. સોમલાની વાત સાંભળતાં જ સૌના હાથ થંભી ગયા. સૌના ચહેરા પર ઘેરા વિષાદની છાયા પ્રસરી ગઈ. સૂધબૂધ ખોઈ સૌ અવાચક થઈ ગયા, પણ હવાલદારે પરિસ્થિતિ સંભાળી લીધી. તેમણે સોમલાને કહી દીધું, 'જા કલાકેક પછી આવજે. અત્યારે કોઈ નવરું નથી તારું પાર્સલ ગોતવા.' સોમલો 'ભલે ભાઈશાબ' કહી ચાલતો થયો. પછી સ્ટેશનમાસ્તરે કહ્યું, 'બરફી માથે દાળના ડાઘ હતા.' બુકિંગક્લાર્કે કીધું, 'હું તો કહેતો'તો કે કોઈ મીઠાઈ આખી નથી.' આ સાંભળી હવાલદાર ખિજાઈ ગયા. 'આ બધું તમને અત્યારે યાદ આવે છે?' ત્યાં એએસએમે કીધું, 'હવે સો વાતની એક વાત. પ્રથમ તો સૌ પાંચ

પાંચ રૂપિયા કાઢો અને આ પાર્સલમાં સમાય તેટલી મીઠાઈ ગામમાં જે મળે તે ખરીદીને પાછી પાર્સલમાં પૅક કરાવી દઈએ નહીંતર હમણાં સોમલો પાછો આવશે.'

સૌએ ગંભીર ચહેરે રકમ જમા કરાવી. નાણાભંડોળ એકત્રિત થયા પછી બે જણ બજારમાં મીઠાઈ ખરીદવા ગયા અને પાર્સલને પાછું હાથ કરવામાં આવ્યું. કોઈનું ધ્યાન ગયું અને જીવલાએ મુંબઈથી લખેલી યાદીમાં મીઠાઈઓનાં નામ હતાં એ પત્ર પાર્સલમાંથી મુદ્દામાલરૂપે મળી આવ્યો તેનો નાશ કરવામાં આવ્યો. ગામમાંથી ખરીદાયેલી મીઠાઈને પાર્સલમાં ગોઠવવામાં આવી. વધેલી જગ્યા વણેલા ગાંઠિયાથી ભરવામાં આવી. પાર્સલ પૅક થઈ ગયું. પટ્ટીને બદલે દોરીથી બાંધવામાં આવ્યું અને પાછું પાર્સલરૂમમાં પહોંચાડી આપવામાં આવ્યું. ત્યાં સોમલો ફરી આવ્યો અને બોલ્યો, 'સાહેબ, મારું પાર્સલ લેવા આવ્યો છું.' સ્ટેશનમાસ્તરે લાભુને કહ્યું, 'લાભુ, સોમલાનું પાર્સલ આવ્યું હોય તો ગોતીને આપી દે.' જાતાં જાતાં સોમલો કહેતો ગયો, 'સાહેબ, આજકાલ કોઈનો ભરોસો રાખવા જેવો નથી એટલે ઉતાવળ કરી છે.'

સોમલો પાર્સલ લઈને ગયો. વાસમાં સૌને જાણ કરી, 'સૌ સૌની થાળીઓ લઈ લીંબડાના ઓટે પહોંચી જાવ.' થોડી વારમાં સૌ આવી પહોંચ્યા. સોમલાએ મુંબઈથી જીવલાએ મોકલાવેલ મીઠાઈની વાત કરી. પાર્સલ ખોલ્યું અને સૌને ભાગે પડતી મીઠાઈ વહેંચી દીધી. કરસન બોલ્યો, 'ઠેઠ મુંબઈથી મીઠાઈ આવી છે, પણ કેવી અકબંધ છે?' રામજીએ કહ્યું, 'ઈ રેલવેની એટલી સાચવણ સારી, નહીંતર આપણા સુધી પહોંચે ખરી?'

સૌએ મીઠાઈ ખાધી, જીવલાનાં વખાણ કર્યાં અને રાતના ભજનના કાર્યક્રમની તૈયારીમાં સૌ પડી ગયા.

ટ્રેન મોડી પડતાં ઉશ્કેરાયેલા એક પેસેન્જરે સ્ટેશનમાસ્તરની ઑફિસમાં પ્રવેશી રેલવેનું ટાઇમટેબલ ટેબલ પર પછાડી પૂછ્યું, 'આ બધી ટ્રેનો તો મોડી આવે છે. પછી આ ટાઇમટેબલનો અર્થ શો છે?' અનુભવી સ્ટેશનમાસ્તરે કહ્યું, 'આ ટાઇમટેબલ છે એટલે તમે જાણી શકો છો કે કઈ ટ્રેન કેટલી લેટ છે. ટાઇમટેબલ ન હોય તો કેમ જાણી શકત?'

અમારા ગામના મોહનલાલ તરંગી હતા. તેમને ક્યારે શું ધૂન ચડે એ નક્કી નહીં. એક વાર હાથમાં થેલી લઈ મોહનલાલ રેલવેના પાટે પાટે રવાના થયા. રેલવેપોલીસ પરબતસિંહને શંકા થઈ. તેમણે મોહનલાલનો પીછો પકડ્યો. મોહનલાલને ઊભા રાખી પોલીસમૅને પૂછ્યું, 'એય ક્યાં જવું છે?' મોહનલાલે સીધો જવાબ આપ્યો, 'આત્મહત્યા કરવા. બસ મારે નથી જીવવું.' પરબતસિંહ

કહે, 'આત્મહત્યા કરવી છે? આત્મહત્યા કરવી એ ગુનો છે એ તો ખબર છે ને? અને આ સાથે શું લીધું છે?' મોહનલાલે ભોળાભાવે કહ્યું, 'સાહેબ, અત્યારે ગાડીઓનો શો ભરોસો? એટલે મેં સાથે ભાતાનો ડબ્બો રાખ્યો છે. ટ્રેન મોડી હોય તો ખાઈ તો લેવાય!' ત્યાં મોહનલાલને ગોતવા નીકળેલાં સ્વજનો આવી પહોંચ્યાં અને મોહનલાલને સમજાવી ઘેર લઈ ગયા.

અતિશય ઉતાવળ કરી સમયસર સ્ટેશન પર પહોંચીએ અને જાહેર કરવામાં આવે કે ટ્રેન બે કલાક લેટ છે ત્યારે મનમાં જે વ્યાકુળતા વ્યાપે છે તેને કઈ રીતે દૂર કરવી એ સમસ્યા થઈ પડે છે. પરંતુ મહાપ્રયાસે સમયસર સ્ટેશન પહોંચો અને આખી ટ્રેન જ કેન્સલ થાય ત્યારે શું કરવું?

તા.૧૧-૭-૦૬ની રાત્રે હું મારા મિત્ર પરેશ ઠક્કર સાથે સુરત રેલવેસ્ટેશન પહોંચ્યો અને જાણ્યું કે અન્ય ટ્રેનો સાથે સૌરાષ્ટ્ર મેલ પણ કેન્સલ થયો છે ત્યારે મારી સ્થિતિ કફોડી થઈ. ઝરમર વરસતા વરસાદમાં એક લક્ઝરીની ૧૨ તારીખની ટિકિટ લઈ અમે ઘેર ગયા. ટીવી ચાલુ કર્યું. મુંબઈ બૉમ્બબ્લાસ્ટનાં કરુણ દશ્યો જોયાં. સ્વજનોનાં આક્રંદ, આંસુ અને યાતના જોયાં. માનવસર્જિત હિંસાના હુતાશનમાં અણમોલ જિંદગીનાં અરમાનોને ખાક થતાં જોયાં. આંખમાંથી અશ્રુની ધારા વહી અને તરત જ હું મારી વ્યથા વીસરી ગયો. મને થયું, હું તો ૧૨ને બદલે ૧૩ જુલાઈના રોજ ઘેર પહોંચીશ, પરંતુ આ ૧૧ જુલાઈ, ૨૦૦૬ના અમંગળ મંગળવારે જે ઘેરથી નીકળ્યા અને સાંજે ઘેર પહોંચી જ નથી શક્યા, તેમના પરિવારનું શું?

આજ સુધી ઉત્સાહથી જીવન જીવતાં, ચેતનાથી ધબકતાં, કુટુંબ સાથે કલ્લોલ કરતાં અનેક સ્વજનો સ્મૃતિની ફ્રેમમાં ફોટારૂપે અચાનક મઢાઈને સ્થિર થઈ ગયાં. ફોટા પર પહેરાવેલ હાર, પાસે પ્રગટાવેલા દીપકની જ્યોત, હૈયા જેમ સળગતી અગરબત્તીના અંતરમાંથી ઊઠતી ધૂમ્રસેરો, આપ્તજનોનાં આંસુ, આક્રંદ અને ઝરણાંની જેમ હંમેશ માટે વિદાય થયેલાં, વિખૂટાં પડેલાં સ્વજનોને અલવિદા.

Man may come and man may go but I go for ever.

Jennyson

□

સત્ય તો મૂરખ પણ સહેલાઈથી રજૂ કરી શકે

મારા મિત્ર મથુરની સંગીતસાધના વિશે ઊંડા ઊતરતાં પહેલાં થોડું લોકસાહિત્ય જાણી લેવું જરૂરી છે. બે દુહા છે. પહેલો –

કોઈ ઘોડો, કોઈ પરખડો, કોઈ સુલખણી નાર;
ઈ તો સરજનહારે સરજિયાં તીનું રતન સંસાર.

બીજો –

ઘર જાતાં, ધરમ પલટતાં, ત્રિયા પડંતા તાવ;
ઈ ત્રણે ટાણાં મરણનાં એમાં કોણ રંક કોણ રાય.

હવે મથુરને આવાં દુહા, કાવ્યો, કવિતા વાંચી, સાંભળી, કંઠસ્થ કરી, સ્ટેજ પરથી રજૂ કરી લોકોની વાહ વાહ મેળવવાનો, લોકકલાકાર તરીકે પંકાઈ જવાનો ભારોભાર અભરખો, પણ મોટી મુશ્કેલી એ હતી કે મથુરને આવું બધું બરાબર યાદ નહોતું રહેતું.

ખાટલે મોટી ખોટ કે ચાર પાયા નં'બરે:
ઘરમાં ઝાઝા જણ પણ કોઈ ડાહ્યું નં'બરે.

જો યાદ ન રહે તો અસરકારક રજૂઆત ક્યાંથી થાય? માનવીને જેમાં રસ હોય તે યાદ રહી જાય છે. જૂનાં દેણાં ભુલાઈ જાય છે અને ફિલમની વાર્તા યાદ રહી જાય છે.

મથુર મહેનત તો ઘણી કરતો પણ સ્ટેજ પર બેસતો ત્યારે મૂંઝાઈ જતો. એ ઉતાવળમાં રજૂઆત તો કરતો, પણ દુહો દોઢ્યે ચડી જતો. એક દુહાની બીજા દુહા હારે ભેળસેળ થઈ જતી. જેમ કે,

કોઈ ઘોડો કોઈ પરખડો કોઈ સુલખણી નાર;
ઈ ત્રણે ટાણાં મરણનાં એમાં કોણ રંક કોણ રાય.

મથુરને સાંભળી મૂંઝાયેલા શ્રોતાઓ કંઈ સમજે ત્યાં મથુર બીજો દુહો રજૂ કરતો:

ઘર જાતાં, ધરમ પલટતાં, ત્રિયા પડંતા તાવ;
ઈ સરજનહારે સરજિયાં તીનું રતન સંસાર.

લોકસાહિત્યના અભ્યાસુઓ તરત જ સમજી જતાં. એક વાર મથુરે રજૂઆત કરી:

દિન ગણંતા માસ વરસ આંતરિયા;
સૂરત ભૂલી સાયબા અને પછી આણંદ ઊતરિયા.

લોકો ખડખડાટ હસી પડ્યા.

સૂરત ભૂલી સાયબા અને પછી નામે વિસરિયા.

મથુર સાચે જ 'નામે વિસરિયા' વીસરી ગયો અને 'આણંદ ઊતરિયા'. ઠબકારી દીધું.

એક વાર તો મથુરે ગજબનો ગોટાળો કર્યો. તેણે કહ્યું:

વર્ધાના વડલાની ડાળે બેઠો એક વિજોગી

અમે તેને સમજાવ્યું, એલા એમ નથી. વર્ધાના વડલાની છાંયે બેઠો એક જોગી આ પ્રમાણે છે.

મથુર કહે, 'છાંયે બેસે કે ડાળે એમાં શો ફેર પડી જાય છે? અને વિજોગી હોય કે જોગી, ઘણી વાર વિજોગી જોગી જેવા નથી બની જતા?' મથુરની મુશ્કેલી એ હતી કે ભૂલ સ્વીકારવાના બદલે એ આવી દલીલ કરતો.

એક વાર તેણે રજૂઆત કરી,

વિધવા વરવાનું રણ ચડવાનું
ખવરાવાનું ખાવાનું આ ન મર્દાના
કામ નથી ભઈ, ના મર્દાના કામ નથી.

મેં કહ્યું, 'મથુર તેં હદ કરી. વિધવા વરવાનું નહીં, વિત્ત વાવરવાનું છે. પૈસા વાપરવાની વાત છે.'

મથુર કહે, 'તો શું વિધવા વરવાનું એ શું નામર્દનું કામ છે? મર્દ નર્મદ જેવા જ આવું કરી શકે. નર્મદે વિધવાવિવાહ કર્યા ત્યારે લગ્નમાં હાજર રહેવાની મર્દાનગી કેટલા બતાવી શક્યા હતા?'

મથુરની આ વિશિષ્ટતાનો ગુણ એ ભણતો ત્યારથી જ વિકાસ પામેલો. અમે ભણતાં ત્યારે અમને ઓઝાસાહેબ અંગ્રેજી ભણાવતા. તેમણે એક વાર પૂછ્યું,

'Who built the Taj Mahal? તાજમહાલ કોણે બંધાવ્યો?' આ પ્રશ્ન ઓઝાસાહેબે મથુરને પૂછ્યો. મથુરને પાકું આવડતું હોય એમ એ તરત જ ઊભો થયો અને બોલ્યો, 'This banyan tree thou not.'

વર્ષોથી અંગ્રેજી ભણાવનાર ઓઝાસાહેબ પણ મથુરનું અંગ્રેજી ન સમજી શક્યા. તેમણે પૂછ્યું, 'What do you mean? તારે મથુર કહેવું શું છે? આનો અર્થ શું?' મથુર કહે, 'This એટલે આ. Banyan Tree એટલે વડ. Thou એટલે તું. Not એટલે નથી. આ વડ તું નથી. This banyan tree thou not, એટલે કે, આ-વડ-તું નથી.'

આવી અક્કલ હોશિયારી તો મથુર ભણતો ત્યારથી તેનામાં હતી.

પ્રચલિત વાક્યો, કાવ્યોની પંક્તિઓની ભેળસેળથી, ગોટાળાથી જે હાસ્ય સર્જાય છે તેને અંગ્રેજીમાં Nonsense humour – બુદ્ધિ વગરનું, જેમાંથી કંઈ અર્થ ન નીકળતો હોય છતાં હાસ્ય સર્જવાનો પ્રયાસ થયો હોય તેવું હાસ્ય કહેવામાં આવે છે. કવિશ્રી દલપતરામની બે પંક્તિઓ જોઈએ:

સરસમાં સરસ જમણમાં છે વેઢમી,
It is this dog or cat tell me.

આવા હાસ્યમાં ઘણી વાર ઉપરથી બુદ્ધિપૂર્વકનું વિધાન છે એવા ડહાપણનો ડોળ કરવામાં આવે છે. દાખલા તરીકે, 'એક શિક્ષક પાંત્રીસ વિદ્યાર્થીના વર્ગને સાચવી શકે, પરંતુ પાંત્રીસ વિદ્યાર્થીઓનો વર્ગ સાચવવો હોય તો એક શિક્ષક જરૂરી છે.' ક્યારેક તેમાં ખરેખર ડહાપણ હોય છે. કૉમેડીમાં મૂર્ખનું પાત્ર ભજવવું અઘરું હોય છે, કારણ કે તેમાં ઘણી બુદ્ધિની જરૂર પડે છે.

સત્યને તો ગમે તે મૂરખ સહેલાઈથી રજૂ કરી શકે છે, પણ અસરકારક રીતે અસત્યને રજૂ કરવું હોય તો માણસને બુદ્ધિની જરૂર પડે છે.

પતિએ પત્નીને 'પ્રિયે, હું જાણું છું, હું તારે લાયક નથી,' આવું કદીયે ન કહેવું. સમય જતાં પત્ની પોતે જ આ બાબત સમજી જશે.

આજથી પિસ્તાળીસ વર્ષ પહેલાંની વાત છે, આપણા દેશમાં બનેલી છે. અમે સાથે ભણતા તે મિત્રો સાંજે વૉલીબૉલ રમતાં અને રાત્રે વાળુ કરીને સૌ નાના તળાવની પાળે માનભાની હોટેલ સામે ગોઠવાઈ જતા. કોઈ ને કોઈ પ્રસંગ એવો નીકળતો કે બધા દાંત કાઢી કાઢીને ગોટો વળી જતા. મૂર્ખાઈનો આનંદ અમે ભરપૂર માણતા. બસ એક જ મુશ્કેલી હતી, નાણાભીડ. બેકારી ભરડો લઈ ગયેલી. 'તમામ અનર્થનું મૂળ અર્થ છે,' તેવી સમજણ ત્યારે નહોતી. અમને એટલી જ ખબર હતી કે આપણાં દુઃખનું મૂળ ગરીબી છે.

અમારી જરૂરિયાતો સાવ સામાન્ય હોવા છતાં પણ એ અમે પૂરી નહોતા કરી શકતા, કારણ કે અમારી પાસે પૈસા નહોતા. અમારા અમુક મિત્રો બીડી પીતા, કોઈ પાન ખાતા, સુલેમાન પટેલ હાથીછાપ સિગારેટ પીતો. સુલેમાન પાસે બંધાણ હતું, એ બંધાણ માટે થતા ખર્ચની જોગવાઈ નહોતી. હું, નટુ, વનેચંદ, રતિલાલ અને કીર્તિ, અમારામાંથી કોઈની પણ આર્થિક સધ્ધરતા અમારી સમસ્યા હલ કરવા જેટલી સક્ષમ નહોતી. અમારામાં ક્યારેક જીવતરના લહાવા લેવાની આકાંક્ષા જાગતી, ત્યારે અમે એક એક આનો કાઢી પાંચ-છ અર્ધી ચા મગાવતા. ડૉ. ઘનશ્યામ રાણા – ઘનુકાકા જ્યારે બેસવા આવે ત્યારે એ આખા ડાયરાને જલસો કરાવતા. બીડી, સિગારેટ, પાન, ચા બધાનો ખર્ચ તેઓ આપી દેતા, પણ ઘનુકાકા ક્યારેક જ આવતા. સુલેમાન પટેલ સ્વભાવે ઉદાર હતો. તેની પાસે પૈસા હોય તો એ ધડ દઈને ખર્ચી નાખતો. જે નવ સિંહનો ફોટો પાડી વિશ્વવિખ્યાત વાઇલ્ડ લાઇફ ફોટોગ્રાફર તરીકે પ્રસિદ્ધિ પામ્યો એ સુલેમાન પટેલની આ વાત છે. અમે છ મિત્રો રાબેતા મુજબ બેઠા હતા. સૌને ચાની તલપ લાગી હતી, પરંતુ ખર્ચની જોગવાઈ ન હોવાથી અમે અમારી ઇચ્છાને હકીકતમાં બદલી નહોતા શકતા.

છ આના જેવું જંગી ખર્ચ હતું. છેવટે પૂરતી ચર્ચા-વિચારણાને અંતે અમે નક્કી કર્યું. સૌપ્રથમ તો ચા મગાવી પી લેવી. ત્યાર પછી જે આર્થિક સમસ્યા ઊભી થાય તે હલ કરવા માટે સંનિષ્ઠ પ્રયાસ કરવા અને સંજોગો જે સર્જાય તેનો હિંમતપૂર્વક સામનો કરવો.

અમે છ જણ હતા – હું, નટુ, વનેચંદ, કીર્તિ, રતિલાલ અને સુલેમાન. એટલે છ અર્ધીનો ઑર્ડર આપ્યો. માનભાએ આદું નાખી ચા બનાવી અને અમારા પર રહેમનજર રાખી અર્ધી ચાના પોણા કપ ભરી મગન સાથે મોકલી આપી. ચાનો કથ્થાઈ રંગ, કપમાંથી નીકળતી વરાળ સાથે આવતી ચાની સુગંધ. જેની ઝંખના હતી એ ચા સામે હતી. અમે કપ મોઢે માંડીએ એટલી જ વાર હતી ત્યાં એક દુર્ઘટના બની. એક ભયંકર કજિયો થયો, જે ધિંગાણામાં પરિણમ્યો. સામસામા પક્ષો પડી ગયા. જંગની તૈયારીઓ મંડી થવા. આ કજિયો હતો કૂતરાની નાતનો. જેનો ભોગ અમે નિર્દોષ મિત્રો બની ગયા.

વાત એમ બની કે રણમાં કેસરિયા કરવાની પૂર્વતૈયારીરૂપે એક કૂતરો, જે અમારી બાજુમાં ઊભો હતો, તે પ્રથમ ભસ્યો. પછી સ્નાયુઓ તંગ કરી સમગ્ર શરીરને સંકોચી નાખ્યું અને ત્યાર બાદ જંગના એલાનરૂપે પાછલા બે પગે અમારા તરફ એવી ધૂળ ઉડાડી કે અમે છએ છ જણ ધૂળ ધૂળ ભરાઈ ગયા. અમને અમારી ચિંતા નહોતી, પણ મહામૂલી ચાની અમને ચિંતા હતી, જેના હજી પૈસા

પણ નહોતા ચૂકવ્યા. એ ચા માથે દૂધ માથે મલાઈ જામે તેમ ધૂળનો થર ચડી ગયો. ધૂળનું પડ બંધાઈ ગયું.

આમ તો દુ:ખદ ઘટના હતી, પણ અમે જે ખુશ થયા છીએ, હસી હસીને બેવડ વળી ગયા. 'ભારે કરી, કૂતરે મજા બગાડી' 'વાળંદના વાંકા હોય ને ત્યારે કોથળીમાંથી કરડે', 'કરમની કઠણાઈ બીજું શું?' 'નસીબમાં ચા નહીં' 'હશે જેવી પ્રભુની મરજી' કોક કંઈક બોલે અને બધા ફરી ફરી દાંત કાઢ્યા જ કરે. આમ ઘણી વાર ચાલ્યું. છેવટે અમે એની એ હાલતમાં ચાના કપ લઈ માનભા સમક્ષ હાજર થયા. માનભાએ ચાનું નિરીક્ષણ કર્યું, અમારી સામું જોયું અને કહ્યું, 'મેં તો તમને ચા મોકલી આપી હતી હવે તમે જાણો અને કૂતરાં જાણે.' અમે કહ્યું, 'માનભા, આવું કોઈએ ધાર્યું હતું? અમે ચા પીધી હોત તો પૈસા આપી દેત, પણ પીધી જ નથી તો પૈસા ક્યાંથી આપીએ?'

અમારા મિત્ર જીવલાની વહુ માંદી પડી એટલે જીવલો તેને ડૉ. પટેલસાહેબ પાસે લઈ ગયો. અને કહ્યું, 'જુઓ સાહેબ, વહુ જીવે કે વહુ મરે, હું તમને પૂરતા પૈસા આપીશ.' ડૉ. પટેલસાહેબે જીવલાની વહુની બરાબર સારવાર કરી, પણ વહુના ભાગ્યમાં જીવતર નહીં એટલે એ બચી ન શકી. જીવલાએ ડૉક્ટરને એક પણ પૈસો ન આપ્યો. ડૉ.પટેલસાહેબે આકરી ઉઘરાણી કરી ત્યારે જીવલાએ ડૉક્ટરને પૂછ્યું, 'હેં, સાહેબ તમે વહુને જિવાડી?' ડૉક્ટર કહે, 'ના.' 'તો પછી તમે વહુને મારી?' જીવલે બીજો પ્રશ્ન પૂછ્યો. ડૉક્ટર કહે, 'ના'. 'બેમાંથી એકેય વાતની હા નથી પાડતા તો પછી હું પૈસા શેના આપું?' એમ કહી જીવલે પૈસા આપવાનું માંડી વાળ્યું.

અમે પણ આમ જ કર્યું, 'અમે પીધી નથી તો પૈસા શેના આપીએ?' અમે છયે જણે એવી દલીલો કરી કે માનભાએ હુકમ કર્યો, 'ઢોળી નાખો ધૂળવાળી ચા'. અમે ચા તો ઢોળી નાખી, કપ પણ ધોઈ નાખ્યા.

માનભાએ બીજો હુકમ કર્યો, 'મગન, ભરી દે બધાયને અર્ધી ચા અને એ પણ મારા તરફથી જાવ.' અમે ચા પીધી, માનભાની પ્રશંસા કરી. આર્થિક સમસ્યા પણ આપોઆપ હલ થઈ ગઈ. માનવી ધીરજ રાખી કુનેહપૂર્વક પોતાનું કાર્ય કરે તો અવશ્ય સફળતા પ્રાપ્ત કરી શકે છે.

'ઊઠો, જાગો અને ધ્યેય પ્રાપ્ત ન થાય ત્યાં સુધી મંડ્યા રહો.'

– સ્વામી વિવેકાનંદ

□

મુકુંદરાયનો ગૃહત્યાગ

શક્તિ નિર્માણ થાય, પણ એ શક્તિનો સદુપયોગ કરવાની સમજણ ન હોય તો એ જ શક્તિ વિનાશનું કારણ બની શકે છે.

મેં આ વિધાન તો કર્યું, પણ તેનું ઉદાહરણ? હું વિચારમાં હતો ત્યાં નીચેથી મારી પત્ની સાબિરાનો અવાજ આવ્યો, 'ચાનાસ્તો તૈયાર છે.' હું મારા રૂમમાંથી નીચે કિચનમાં ગયો અને ડિનરટેબલ સામે ગોઠવાઈ ગયો.

થરમૉસ ખોલી ગરમ ચા કપમાં રેડી ગાંઠિયા સાથે મેં નાસ્તાની શરૂઆત કરી ત્યાં 'સંદેશ' આવી ગયું. હું પૂરમાં ફસાયેલા સુરતના સમાચાર જાણવા ઉત્સુક હતો. સુરતમાં વસતાં મારાં સ્વજનોની મને ચિંતા હતી. પરેશ ઠક્કર, ભીમજીભાઈ પટેલ, અશોકસિંહ જાડેજા, સલમા, જસ્મિન, નૂતનબહેન ચૂડગર અને મારા અનન્ય ચાહકોના પરિવારોનું શું થયું હશે? કઈ રીતે તેમણે આપત્તિનો સામનો કર્યો હશે? હજી જુલાઈના અંત સુધી લોકો આતૂરતાપૂર્વક વરસાદની રાહ જોતા હતા, ક્યારે વરસાદ વરસે અને ક્યારે જળસંકટમાંથી મુક્તિ મળે?

વિણ સગે વિણ સાગવે, વિણ નાતરિયે નેહ;
વિણ માવતર અમે જીવશું, પણ તુજ વિણ મરિયે મેહ.

ફોન પર સંપર્ક સાધવો શક્ય નહોતો, માત્ર ટીવીમાં સમાચાર હતા. ૯૦ ટકા સૂરત પર પણ પાણી ફરી વળ્યું છે. માત્ર ૧૦ ટકા વિસ્તાર જ બાકી રહ્યો છે. ત્યાં પણ તકલીફ તો છે જ. મેં છાપામાં આ જલપ્રલયના ફોટા જોયા. વિગતો વાંચી. ઉકાઈ ડૅમમાંથી છોડવામાં આવેલા લાખો ક્યૂસેક પાણીથી સૂરતની આ સ્થિતિ સર્જાઈ એવા સમાચાર વાંચતાં અચાનક મને મારા વિધાનનું ઉદાહરણ જડી ગયું. નદી આડે ડૅમ બાંધવાથી જલસંગ્રહ થાય છે અને જલશક્તિ નિર્માણ થાય છે. વળી મેં છાપું આગળ વાંચ્યું. ઉકાઈ ડૅમ અને પાણીના સ્તરની વિગત તેમાં દર્શાવેલી હતી. તા.૫-૮-'૦૬ના રોજ ૮૨.૯૫ ટકા, તા.૬ના રોજ ૮૨.૯૫ ટકા, તા.૭ના રોજ ૮૮.૯૨ ટકા, તા.૮ના રોજ ૯૮.૩૭ ટકા, સિગ્નલ ૫-૬-૭ના રોજ એલર્ટ અને તા.૮ના રોજ હાઈએલર્ટ. આટલું વાંચવામાં હું એવો તલ્લીન થઈ

ગયો કે મારા હાથનો ચાનો કપ ક્યારે ઢળી ગયો. ક્યારે ચાનો રેલો ચાલ્યો અને ક્યારે ઝભ્ભા-લેંઘા પર ડાઘ પડ્યા એની મને ખબર જ ન રહી. સાબિરાએ ચા ઢોળાવા દીધી, પણ ઝડપથી મારા હાથમાંથી છાપું ઝૂંટવી લીધું. હું સ્તબ્ધ થઈ ગયો. 'આવી ગુસ્તાખી?' ના ભાવ સાથે મેં સાબિરા સામે જોયું. તેણે કંઈ મને કહ્યું નહીં. માત્ર ચાની અવદશા પર નજર કરી.

મારું ધ્યાન જતાં જ મને મારી ભૂલ સમજાણી. મેં વાતને બીજે પાટે વાળવા પાંગળો બચાવ કર્યો અને કહ્યું, 'સૂરતની અવદશા થઈ તેનાં કારણો જાણવા હું પ્રયાસ કરતો હતો એમાં મને ચાનો ખ્યાલ ન રહ્યો.'

સાબિરા કહે, 'એમાં શું જાણવા જેવું છે? ઉકાઈ ડૅમમાંથી પાણી ભરાતું ગયું એમ છોડતા ગયા હોત તો આ હજારો માણસોનાં જીવતર ધૂળધાણી થઈ ગયા. એ થાત ખરાં? કરોડોનું નુકસાન થયું એ રોકી ન શકાયું હોત? દિલાવરની દીકરી અને તેના પરિવારની શી હાલત છે એ ખબર છે તમને? હમીદની દીકરી અને તેનું કુટુંબ ક્યાં છે...' આટલું કહેતાં સાબિરાનું હૈયું ભરાઈ આવ્યું. હવે મને તેના ક્રોધ પાછળ રહેલી વ્યથા અને આક્રોશનું કારણ સમજાઈ ગયું. મારા મોટા ભાઈ છોટુભાઈના પુત્ર દિલાવરની દીકરી સલમા અને બીજા પુત્ર હમીદની પુત્રી જસ્મિનના છેલ્લા ત્રણ દિવસથી કંઈ સમાચાર નહોતા. છોટુભાઈનો પરિવાર સુરેન્દ્રનગર સતત ચિંતામાં હતો. અહીં અમારો પરિવાર સતત સંપર્ક સાધવા મથતો હતો.

'કોઈ સંદેશાવ્યવહાર શક્ય નથી.' આટલું જાણ્યા પછી મેં કોઈ પ્રયાસ કર્યો નહોતો.'

પ્રભાતના પહોરમાં ઢોળાયેલી ચાની વ્યથા. કાર્યક્રમ માટે પહેરવા જતન કરી જાળવેલા સફેદ લેંઘા અને ઝભ્ભા પર પડેલ ચાના દાગની યાતના, પરિવારની બંને પુત્રીઓની ચિંતા, આટલા અનુભવના અંતે મને એક સાચ સમજાયું:

હર શામ સૂરજ કો ઢલના સિખાતી હૈ
હર ઠોકર ઇન્સાન કો ચલના શિખાતી હૈ

જીવનમાં જે ક્ષણ ગફલતની હોય છે તે પતનની હોય છે. અહિંસાને માર્ગે સત્યની શોધમાં નીકળેલા ગાંધીજી સાથે સાબરમતી આશ્રમમાં રહી ચૂકેલા અમારા ગામના મોતીભાઈ પટેલ, જેને અમે ગુરુના નામથી ઓળખતા, તેઓ કહેતા, 'જીવનમાં ધ્યાન ધરવાનું નથી હોતું, રાખવાનું હોય છે.'

સવારના પહોરમાં જે ઘટના બની તેનો મેં સહર્ષ સ્વીકાર કર્યો, કારણ કે પીઢ રાજકારણી જેમ ખુલાસા કરી જાતને ઉગારી લેવાની આવડત મારામાં નહોતી.

હેન્રી કિસિન્જર કહેતા, 'ઘટનાનું સંચાલન કરવું, ઘટનાથી સંચાલિત ન થવું.' રાજકારણીઓના જીવનમાં આ વાત વણાઈ ગઈ હોય છે. એટલે જ તેઓ જનતાની વ્યથાથી વ્યથિત થયા વગર તટસ્થ ભાવે પોતાનું કાર્ય કરી શકે છે.

મારા મિત્ર મુકુંદરાય ધરમને રવાડે ચડી ગયા હોવાથી તેમને ધીરે ધીરે સંસાર અસાર મંડ્યો લાગવા. રોજ ઊઠી ઑફિસે જવું, કામ કરવું, પૈસા રળવા, પરિવારનું ભરણપોષણ કરવું, આ સિવાયની સંસારવ્યવહારની ફરજ સંભાળવી, આ બધું તેમને મોક્ષના માર્ગે પ્રયાણ કરનાર સાધકની સફરમાં અવરોધરૂપ લાગવા માંડ્યું. કર્મ કરવાથી આવતી આસક્તિનો ત્યાગ કરવાની જરૂર હતી તેના બદલે કર્મને જ બંધન સમજી કર્મનો ત્યાગ કરવાનો મુકુંદરાયે નિર્ણય લીધો.

તેમણે કરુણાપૂર્ણ નેત્રો વડે તેમનાં પત્ની સ્નેહલતા તરફ જોયું અને કહ્યું, 'હું સંસારનો ત્યાગ કરી સંન્યાસી થવા જઈ રહ્યો છું. તમે સૌ મને વિસારી રામ સમરજો, પ્રભુ તમારી રક્ષા કરે.' સંસારનાં બંધનો તોડવાં એટલાં આસાન તો નથી. મુકુંદરાયે આંખમાં આંસુ સાથે છેલ્લા શબ્દો કહ્યા, 'હવે હું પાછો નહીં ફરું.'

સ્નેહલતાબહેન પર મુકુંદરાયના ગૃહત્યાગની વાતની જરા પણ અસર ન થઈ. સ્વસ્થ ચિત્તે આ આર્યનારીએ મુકુંદરાયના હાથમાં થેલી પકડાવી અને પંદર રૂપિયા આપી કહ્યું, 'પાછા આવો તો શાક લેતા આવજો.'

રાજકુમાર સિદ્ધાર્થે ગૃહત્યાગ કર્યો. પ્રથમ તો શરૂઆત આકરા દેહદમનથી કરી, ઉગ્ર તપશ્ચર્યા કરી. શરીર દિન-પ્રતિદિન ક્ષીણ થતું ગયું. એક વાર નિરંજના નદીમાં એ સ્નાન કરવા ઊતર્યા, પણ અશક્ત એટલા થઈ ગયેલા કે સરળતાથી બહાર ન નીકળી શક્યા. નદીમાં પડી ગયા. સિદ્ધાર્થને વિચાર એ આવ્યો કે 'જો હું આ નદી ન તરી શકતો હોઉં તો ભવસાગર કઈ રીતે તરી શકીશ?' તેમણે સુજાતાની ખીર ખાધી.

જીવનમાં કંઈ પણ મેળવવું હશે તો તે શરીરના માધ્યમ દ્વારા મળશે. આટલી શરીરની મહત્તા તેમને સમજાઈ ગઈ. જ્ઞાનપ્રાપ્તિ પછી કરુણાનો સંદેશ લઈ એ સમાજમાં પાછા ફર્યા. કોઈ જિજ્ઞાસુએ બુદ્ધને પૂછ્યું, 'આપે શું મેળવ્યું?' બુદ્ધે કહ્યું, 'મેળવ્યું કંઈ નથી, જે હતું તે ગુમાવ્યું છે. Be empty. ખાલી થઈ જાવ – આ એમના કથનનો સાર હતો.

રાજકુમાર વર્ધમાને ગૃહત્યાગ કર્યો અને કેવળજ્ઞાન પ્રાપ્ત કરી અહિંસાનો સંદેશ લઈ સમાજમાં પાછા ફર્યા.

મારા મિત્ર મુકુંદરાય સાંજે શાક લઈ પાછા ફર્યા. બીજે દિવસે હું તેમને મળવા ગયો તો મુકુંદરાય પત્ની અને બાળકો સાથે ગુલતાન કરતા હતા. મને જોઈ કહે,

સાધુતામાં સાર ન ભાળ્યો,
સંસારમાં છે મજો,
ભગવાન ભજો, ભાઈ ભગવાન ભજો.

અમે બધાં હસી પડ્યાં. મેં સ્નેહલતાબહેનને પૂછ્યું, 'મારા મિત્રે ઘર છોડ્યું ત્યારે તમને ફાળ ન પડી? તમને એમ ન થયું કે હવે શું થશે?' સ્નેહલતાબહેન કહે, ના રે ના. હું એમને ન ઓળખું? આવું વરસમાં ત્રણ વાર કહે છે. ક્યાંક કોઈ સાધુમહાત્માને સાંભળે કે કોઈ સારું પુસ્તક વાંચે એટલે તરત એમને સંસાર અસાર મંડે છે લાગવા. હું બધું સમજું છું. ક્યારેક ઘરખર્ચ વધે ને તો પણ તેમને વેરાગ આવી જાય છે. મેં આ વૅકેશનમાં આબુ ફરવા જવાનું કીધું તો કહે, મારે વધુ કર્મો કરી બંધનમાં નથી બંધાવું.'

મારા મિત્ર હસતા રહ્યા અને તેમનાં પત્ની બોલતાં રહ્યાં. બંનેને પ્રસન્ન જોઈ મેં સહર્ષ આ પરિવારની વિદાય લીધી.

સ્વર્ગથીયે સોહામણો આ માનવને મૃતલોક, એમાં વસ્તુ-અળખામણી- જરા, મરણ અને વિજોગ. આમાં માત્ર જરા, મરણ ને વિજોગ ન હોત તો આ સંસાર સ્વર્ગથીયે સોહામણો છે. વૃદ્ધાવસ્થા આવે છે, શરીર ક્ષીણ થતું જાય છે. જીવન પરવશ બનતું જાય છે. અને બહાર અવગણના મંડે છે થાવા. હૈયું ધિક્કારોથી ભરાઈ જાય છે. મનને વિષાદ ઘેરી વળે છે. વૃદ્ધાવસ્થા વિતાવવી વસમી થઈ પડે છે. મિત્રો, સ્નેહીઓ સ્વજનો વિદાય લે છે, જીવનમાં એકલતા કોરી ખાય છે.

એમાંયે નજર સામે તાપીનાં પૂરમાં મૃત્યુ પામેલા કે મુંબઈના બૉમ્બબ્લાસ્ટમાં હંમેશ માટે વિદાય થયેલાં સ્વજનોનો વિયોગ શેં ભુલાય? જીવન હાથમાંથી સરકતું જાય છે.

મનમાંથી નિરાશા ખસતી નથી. માનવી પ્રયત્નો તો ઘણા કર્યા કરે છે, મનને મનાવ્યા કરે છે છતાં એને થાય છે –

પીળાં પર્ણો ફરી નથી થતાં કોઈ કાળે લીલાં
ભાંગ્યા હૈયા ફરી નથી થાતા કોઈ કાળે રસીલાં
પામે ક્ષય પછી રાશિ વૃદ્ધિ પણ માનવીનું એ જ ભાવિ
ના આવે ફરી ભરતી જ્યાં એકાદી ઓટ આવી.
પીળાં પર્ણો ક્યાંથી લીલાં થાય?
એમને તોરણે કોણ બાંધે?
કોણ રે બાંધે અમને તોરણે
અમે તો પાનખરનાં પીળાં પાન.

□

પાઘડી ભેંસ ચાવી ગઈ

જૂનાગઢના એડ્વોકેટ રવીન્દ્રગિરિ ગોસ્વામી – રવીનબાપુ મારા અનન્ય સ્નેહી છે. મારો કાયમી ઉતારો તેમને ત્યાં. એક વાર માંગનાથમાં હું, ડૉ.લક્ષેશગિરિબાપુ, તેમના નાનાભાઈ મનુભાઈ, માનભાઈ બધા બેઠા હતા. અલકમલકની વાતો થતી હતી એમાં રવીનબાપુએ એક વાંદરાની વાત કહી. તેમણે કહ્યું : 'એક વાર હું ઘેરથી તૈયાર થઈ ઑફિસે પહોંચ્યો. ૧૧ વાગ્યા પહેલાં મારે કોર્ટમાં પહોંચી જવાનું હતું. મેં મારી ઑફિસમાં પ્રવેશ કર્યો. જે દૃશ્ય મેં જોયું તેનાથી હું સ્તબ્ધ બની ગયો. બધું અસ્તવ્યસ્ત ટેબલ પર પડ્યું હતું. ફાઇલો, પેન-પેન્સિલો, મારાં વધારાનાં એક જોડી ચશ્માં નીચે પડ્યાં હતાં. પ્રથમ મને થયું સામાવાળાએ મારે રજૂ કરવાના અગત્યના ડૉક્યૂમેન્ટ્સ ચોરવાનો પ્રયાસ કર્યો હોય એ બનવાજોગ છે, પરંતુ મારા આશ્ચર્ય વચ્ચે મારે જેમાંથી રજૂઆત કરવાની હતી એ ફાઇલ તો અકબંધ હતી. વધુ કંઈ વિચાર્યા વગર મારી ફાઇલ અને જરૂરી સાહિત્ય લઈ સમયસર કોર્ટમાં પહોંચી ગયો. સાંજે પાછા ઑફિસે આવી મેં બધું વ્યવસ્થિત ગોઠવ્યું. સાંજે ઘેર રવાના થયો. બીજે દિવસે ઑફિસે પહોંચ્યો તો ઑફિસની એ જ હાલત. નવાઈની વાત એ હતી કે કોઈ પણ વસ્તુની ચોરી નહોતી થઈ.

એક વાર મેં બાજુના ગેસ્ટહાઉસના રૂમની બારી થોડી ખુલ્લી રાખી મારી ઑફિસનું નિરીક્ષણ શરૂ કર્યું. થોડી વારમાં એક વાનરે મારી ઑફિસની બારી ખોલી નાખી. ચોમાસાને લઈને બારી બંધ નહોતી થતી. હું બારી તો બંધ કરતો, પણ સ્ટૉપર લાગતી નહોતી. વાનરે આ સ્થિતિનો લાભ લીધો. તેણે બારી ખોલી, ઑફિસમાં પ્રવેશ કર્યો, મારી ખુરશી પર સ્થાન લીધું. પછી મારી ફાઇલોનાં પાનાં

ફેરવ્યાં, ટેબલ પરની પેન્સિલ હાથમાં લીધી, એક વાર ચશ્માં પણ નાક પર ચડાવ્યાં. ગંભીરતાપૂર્વક કોઈ કેસનો અભ્યાસ કરતો હોય એવો મારા જેવો અભિનય કર્યો, ચિંતામાં લમણે હાથ દઈ હું બેસું છું એમ જ્યારે વાંદરો બેઠો ત્યારે હું ખડખડાટ હસી પડ્યો. મારા હસવાના અવાજથી વાંદરો ચમકી ગયો અને છલાંગ મારી બારીમાંથી બહાર જતો રહ્યો.

અમને વાતમાં રસ પડ્યો. અમે પૂછ્યું, 'શું પછી વાંદરાને પકડાવી દીધો, મારીને કાઢી મૂક્યો કે બારી નવી નખાવી?' રવીનબાપુએ કહ્યું, 'એક અરીસો રાખ્યો, બાજુમાં પાણીનો વાટકો ભર્યો, દાઢીનો સાબુ મૂક્યો, સેફ્ટીરેઝર રાખ્યું અને બ્રશથી સાબુ લગાડી અરીસામાં જોતાં જોતાં દાઢી બનાવવાની શરૂઆત કરી. હું સમજતો હતો વાનર ગમે ત્યાંથી મારી પ્રવૃત્તિનું નિરીક્ષણ અવશ્ય કરશે. દાઢીનો તમામ સામાન એમ ને એમ ટેબલ પર રાખી હું ઘેર જતો રહ્યો. આવું મેં થોડા દિવસ ચાલુ રાખ્યું. એક વાર ઑફિસમાં પ્રવેશતાં પહેલાં મેં ગેસ્ટહાઉસની બારીમાંથી જોયું. વાંદરાએ બારી ખોલી, બ્રશ હાથમાં લીધું અને અરીસામાં જોયું. દાઢી ફરતે ફેરવ્યું, પણ સફેદ ફીણ ન નીકળ્યાં, ફરી વિચાર કર્યો. સાબુ સાથે બ્રશ ઘસ્યું. ઘણી વાર ઘસ્યું, અર્ધું ટેબલ ફીણ ફીણ ભરાઈ ગયું. પછી ચહેરા પર બ્રશ ઘસ્યું. અરીસામાં જોયું. પોતાના નવા સ્વરૂપને જોઈ એ પ્રથમ તો ડરી ગયો. વળી વિચાર્યું. રેઝર ઉપાડ્યું અને દાઢી કરવાનો ચાળો કરતાંકને બચ્ચ દઈ રેઝર ચામડીમાં ખૂંચી ગયું અને દાઢી સાથે ચામડી નીકળી ગઈ. વાંદરાના હાથમાંથી રેઝર ઊડી ગયું. એક કારમી ચીસ તેના મોઢામાંથી નીકળી ગઈ અને ચિત્કાર કરતો બારીમાંથી વાનર નાસી ગયો. ટેબલ પર લોહીના દાગ પડ્યા. બારી પર લોહીના છાંટા ઊડ્યા. મેં રામસિંહને બધું સાફ કરવા જણાવ્યું અને ઘેર જતો રહ્યો. પછી કદી એ વાંદરે ઑફિસમાં આવવાનું સાહસ કર્યું નથી. વાંદરો જો બીમાર પડે અને એમાં પણ જખ્મી થાય તો નાતના નિયમ પ્રમાણે સૌ તબિયત જોવા આવે અને ચામડી પકડી થોડી ખેંચી જખમનું બરાબર નિરીક્ષણ કરે. આમ જખમ વધતો જાય, એટલે જે વાંદરાને જખમ થાય તે સમૂહ છોડી એકાંતમાં જતો રહે અને સાજો થાય પછી જ પાછો ફરે.' મેં કહ્યું, 'આનું નામ વકીલ. કેસનો કેવો બુદ્ધિપૂર્વક બારોબાર નિકાલ કર્યો!'

માનભાઈ ગઢવી કહે, 'વકીલ ખોટા હોય ને તો પણ દલીલો તો કરે જ.'

પીતાંબર પટેલે અમૂલખ ભગવાનજીના બળદને પોતાના બળદ હારે હાંકીને પોતાના ખીલે બાંધી દીધો. બંને પરિવારો માતબર ખમતીધર ખેડૂતો હતા. બંને પાસે દસ દસ જોડી બળદ અને એમાં આવું બન્યું. પ્રથમ તો સમાધાન માટે પ્રયાસ થયા. અમૂલખ ભગવાનજીએ કીધું કે મારો બળદ મને સુપરત કરો એટલે વાત પતી જાય.

પણ પીતાંબર પટેલ કહે, 'બળદ અમારો છે. અમે શેના આપીએ?' વાત વટે ચડી ગઈ. સ્ટેટનો જમાનો. ન્યાલચંદ ન્યાયાધીશે બંને પરિવારોને સમજાવ્યા, 'આવી સામાન્ય વાતમાં કેસ કરવાનો ન હોય. બળદને પ્રથમ ચોકમાં ઊભો રાખો અને હાંકી મૂકો. જેનો હશે તેના ઘરે જઈને ઊભો રહેશે.' ગામનાને સાહેબની વાત વાજબી લાગી. ત્યાં વકીલ રતિલાલ ડગલીએ કહ્યું, 'તો પછી સાહેબ ન્યાય બળદે આપ્યો ગણાશે.' સરવાળે અમૂલખ ભગવાનજીને બળદ સુપરત થયો. બંને પરિવાર વચ્ચે અણબનાવ ઘણા સમયથી ચાલ્યો આવતો હતો. બંને પરિવારના કૂતરા શેરીમાં ભેગા થઈ જાય તો પણ બાઝી પડતા. ફરી પાછો ખેતરના શેઢા માટે કેસ થયો. બંને પરિવાર વાડ વધારી એકબીજાની જમીન પર કબજો જમાવવા મથતા અને 'જર, જમીન અને જોરુ એ ત્રણેય કજિયાનાં છોરું'ની કહેવત સાચી પાડવા સંનિષ્ઠ પ્રયાસ કરતા. એક વાર પાછા પડેલા પીતાંબર પટેલે પહેલેથી જ ખટકો રાખ્યો હતો. 'ચેતતો નર સદા સુખી' એ ગણતરીએ એક વાર સવારના પહોરમાં પીતાંબર પટેલ અને તેમના ત્રણચાર કુટુંબીજનોએ ન્યાયાધીશસાહેબના મકાનમાં પ્રવેશ કર્યો. સાહેબે સૌને આવકાર આપી બેસાડ્યા અને આગમનનું કારણ પૂછ્યું, ત્યાં પીતાંબર પટેલે ભરત ભરેલી થેલીમાંથી પાઘડી કાઢી અને સાહેબના માથે બાંધવા પ્રયાસ કર્યો. આવા અચાનક થયેલા આક્રમણથી સાહેબ મૂંઝાઈ ગયા અને બોલી ઊઠ્યા, 'શું છે? આ શું કરો છો?' પીતાંબર પટેલ કહે, 'સાહેબ, અમે હરદ્વાર જાત્રા કરીને આવ્યા છીએ. અમારામાં રિવાજ છે કે જાત્રા ફર્યા પછી વડીલોને પાઘડી પહેરાવવી.' સાહેબનાં પત્ની પ્રેમલતાબહેનના પિતા વનરાવન રાજમાં કામદાર હતા એટલે તેમને સાહેબ કરતાં આવા સમાજનો બહોળો અનુભવ હતો. તેમણે સાહેબને રૂમમાં બોલાવી કહ્યું, 'રાજના પગારમાં પાઘડીનો વેત નહીં થાય માટે પહેરી લ્યો.' સાહેબે કચવાતા મને પાઘડી પહેરી અને ફરી આવું નહીં કરવાની સૂચના આપી. અમૂલખ પટેલને આ વાતની ખબર પડી. રક્ષાબંધનના દિવસે અમૂલખ ભગવાનજી, તળશી જાદવજી, પચુ પગી, મેરામણ દરજી વગેરે મહાનુભાવો હોહા કરતાં આગળ નવચાંદરી ભેંસને હાંકતાં ન્યાયાધીશસાહેબના ફળિયામાં પ્રવેશ્યા. સાહેબે હંમેશની ટેવ મુજબ શું છે? કોણ છો? આ ભેંસ કોની છે? કેમ આવ્યા છો? એમ પૂછ્યું. જમાનાના ખાધેલ અમૂલખ પટેલે કહ્યું, 'સાહેબ, આજે રક્ષાબંધન છે. અમે અમારાં બહેનબાને મળવા આવ્યા છીએ.' પ્રેમલતાબહેનને પરિસ્થિતિનો ક્યાસ કાઢતાં વાર ન લાગી. તેમણે પ્યૂન ખેતશીને તરત જરૂરી સૂચનાઓ આપી દીધી. સાહેબે પટેલને પૂછ્યું, 'આ ભેંસ કેમ લાવ્યા છો?' અમૂલખ પટેલે કહ્યું, 'સાહેબ, અમારા જેવા ભાઈ ગામમાં વસતા હોય અને અમારાં બહેનનાં ભાંડરુને ઘી-દૂધ વેચાતાં લાવવાં પડે એમાં સાહેબ, અમારી આબરૂ શું? આ તો અમારાં ભાણેજડાંઓ માટે છે.' પ્રેમલતાબહેને ભાઈઓ માટે મગાવેલો જલેબી-ગાંઠિયાનો નાસ્તો ડિશોમાં તૈયાર કરી નેણશીએ એક પછી એકને

પીરસ્યો. માથેથી સૌને ચા પિવરાવવામાં આવી. પ્રેમલતાબહેને અમૂલખ પટેલને પ્રથમ ચાંદલો કર્યો, પછી ચોખા ચોડ્યા અને રક્ષા બાંધી, રક્ષાબંધન મહોત્સવ પૂર્ણ થયો.

અમૂલખ પટેલ અને તેના સાથીઓએ વિદાય લીધી. ત્યાર પછી કેસ ચાલ્યો, પરિણામ નક્કી હતું જ. પીતાંબર પટેલ વાતવાતમાં વચ્ચે કહેતાં, 'સાહેબ, પાઘડી સામું જરા જોજો. પાઘડીની આબરૂ રાખજો.' મૅજિસ્ટ્રેટસાહેબે પ્રત્યુત્તરને વાતમાં વણી લઈ વચ્ચે કહી દીધું, 'પાઘડી ભેંસ ચાવી ગઈ પટેલ.' પીતાંબર પટેલ બધું સમજી ગયા. પછી તો આવી ઘણી વાતો થઈ.

એક ઉશ્કેરાયેલા વકીલે પોતાના અસીલને કહ્યું, 'કરમશીભાઈ તમે મને શું સમજો છો? હું બે યુનિવર્સિટીઓની ડિગ્રી ધરાવું છું.' કરમશીભાઈએ ગુસ્સામાં કહ્યું, 'તે એમાં શું થઈ ગયું સાહેબ, મારો બળદ પણ બે ગાયોને ધાવ્યો છે. આમ જ એક વાર એક જજસાહેબે ગુસ્સામાં પ્રસિદ્ધ ધારાશાસ્ત્રી મોતીલાલ નહેરુને પૂછ્યું હતું, 'તમે મને સમજો છો શું?' મોતીલાલ નહેરુએ વિનમ્રતાથી કહ્યું, 'સાહેબ, અત્યાર સુધી તો હું આપને સજ્જન ગણું છું, પણ આપને એ જો અજુગતું લાગતું હોય તો હું અભિપ્રાય બદલું.'

ભારતીબહેન કુંચાલાના પિતાશ્રી નરહરદાન કુંચાલાસાહેબ પ્રખર ધારાશાસ્ત્રી તો હતા જ, પણ સાથે જન્મજાત હાસ્યકલાકાર હતા. નવરાત્રિ મહોત્સવમાં થાનગઢ કાર્યક્રમ આપવા આવતા. તેમણે એક વાર કહ્યું હતું કે કોર્ટમાં કેસ લડવા માટે હાજર થયો ત્યારે મૅજિસ્ટ્રેટસાહેબે પ્રથમ મારું પગથી માથા સુધી નિરીક્ષણ કરી જણાવ્યું, 'તમારે જે કહેવું હોય તે વિટનેસ બૉક્સમાં ઊભા રહી કહો.' મેં નમ્રતાથી કહ્યું, 'યોર ઑનર, હું રાણિંગ ગિગાનો વકીલ છું, હું રાણિંગ ગિગા નથી.' કુંચાલાસાહેબ કહે, 'મને સાહેબ આરોપી સમજેલા. વર્ષો પહેલાં જ્યારે ચોટીલા કોર્ટ જૂના મકાનમાં ઝવેરચંદ મેઘાણીના જન્મસ્થાન પાસે બેસતી ત્યારે ત્યાં એક કેસ ચાલતો, જેમાં પ્રતિવાદીનું નામ હરિહર હતું. પટાવાળા પ્રેમજીએ 'હરિહર હરિહર'ની બે હાકલ કરી ત્યાં ચામુંડા માતાજીનાં દર્શન કરવા આવેલા ચાર-પાંચ બાવાસાધુ કોર્ટની ઓસરીમાં પ્રવેશી ગોઠવાઈ ગયા. એમને એમ કે હરિહરનો સાદ પડ્યો તે ભેગાભેગ ભોજન કરતા જઈએ. જમાદાર ગિરિબાપુએ બધાને બહાર કાઢ્યા અને સમજાવ્યું, 'આ કોર્ટ છે. અહીં જમવાનું ન હોય, અહીં તો ન્યાય હોય, સમજ્યા?' 'અમે પણ ભોજનને ન્યાય આપવા આવ્યા છીએ,' એવું એક સાધુએ કહ્યું. ગિરિબાપુએ કહ્યું, 'જુઓ તળેટીમાં સદાવ્રત છે ને ત્યાં જઈ ન્યાય આપજો.' બહાર ઊભેલા જેમણે આ પ્રસંગ સાંભળ્યો તે સૌ ખડખડાટ હસી પડ્યા.

□

શિક્ષકોનું બહારવટું

એક વાર શિક્ષક-મિત્રો અને જિલ્લામાંથી આવેલા નિરીક્ષકો એવા ચર્ચાએ ચઢ્યા કે બપોરના ભોજન માટે વારંવાર વિનંતી કરવા છતાં કોઈ મંચ છોડતા નહોતા.

દોશીસાહેબે કહ્યું: 'ભારતનું ભાવિ વર્ગખંડોમાં આકાર લઈ રહ્યું છે. દેશના ભાવિ નાગરિકોને ઘડવાનું દુષ્કર કાર્ય આપણે કરી રહ્યા છીએ, છતાં સમાજમાં આપણું જોઈએ તેવું માન નથી, સન્માન નથી, સ્થાન નથી. આપણે નીકળીએ ત્યારે વાલીઓ અદબથી ઊભા નથી થઈ જતા. આ પરિસ્થિતિ શોચનીય છે, વિચારણીય છે.' શ્રી સાકરિયાસાહેબે કહ્યું: 'સન્માન એ વ્યક્તિની યોગ્યતા પ્રમાણે આપોઆપ પ્રાપ્ત થાય છે કે એ મેળવી લેવું પડે છે? આ મુદ્દો સ્પષ્ટ થાય તો વધુ સારું.' તરત જ શિક્ષકો બે વિભાગોમાં વહેંચાઈ ગયા. એક વર્ગે કહ્યું: 'જો આપણામાં લાયકાત હશે તો સન્માન આપોઆપ મળી જશે. ''માનવતાનું કાર્ય કરતાં કીર્તિ એ આવી પડેલી આપત્તિ છે'', આવું ડૉક્ટર આલ્બર્ટ શ્વાઇટ્ઝર કહેતા.' જ્યારે બીજા વર્ગની એવી દલીલ હતી કે માગ્યા વગર મા પણ પીરસતી નથી, માટે સમાજ સન્માન આપશે એવી વ્યર્થ આશામાં જીવવા કરતાં કર્મવીરની જેમ મેળવી લેવા પ્રબળ પુરુષાર્થ કરવો.

શ્રી ઠાકરસાહેબે કહ્યું: 'પ્રયત્ન કરવા છતાં પણ જો સન્માન ન મળે તો? તો શું કરવું?' અચાનક ઊભા થઈ શ્રી રાણાસાહેબે કહ્યું: 'બહારવટે ચડવું.' રાણાસાહેબના ચહેરા ફરતું તેજનું વર્તુળ જોવા સૌ પ્રયાસ મંડ્યા કરવા. આવેશમાં અને વીરરસના સંચારને લઈ રાણાસાહેબનું અંગ ધ્રૂજવા લાગ્યું. તેમણે કહ્યું: 'બહારવટે ચડવું. પ્રાચીનકાળમાં જ્યારે સ્વમાનનો ભંગ થતો ત્યારે વીરપુરુષો બહાર રહી વટ રાખતા, જેથી બહારવટિયા કહેવાતા. આપણે પણ આપણા માનને ખાતર, સ્થાનને ખાતર, સન્માનને ખાતર બહારવટે ચડવું.' સમગ્ર શિક્ષણજગત માટે આ વિચાર ક્રાંતિકારી હતો, જલદ હતો, પોતાની અને સમાજની ઊંઘ ઉડાડી દે તેવો હતો. નવી ભરતી થઈ હોય તેવા યુવાન શિક્ષકો પોતાનું શૌર્ય અને પરાક્રમ

દાખવવા થનગની ઊઠ્યા. અમુકે શોર મચાવ્યો, 'બહારવટે ચડવું! બહારવટે ચડવું!' અમુક ખંધા અનુભવી શિક્ષકોએ બહારવટે ચડી, લૂંટ ચલાવી, જો માત્ર સંપત્તિ જ પ્રાપ્ત કરવી હોય તો તે બહારવટે ચડ્યા વગર પણ કઈ કઈ રીતે સહેલાઈથી મેળવી શકાય તેવા ટૂંકા રસ્તા સૂચવ્યા. પરંતુ એ માન્ય રહ્યા નહીં. પરંતુ નિષ્ઠાવાન, બુદ્ધિમાન ગણાતા દવેસાહેબ જેવાની વાત વિચારવામાં આવી. દવેસાહેબે કહ્યું: 'હક્ક-રજાઓ વ્યર્થ જાય તે પહેલાં મેળવી લ્યો. પ્રાયોગિક ધોરણે બહારવટાનો પ્રાથમિક અનુભવ પ્રાપ્ત કરો અને એમાં જો સફળતા મળે તો જ કાયમી ધોરણે બહારવટું અપનાવવું, નહીંતર નહીં.' શ્રી દવેસાહેબની વાત સૌને વાજબી લાગી. જેને જે પ્રકારની રજા પ્રાપ્ય હોય તે પ્રમાણે રજા રિપોર્ટો ભરવાનું નક્કી થયું અને પ્રથમ બહારવટાનો અનુભવ મેળવી પછી જ અંતિમ નિર્ણય લેવો એવું સર્વાનુમતે નક્કી થયું.

બીજે દિવસે સૌએ ગૌરવભેર શાળામાં પ્રવેશ કર્યો, વિધિસર રજા રિપોર્ટો રજૂ કર્યા, શાળાનો ત્યાગ કરી સૌ ચાલી નીકળ્યા અને પહોંચ્યા બજારમાં. શાહીના બ્લૂ, લાલ અને લીલા રંગના ખડિયા ખરીદ્યા. મહત્ત્વની બાબત હોય તો જ લાલ શાહીનો ઉપયોગ કરવો અને જે મંજૂર કરવામાં આવે ત્યાં લીલી શાહીથી લખવું. આમ નક્કી થયું. પચીસ ઘા કાગળની ખરીદી થઈ. ઉપરાંત ફૂટપટ્ટીઓ, પેન્સિલો, રબ્બરો, પેનો અને બૉલપેનો, ફાઈલો અને થોડાં પુસ્તકો ખરીદવામાં આવ્યાં. રાષ્ટ્રીય શાયર ઝવેરચંદ મેઘાણીભાઈનાં 'સોરઠી બહારવટિયા' અને 'દરિયાપારના બહારવટિયા' વગેરે પુસ્તકો જે મળ્યાં તે લેવામાં આવ્યાં. અસલ કાઠિયાવાડી દુહાસંગ્રહ અને શૌર્યગીતોના સંગ્રહો વસાવવામાં આવ્યા. આટલી સામગ્રીથી સજ્જ થઈ અર્ધી અર્ધી ચા પીને સૌએ વનવગડાની વાટ લીધી. 'ચાલ્યો ઘોર રજનીમાં ચાલ્યો, માર્ગ જ્યોતિ અનુપમ ઝાલ્યો' — આવું ગુજરાતીના શિક્ષક શ્રી બાબરિયાએ ગાયું. બાંડિયા બેલીના રસ્તે પ્રયાણ કરતાં સૌ માંડવામાં આવી પહોંચ્યા. મહીનદીના કાંઠે ભેખડો જોઈ આચાર્ય શ્રી રાઠોડે કહ્યું: 'બહારવટિયાને રહેવાને અનુકૂળ એવા ભયાનક સ્થાનમાં આપણે આવી પહોંચ્યા છીએ.' એટલે નદીના કાંઠે બગલા બેસે એમ શ્વેત વસ્ત્રોમાં શોભતો શિક્ષક-સમુદાય બેસી ગયો.

કાર્યના પ્રારંભમાં બે-ત્રણ ઘા કાગળ વાપરી નાખવામાં આવ્યા, અનેક પ્રકારનાં પત્રકો બનાવવામાં આવ્યાં. ઉદાહરણરૂપે, એક પત્રક નંબર 'અ' અનુક્રમ નંબર, ઘટનાસ્થળ, લૂંટમાં મેળવેલ માલ; આ ખાનાનાં પાછાં બે પેટા ખાનાં-રોકડ અને દાગીના, લૂંટમાં બતાવેલ પરાક્રમ, લૂંટનો માલ ખરીદનારની સહી, લૂંટનો

માલ વેચનારની સહી અને છેલ્લું ખાનું રિમાર્કનું. કોઈએ સૂચન કર્યું: 'ત્રણ ઠેકાણેથી ટેન્ડર લઈ કોઈ પણ કાર્ય કરવું, જેથી ઓડિટ ઓબ્જેક્શનની તકલીફ ન રહે.'

પત્રકોનું કાર્ય પૂર્ણતાએ પહોંચ્યા પછી જુદી જુદી સમિતિઓની રચના કરવામાં આવી. સૌપ્રથમ શસ્ત્ર-સમિતિનું નિર્માણ થયું. તેના પ્રમુખ અને મંત્રી નિમાઈ ગયા. સાથે નોંધ કરવામાં આવી: 'હાલ તરત આપણે દંડા, સોટીઓ, લાઠીઓ, ચાકુ તેમ જ ગડદિયાથી કામ ચલાવવું. પરંતુ આર્થિક સધ્ધરતા પ્રાપ્ત થતાં જાનહાનિ કરી શકાય એ કક્ષાનાં હિંસક શસ્ત્રો પણ વસાવી લેવાં, જેનો ઉપયોગ સામાન્ય સભામાં સર્વાનુમતે ઠરાવ પસાર થયા પછી પ્રમુખશ્રીની મંજૂરી પછી થશે.'

ત્યાર બાદ અન્વેષણ-સમિતિની નિમણૂક થઈ, જેનું કાર્યક્ષેત્ર હતું – ક્યાં લૂંટ કર્યા જેવી છે, ક્યાં ધાડ પાડવામાં ઓછું જોખમ રહેલું છે તેની તપાસ કરવી અને અહેવાલ કારોબારીમાં રજૂ કરવો. તેના હોદ્દેદારો પણ નિમાઈ ચૂક્યા.

હવે રચના થઈ લલકાર સમિતિની, જો યુદ્ધ જેવા પ્રસંગો આવી પડે તો શૌર્યગીતો ગાઈ, વીરરસના દુહાઓ રજૂ કરી, સૌમાં જોમ અને જુસ્સો જગાવે. આ સમિતિનું કાર્ય અને હોદ્દેદારોની નિમણૂકની કાર્યવાહી પૂરી થઈ. વ્યાયામ શિક્ષક શ્રી પઠાણના સૂચનથી એક શિસ્ત-સમિતિની રચના કરવામાં આવી. સમગ્ર યુદ્ધનું સંચાલન શિસ્તબદ્ધ રીતે થાય તેની જવાબદારી તેમને અને શ્રી મોથલિયાને સોંપવામાં આવી.

યુદ્ધપ્રસંગે શિક્ષકગણની આગેવાનીનું સુકાન આચાર્ય શ્રી રાઠોડે સંભાળવું અને તેમને અચાનક ક્યાંક કાર્યક્રમ નિમિત્તે જવાનું થાય તો આગેવાની શ્રી મુલતાનીએ લેવી તેમ નક્કી થયું. જોકે યુદ્ધના સમયમાં કોઈએ રજા લેવી નહીં એવું પણ સાથે નક્કી થયું. છતાં જરૂરિયાત ઊભી થાય તો ધોરણસરની કાર્યવાહી કરવી એવી જોગવાઈ પણ કરવામાં આવી.

ઉતારા અને ભોજન-સમિતિઓની પણ રચના થઈ અને આવા કપરા કાળમાં તેમણે પણ પોતાનાં સ્થાનો સંભાળી લીધાં.

અન્વેષણ-સમિતિના કન્વીનર શ્રી સી.વી. ઠાકરે સમાચાર આપ્યા કે અહીંથી એક જાન પસાર થવાની છે. તેમની પાસે કેટલી સંપત્તિ અને આભૂષણો છે તે અન્વેષણનાં પૂરતાં સાધનો પ્રાપ્ય નહીં હોવાથી જાણી શકાયું નથી, છતાં આપણી અપેક્ષાઓથી વધુ જરૂર હશે એવું કહ્યા વગર હું રહી શકું તેમ નથી. અન્વેષણ-સમિતિના રિપોર્ટ પર ગંભીરતાથી ચર્ચાવિચારણા થઈ. જાન પર ધાડ પાડવાનો અને લૂંટ ચલાવવાનો નિર્ણય લેવામાં આવ્યો. તમામ સમિતિઓ કાર્યરત બની ગઈ. વ્યાયામ શિક્ષક પઠાણે યુદ્ધની પૂર્વતૈયારીરૂપે જે કવાયત કરાવી તેમાં જ મોટા

ભાગના શિક્ષક-મિત્રો થાકી રહ્યા, છતાં ફરજમાં અડગ રહ્યા. શ્રી બાબરિયાએ બુલંદ અવાજે 'સૌ ચાલો જીતવા જંગ બ્યૂગલો વાગે, યાહોમ કરીને પડો ફતેહ છે આગે' ગીત લલકાર્યું. આચાર્ય શ્રી રાઠોડે શિક્ષકગણનું સેનાપતિપદ સંભાળ્યું અને સૌ નીકળી પડ્યા. આ તરફ શિક્ષક-સમાજ અને સામેથી આવતી જાન સામસામાં આવી ગયાં. આચાર્યશ્રીએ બુલંદ અવાજે પડકાર કર્યો: 'ખબરદાર, જ્યાં છો ત્યાં જ ઊભા રહેજો. અહીં ભીષણ રક્તપાત થશે. સ્ત્રીઓનાં આક્રંદ અને બાળકોનાં રુદનથી વાતાવરણ કરુણ બની જશે. આ સ્થિતિ સહી લેવી એ અમારા માટે અસહ્ય હોવાથી હું આપ સૌને નમ્ર વિનંતી કરું છું કે આ સમસ્યાનું નિરાકરણ મંત્રણાના મેજ પર થાય. આ હત્યાકાંડ રોકવા શાંતિભર્યા માર્ગો પણ છે જ. વાટાઘાટોનાં દ્વાર પણ ખુલ્લાં છે જ, પરંતુ આ બધું આપના સાનુકૂળ પ્રતિભાવ પર આધાર રાખે છે.'

જાનવાળા આચાર્યશ્રીનાં નિરર્થક લંબાણભર્યા પ્રવચનમાં કાંઈ સમજ્યા નહીં. માત્ર આટલું જ સમજ્યા કે 'આ છે કોઈ ફંડફાળો ઉઘરાવવાળા, પણ આમ વગડામાં દુઃખી કેમ થાય છે તે સમજાતું નથી.' જાનવાળાની વાતો સાંભળી આચાર્યશ્રીએ કાયમની ટેવ પ્રમાણે કહ્યું: 'બંધ કરો અવાજ અને શાંતિપૂર્વક હું પૂછું છું તે પ્રશ્નો સાંભળી તેના પ્રત્યુત્તર આપો. પ્રશ્ન પહેલો: તમારી સાથે સામનો કરી શકે તેવા હથિયારધારી વળાવિયા કેટલા? પ્રશ્ન બીજો: તમે ક્યાંથી નીકળ્યા છો? પ્રશ્ન ત્રીજો: તમે ક્યાં જવાના છો? પ્રશ્ન ચોથો: તમારી પાસે રોકડ અને દાગીના કેટલાં છે? પ્રશ્ન પાંચમો: તમે કુલ કેટલા માણસો છો?'

જાનવાળા કહે: 'કોક નાટકકંપનીવાળા રમતે ચડી ગયા લાગે છે.' સામતુભા બાપુએ બંદૂક કાઢી, કાર્ટિસ ચડાવ્યા અને પડકાર કર્યો, 'અલ્યા કોણ છો?' જવાબમાં સૌ સમિતિનાં હોદ્દેદારોનાં રાજીનામાં આવી ગયાં. આચાર્યશ્રીએ ગૌરવભેર કહ્યું, 'હાલ તરત આપણે માનભેર આ અભિયાન મુલતવી રાખીએ છીએ.' શ્રી પઠાણે આદેશ આપ્યો: 'પીછે મુડેંગે, પીછે મુડ.' સૌ ફરી ગયા અને પાછા તળાવને કાંઠે આવી પહોંચ્યા. તાત્કાલિક સામાન્ય સભાની મિટિંગ યોજવામાં આવી અને આચાર્યશ્રી રાઠોડે રજૂઆત કરી: 'આ સમગ્ર વ્યવસાયનું નિરીક્ષણ કરી, પૃથક્કરણ કરી, પ્રત્યક્ષ અનુભવ પ્રાપ્ત કરી, વિશ્લેષણ કર્યા બાદ એવું જણાય છે કે આ વ્યવસાય આપણી ચિત્તવૃત્તિને પ્રતિકૂળ હોવાથી ત્યાજ્ય છે.' સ્ટેશનરી સૌએ વહેંચી લીધી અને પુસ્તકો શાળાની લાઇબ્રેરીમાં ભેટ આપી સૌ રજા રિપોર્ટ કૅન્સલ કરી, શિક્ષણકાર્યમાં લાગી ગયા.

જે માનવી પોતાની નબળાઈ પર મુક્તપણે હસી શકે છે તે સૌથી વધુ નિખાલસ માનવી છે.

વિષ્ણુગુપ્ત ચાણક્યને એક જિજ્ઞાસુએ પૂછ્યું, 'એક શિક્ષક શું કરી શકે?' વિષ્ણુગુપ્તે કહ્યું, 'આમ કહી તમે શિક્ષકના સામર્થ્ય પર પ્રશ્નાર્થચિહ્ન મૂકો છો. મહાઅમાત્ય ચાણક્યનું જીવન જ આ પ્રશ્નનો પ્રત્યુત્તર છે.'

એક પંડિત મદનમોહન માલવિયાજી, એક જનાબ ડૉ.ઝાકિરહુસેનસાહેબ, એક ત્યાગમૂર્તિ નાનાભાઈ ભટ્ટ, એક વિદ્વાન સાહિત્યકાર મનુભાઈ પંચોળી, એક કેળવણીકાર મનસુખભાઈ જોબનપુત્રા, એક સેવાભાવી નાગજીભાઈ દેસાઈ જેવા મહાન શિક્ષકો સમાજમાં શું કરી શકે છે તે શું આપણે નથી જાણતા?

એક હેરોલ્ડ લાસ્કી, એક ઍરિસ્ટોટલ, એક પ્લેટો, એક મૅડમ મૉન્ટેસોરી કેવું પરિવર્તન લાવી શકે છે તેનાથી શું સમાજ અજાણ છે?

Education is not the destination, it is a journey.

શિક્ષણ એ ધ્યેય નથી, એક યાત્રા છે અને શીખતાં શીખવે તે શિક્ષક.

☐

સંભલ કે રહના... છિપે હુએ ગદ્દારોં સે

વર્ષો પહેલાંની એક સવાર રાજકોટ નવીનકાકાને ત્યાં 'અનિલ'માં પડી. નિત્યકર્મથી પરવારી, તૈયાર થઈ હું અમારા મિત્ર ડૉ. મુકુલભાઈ ટોળિયાને મળવા ગયો. મુકુલભાઈ તેમની ઑફિસમાં બેઠા હતા. હું ઑફિસમાં દાખલ થયો. મને જોઈ ખુશ થયા. અમે થોડી વાતો કરી. પછી મેં કહ્યું: 'દાંતની પીડા અસહ્ય બની ગઈ છે. રાત્રે સૂઈ પણ નથી શક્યો. મને કોઈ ડેન્ટિસ્ટ મિત્ર પાસે મોકલી આપો તો પીડામાંથી મુક્તિ મળે.' મારી વાત સાંભળી મુકુલભાઈએ તેમના ગાલ પર હાથ રાખી કહ્યું, 'મને પણ દાઢ આવી જ દુઃખે છે. હું પણ એ જ વિચારું છું, આજે પડાવું કે કાલે પડાવું.' આમ વાત કરી તેમણે ફોન કર્યો ડૉ. પંકજ શાહને, 'હું આજે દાઢ પડાવવા નહીં આવું પણ મારા બદલે બીજા દર્દીને મોકલું છું. તમે તેમને જાણતા હશો. દર્દી છે શાહબુદ્દીન રાઠોડ.' ડૉ. પંકજભાઈ કહે, 'મોકલો. તેઓ અહીં આવી ચૂક્યા છે.' હું રવાના થયો. મુકુલભાઈને પણ દાઢની પીડા છે એ જાણી મને સાંત્વન મળ્યું. મને થયું, 'એકલો હું દુઃખી નથી, બીજા પણ છે.'

મારો મિત્ર જગજીવન માંદો પડ્યો. હું તેની તબિયત જોવા ગયો. મને જોઈ જગો ગળગળો થઈ ગયો. મેં કહ્યું, 'કેમ? શું બીમાર પડી ગયો?' જવાબ આપવાને બદલે જગાએ માત્ર તેનું ઢમઢોલ થયેલું પેટ બતાવ્યું. હું સારી રીતે નિરીક્ષણ કરી શકું એટલા માટે તે પહેરણ ઊંચે ચડાવવા મંડ્યો, પણ મેં કહ્યું, 'રહેવા દે જગા, રહેવા દે. ચૂલે ચડાવેલ તપેલીમાંથી એક જ ચણો દબાવવાથી બાકીનો ખ્યાલ આવી જાય છે, એ જ રીતે પેટનો જેટલો ભાગ દેખાય તેટલા પરથી મને અંદાજ આવી ગયો છે.'

હાસ્યનો વરઘોડો

જગજીવનનું પેટ તડમતડા થઈ ગયું હતું. ચામડી ઝગારા મારતી હતી. દેહના અન્ય ભાગો પર પેટની પેશકદમી – ઘણા જેમ પોતાના મકાન આગળની જમીનમાં વંડા વાળી લે છે તેમ – જોઈ શકાતી હતી. જગો મને કહે, 'આ કબજિયાત મને નહીં જીવવા દે. ત્રણ દિવસથી આમ ને આમ છું.'

મેં મજાક કરી, 'જગાભાઈ, પરિગ્રહની પીડા સહેવી વસમી તો છે જ, જેટલો પરિગ્રહ ઓછો એટલી પીડા ઓછી. જેટલો બોજ ઓછો એટલી યાત્રા સરળ. પરિગ્રહ સંપત્તિનો હોય કે જ્ઞાનનો હોય, બોજ જીવનનો હોય કે જગતનો હોય.'

જગો કહે, 'મેં આ જાણીજોઈને કર્યો છે?' મેં કહ્યું, 'ના, આ તો થઈ ગયો છે, પણ તું ત્રણ દિવસથી પરેશાન છો ને પેલા સામતુભા સાત દિવસથી ગયા નથી. અને વળી સામતુભાને મનમાંય નથી. ''રોજ ઊઠી ધક્કા ખાવા મટ્યા.'' આમ કહે છે. ધન્યવાદ તો એમને દેવા પડે.' મારી વાત સાંભળી જગો ખુશ થયો. 'સાત દિવસથી નથી ગયા?'

એસએસસીનું પરિણામ હું જ્યારે મારા વિદ્યાર્થીઓને આપું ત્યારે નાપાસ થનાર સૌપ્રથમ એ જાણવાનો પ્રયાસ કરે છે કે બીજા કોણ કોણ નાપાસ થયા છે. જો શેરીમાં બીજા ત્રણ-ચાર નાપાસ થયા હોય તો એ ખુશ થઈ જાય, 'આખી શેરી ધોવાઈ ગઈ.'

ભગવાન બુદ્ધ કહેતા. 'કોઈના દુઃખે દુઃખી થઈ શકો છો? કોઈનું સુખ જોઈ સુખી થઈ શકો છો?' કોઈના દુઃખે દુઃખી થવું સહેલું છે, પણ સુખે સુખી થવું મુશ્કેલ છે.

એકબીજાના દુઃખે દુઃખી અને સુખે સુખી થનાર નિકોલસ અને બેક, ડેમન અને પિથિયાસ, નૂરી અને રક્કામ, કૃષ્ણ અને સુદામા જેવા મિત્રો તો વિરલ હોય છે.

હું ડૉ. પંકજ શાહ પાસે પહોંચ્યો. તેમનાં પત્ની મૌસમીબહેન પણ ડેન્ટિસ્ટ છે. બંનેએ મને આદરપૂર્વક બેસાડ્યો. પંકજભાઈએ મારા પુત્ર અફઝલના સમાચાર પૂછ્યા. મારો વારો આવ્યો એટલે મને દર્દીની ચૅરમાં બેસાડ્યો. લાંબા થઈ બેસી શકાય એવી સગવડવાળી ચૅર હતી, પણ ઈશ્વર ન બેસાડે કોઈને. મારે ઘણા ડૉક્ટરમિત્રો છે. ડૉક્ટરમિત્ર હોય તો નિડલ નવી કાઢે પણ ઇન્જેક્શન તો આપે જ. આ તો સારું છે બેસતા વર્ષને દિવસે બોણીમાં ઇન્જેક્શન આપવા નથી નીકળતા, નહીંતર માણસો જોઈને જ ભાગી જાત.

હું બેઠો તો ખરો પણ મનમાં ડર હતો, હમણાં ઇન્જેક્શન પેઢામાં વળગાડશે. જાતજાતનાં સાધનો ગોઠવશે. પછી... પછી... જમરાજ દેહ અને આત્માને નોખા પાડે તેમ જડબામાંથી દાંતને દૂર કરશે, સાથે જ પીડાનો અંત આવશે. સુખનો

સૂરજ ઊગશે. મારી જિંદગીમાં મેં ઘણી શારીરિક અને માનસિક યાતનાઓ ભોગવી છે, સહન પણ કરી લીધી છે. માત્ર દાંતની પીડા અને તેમાં પણ ડૉક્ટર જ્યારે ખેંચી કાઢે છે તે પીડા કરતાં તેની કલ્પના બહુ પીડા આપે છે. અગાઉની યાતનાઓના અનુભવ જે સ્મૃતિમાં અંકિત થઈ ચૂક્યા છે એ ભૂલવા શક્ય નથી. જે. કૃષ્ણમૂર્તિ કહેતા, 'Fear is a thought – બીક એ વિચાર છે.' સૉક્રેટિસ સમજાવતાઃ એક જ દુઃખથી બુદ્ધિમાનો એક વાર દુઃખી થાય છે, જ્યારે એક જ દુઃખથી મૂર્ખાઓ ત્રણ વાર દુઃખી થાય છે.

હું ત્રણ વાર દુઃખી થવાવાળામાં આવું છું. પ્રથમ ડૉક્ટર દાંત પાડશે ત્યારે કેવી પીડા થશે એ કલ્પના કરીને દુઃખી થાઉં છું, પછી ડેન્ટિસ્ટ ખરેખર દાંત પાડે છે ત્યારે વાસ્તવિક પીડાથી દુઃખ અનુભવું છું અને છેલ્લે એ યાતનાને યાદ કરીને ત્રીજી વાર દુઃખી થાઉં છું.

આખરે એ ક્ષણ આવી પહોંચી. ડૉ. મૌસમીબહેન શાહે ઇન્સ્પેક્ટર જનરલ ચોરી થયા પછી બંગલાનું નિરીક્ષણ કરે તેમ મારા દાંતનું નિરીક્ષણ કર્યું. મેં કહ્યું, 'બહેન દુખશે તો નહીં ને?' તેમણે કહ્યું, 'અરે ભાઈ, જરા પણ ન દુઃખે એ જવાબદારી મારી, બસ?' મેં કહ્યું, 'જો જરા પણ ન દુખે તેમ હોય તો બાકીના નીચેના સાજા પણ પાડી દ્યો.' એલેક્ઝાન્ડર ડૂમાને ત્યાં લેણિયાતે કરેલા દાવાની નોટિસ ચોડવા તેના મકાન પર જ્યારે બેલિફ આવતો ત્યારે એ બહુ ગુસ્સે થઈ જતો. એક વાર પ્રકાશક તરફથી તેના પુસ્તકના પૈસા મળ્યા એટલે મિત્રોને ભેગા કરી એક સારી હૉટેલમાં જલસો કરવા તે જઈ રહ્યો હતો, એમાં ત્રણ-ચાર બેલિફ મળ્યા. ડૂમાના ક્રોધનો પાર ન રહ્યો. 'આજે તો નિરાંતે મને આનંદ કરવા દ્યો.' બેલિફ કહે, 'આજે અમે જુદા કામે આવ્યા છીએ. એક બેલિફનું મૃત્યુ થયું છે. દફનવિધિ કરવાના પૈસા નથી. દસ ફ્રાંક ભેગા કરીએ છીએ. આપ પણ આપો.' ડૂમાએ ત્રીસ ફ્રાંક આપ્યા. બેલિફ સામું જોઈ રહ્યા. તેમણે પૂછ્યું, 'ત્રીસ ફ્રાંક?' ડૂમા કહેઃ 'વીસ ફ્રાંક બચે તેમાં બીજા બેને જીવતા દફનાવી દ્યો, જાઓ.' મેં કહ્યું, 'બાકીના સાજા પણ પાડી દ્યો.' બહેને પેઢામાં અવળાંસવળાં ઇન્જેક્શનો આપ્યાં. મારા બે દાંત અને એક અર્ધી, બરાબર વચ્ચેથી આડી તૂટેલી દાઢ એમ ત્રણને સ્થાનભ્રષ્ટ કરવાનાં હતાં. એક દાંત તો કારમી મોંઘવારીમાં ગરીબ પરિવાર પોતાનું અસ્તિત્વ ટકાવી રાખવા પ્રયાસ કરે તેમ હલી ગયો હોવા છતાં ટકી રહ્યો હતો. બીજો દાંત માથેભારે ભાડૂત ભાડું પણ ન આપે, ઘર ખાલી ન કરે અને ઉપરથી ઘરધણીને ત્રાસ આપે તેમ મને ત્રાસ આપતો હતો. હલતો નહોતો, પાછો સડતો હતો. પાણી પીઓ, કંઈ પણ ખાઓ અથવા બીજો દાંત તેને જરાક અડી જાય

ત્યાં સામાન્ય વાતમાંથી કુટુંબની વઢકણી વહુ કજિયો કરીને આખા ઘરને માથે લે તેમ મને હેરાન-પરેશાન કરી નાખતો. એ જ દાંતનો વારો આવ્યો. મને તો એમ હતું કે બહેનોનાં હૃદય કોમળ હોય છે. એટલે બોલ્યું પાળશે. મૌસમીબહેને પકડમાં દાંત પકડીને ખેંચ્યો. મને થયું આખું જડબું કાઢી નાખશે. મને પીડા બહુ થઈ, પણ દાંત નીકળી ગયો. મેં કહ્યું, 'હવે છેલ્લી દાઢ અર્ધી ભલે રહી, મારે નથી પાડવી.' જોકે એક વાર જસલોકના ડેન્ટલ સર્જન ડૉ. ચૂડગરસાહેબે અર્ધા ભાગને ઘસીને બરાબર કરી દીધા પછી તેની પીડા તો નહોતી એટલે મને થયું, અર્ધી દાઢ ભલે રહી. મારામાં હવે વધુ સહેવાની શક્તિ પણ નહોતી. લોહી બંધ કરવા કોટન ભરાવી હું રવાના થયો. પંકજભાઈએ સૂચના આપી, 'સાંજે સાડા સાતે હું અહીં છું. મને બતાવી જજો.'

હું નવીનકાકાને ઘેર ગયો. રસોઈ ઠંડી કરીને જમ્યો તો ખરો, દવા લીધી અને સૂતો. સાંજે સાડા સાત વાગ્યે ઊઠ્યો, તૈયાર થયો. રાત્રે એકતા ગ્રૂપના ઉદ્ઘાટનમાં મારે પ્રવચન કરવાનું હતું. હું પંકજભાઈને મળ્યો. મેં કહ્યું, 'કોઈ તકલીફ નથી, બપોરે જમીને ઘણા દિવસે નિરાંતે ઊંઘ આવી.' અમારી વાત ચાલતી હતી ત્યાં ડૉ. મુકુલભાઈ આવ્યા, 'બહુ પીડા થઈ એટલે નક્કી કર્યું, હું પણ આજે જ દાઢ પડાવી નાખું.' દર્દીમાં અમે બે જ હતા. મેં કહ્યું, 'આટલાં વર્ષ લોકોને દાંત કઢાવ્યા, આજે મૌસમીબહેને મારા દાંત કાઢી નાખ્યા.' પંકજભાઈ કહે, 'તમને પણ કો'ક તો ભટકાવું જોઈએ ને.' મુકુલભાઈની પણ દાઢ ખેંચી કાઢવામાં આવી, એ પણ પીડામાંથી મુક્ત થયા. ઘણી વાર જીવનમાં બહુ આનંદ કર્યા પછી વિષાદ આવે છે, જ્યારે ખૂબ પીડા સહન કર્યા પછી હળવાશનો આનંદ અનેરો હોય છે. હું તૈયાર થઈ શ્રી અરવિંદભાઈ મણિયાર હૉલ પર પહોંચ્યો. મંત્રીશ્રી દિનેશભાઈ પરમાર મળ્યા. મેં 'એકતા' પર પ્રવચન કર્યું અને સમાપન કર્યું:

કહની હૈ એક બાત હમેં ઇસ દેશ કે પહરેદારોં સે
સંભલ કે રહના અપને ઘર કે છિપે ગદ્દારોં સે

આજે ડૉ. મુકુલભાઈ નથી. છે માત્ર તેમની મધુર સ્મૃતિ અને રહ્યાં છે આવાં સુખદ સંસ્મરણો.

□

જિંદગી એક કૉમિક ખેલ છે... મૃત્યુ એ ક્લાઇમૅક્સ

બાપુની ડેલી, ખાનદાનનું ખોરડું, નકશીવાળા ગોખ, કલાત્મક ઝરૂખા, બારણાં, બારસાખની કોતરણી, ભીત્યું માથે ચાકળા-ચંદરવા, મોટું ફળિયું, ફળિયામાં તુલસીક્યારો અને ડેલી આગળ બે મોટા ઢોલિયા ઢાળવામાં આવ્યા હતા. ગાદલાં-ઓશીકાં વગરના બંને ઢોલિયા માથે બે મહેમાનો પ્રવાસનો થાક ઉતારવા આડા પડ્યા હતા. એક જુવાન મહેમાન પાંગતે બેઠા હતા. આ દૃશ્ય કોઈ સૌરાષ્ટ્રના ખાનદાન દરબારી ખોરડાનું દૃશ્ય નથી. આ સ્થળ છે અમેરિકાના ન્યૂજર્સી રાજ્યના એડિસન ગામના એક્સ્પો હૉલનું. તારીખ હતી ૩૧/૮/૦૬ અને સમય હતો બપોરનો. વર્લ્ડ ગુજરાતી કૉન્ફરન્સની રાતદિવસ તડામાર તૈયારીઓ થઈ રહી હતી. એમાં ગુજરાતની ઝાંખી કરાવતું આવું આબેહૂબ ગામડું ઊભું કરવામાં આવ્યું હતું. ગાડું, બળદ, ઘંટી, કૂવો, મોટી ગોળિયું... નાનામાં નાની વસ્તુની કાળજી રાખવામાં આવી હતી. અનેક સ્વયંસેવકો-સ્નેહીઓ વિશ્વ ગુજરાતી પરિષદને સફળ બનાવવા અથાગ પરિશ્રમ કરી રહ્યા હતા. આજનો દિવસ જ બાકી રહ્યો હતો. ડેલી આગળ ઢોલિયામાં બિરાજેલા બે મહેમાનોમાં એક હું હતો. બીજા મોંઘેરા મહેમાન હતા શ્રી કાંતિ ભટ્ટ અને ત્રીજા અણમોલ અતિથિ હતા પ્રફુલ્લ દવે. અમે આ પરિષદને સફળ બનાવવા માટે સહભાગી થવા અહીં આવી પહોંચ્યા હતા. અમે ત્રણે વાતો કરવામાં મશગૂલ હતા, ખૂબ આનંદમાં હતા. અમારી ચર્ચા ચાલુ હતી. એમાં મેં એક કાર્ડ ગોતવા પાકીટ કાઢ્યું. તો પ્રથમ કાર્ડ નીકળ્યું

શ્રી બકુલ ત્રિપાઠીનું. મેં કાંતિ ભટ્ટને કહ્યું, 'બકુલભાઈનો આ કાર્ડમાં અમેરિકાનો ફોન નંબર પણ છે, જુઓ.' કાંતિ ભટ્ટ મારી સામે જોઈ રહ્યા અને ગંભીર થઈ મને કહ્યું, 'આજે જ એમનું અવસાન થયું છે. બકુલ ત્રિપાઠી હવે આપણી વચ્ચે નથી.' તરત જ વાતાવરણ બદલાઈ ગયું. આનંદ અને ઉલ્લાસને બદલે વિષાદની ઘેરી છાયા વાતચીત પર છવાઈ ગઈ. પછી તો કાંતિ ભટ્ટ એના કામે ગયા અને પ્રફુલ્લ દવેને એમના સ્નેહી લઈ ગયા. એકલો હું રહ્યો અને તરત જ શરૂ થઈ સ્મરણયાત્રા.

તા.૨૪/૬/૨૦૦૬ની સવાર અમદાવાદના મેમનગરમાં આવેલા સ્વામીનારાયણ ગુરુકુળના રૂમ નં.૭માં પડી. હું વહેલો ઊઠ્યો. નિત્યકર્મથી પરવારી નીચે ડાઇનિંગહૉલમાં ચા સાથે રોટલીનો પાકો નાસ્તો કરી, સફેદ લેંઘોઝભ્ભો અને સફેદ બૂટમોજાંમાં સજ્જ થઈ રૂમ બહાર નીકળ્યો. કૅન્સર સોસાયટી તરફથી તેના માનદ નિયામક શ્રી. ડૉ. પંકજ શાહસાહેબ તરફથી કાર મોકલવામાં આવી હતી. અમારે – મારે, બકુલભાઈને અને બોરીસાગરસાહેબને દસ વાગ્યે કૅન્સર હૉસ્પિટલ પહોંચી જવાનું હતું. પ્રસંગ હતો – કૅન્સર હૉસ્પિટલ દ્વારા તૈયાર કરવામાં આવેલ 'ગુટખા સમાચાર'નો. હાસ્ય-કટાક્ષ વિશેષાંકનું વિમોચન માનનીય રાજ્યપાલ મહોદયશ્રીના વરદ હસ્તે થવાનું હતું. ડૉ. પંકજભાઈ અને અન્ય સેવાભાવી ડૉક્ટરસાહેબોએ સમગ્ર કાર્યક્રમનું સુંદર આયોજન કર્યું હતું. ૨૧ હાસ્યલેખકોએ પોતાની હાસ્યરચનાઓ દ્વારા વ્યસનને હાસ્યાસ્પદ બનાવવાના શ્રેષ્ઠ પ્રયાસો કર્યા હતા. મારે આ તમામ હાસ્યલેખકો વતી રાજ્યપાલશ્રીના વિમોચન-વિધિના કાર્યક્રમ પહેલાં બોલવાનું હતું. વિમોચન હતું હાસ્યરસિક પુસ્તિકા 'વ્યંગ-રંગ – છોડો વ્યસન સંગ'નું. ગુરુકુળમાં સમયસર કાર આવી ગઈ. હું ગોઠવાઈ ગયો. અમે સીધા રવાના થયા. ૮ રિવર કૉલોની તરફથી શ્રી બકુલ ત્રિપાઠીસાહેબને બંગલે. મને વર્ષોથી બકુલભાઈનું આમંત્રણ હતું, 'મારે ત્યાં અમદાવાદ આવો ત્યારે જરૂર આવો, મારે ત્યાં જ રોકાઓ, તમારી રહેવાજમવાની સુવિધા હું સારી રીતે કરીશ અને સાથે બે શરત – હું તમને બોલવાનું નહીં કહું, એક અને બીજી શરત – હું નહીં બોલું. તમને બોલવાનું હું ન કહું અને પાછો હું બોલ્યા કરું તો તમારે તો એનું એ જ થાય.' હું કહ્યા કરતો, 'હું આવીશ, હું પણ બોલીશ અને આપને પણ સાંભળીશ. આપણે જરૂર આનંદ કરીશું.' પણ મને આ આમંત્રણ હું હજી

સુધી સ્વીકારી નથી શક્યો તેનો વસવસો રહ્યા કરતો હતો. અમારે સમયસર પહોંચવાનું હોવાથી મેં બકુલભાઈને ફોન કર્યો હતો. એ બહાર તૈયાર જ ઊભા હતા. હાથમાં એક પુસ્તક હતું. 'હાસ્ય એટલે પ્રભુ સાથે મૈત્રી.' મેં કહ્યું, 'પધારો!' તેમણે કારમાં પાછલી સીટ પર તેમનું સ્થાન સંભાળ્યું અને પ્રથમ કાર્ય કર્યું મને આ પુસ્તક ભેટ આપવાનું. સાથે સૂચના આપી, 'કારમાં મારાથી વ્યવસ્થિત લખી નહીં શકાય. તમે સારા અક્ષરે બકુલ ત્રિપાઠી તરફથી ભેટ એમ લખી લેજો.' એમના જીવનના તાણાવાણા સાથે હાસ્ય એવું વણાઈ ગયું હતું કે તેમનાં વાણી, વિચાર અને વર્તનમાં અનેક સ્વરૂપે એ વ્યક્ત થયાં જ કરતું. મને તેમણે એક મહત્ત્વની વાત જણાવી. તેમણે કહ્યું, 'જુઓ, હાસ્યલેખકોમાં તમારી રજૂઆત જે છે – Way of expression- એ વધુ અસરકારક છે. મેં એવું વિચાર્યું છે કે અમે હાસ્યલેખકો – હું, વિનોદ ભટ્ટ, રતિલાલ બોરીસાગર, તારક મહેતા વગેરે તમને પ્રસંગો શોધી આપીએ અને તમે તેને તમારી રીતે રજૂ કરો. આ પ્રોજેક્ટ માટે આપણે એક વાર સાથે મળીએ, ચર્ચા કરીએ અને સૌને યોગ્ય જણાય તો તેનો શુભ આરંભ કરીએ.'

તેમણે મારા માટે કરેલા વિધાનનો વિરોધ કરવાનું મારા માટે કોઈ પ્રયોજન નહોતું. મેં વિનમ્રપણે તરત જ સ્વીકારી લીધું. મને થયું, પ્રોજેક્ટ કરવા જેવો ખરો. આમાં જરૂર કાંઈ નવીનતા આવશે અને વર્ષોથી હું જે એક ને એક રેકર્ડ વગાડ્યા કરું છું તેમાં વિવિધતા આવશે. મારી રજૂઆતની રીતમાં આમ જોવામાં આવે તો કંઈ વિશિષ્ટતા જ નથી. ખરું પૂછો તો મારી પોતાની કોઈ શૈલી જ નથી. હું સામાન્ય વાતચીત કરું કે સ્ટેજ પર બેસીને બોલું એમાં કંઈ ફેર જ નથી. એક વાત મહત્ત્વની છે કે મારા જેવા હાસ્યકલાકાર માટે, જેને સ્ટેજ પર બેસી બોલીને લોકોને હસાવવાના છે, તેને ભાષાનો વૈભવ પોસાય નહીં.

મારા વક્તવ્યમાં શબ્દોની કરકસર આપોઆપ આવી જાય છે. મથુરને જોવા મહેમાનો આવ્યા. મને પૂછ્યું, 'મુરતિયામાં કંઈ લાયકાત છે?' મેં કહ્યું, 'ઉંમરલાયક છે.' બસ આટલી જ વાત. તા.૨૯/૮/૦૬ના રોજ અમેરિકાના વિઝા મેળવવા માટે હું અમેરિકન ઍમ્બસીમાં ગયો. કાઉન્ટર પર એક મૅડમ હતાં. મેં તેમને કહ્યું, 'હું હાસ્યકલાકાર છું.' તરત તેમણે મને કહ્યું, 'મને તમે એક જોક કહી શકો?'

મેં કહ્યું, 'કેમ નહીં?'

માત્ર બે લીટીની મેં તેમને જોક કહી; અલબત્ત, અંગ્રેજીમાં. એક વાર એક સજ્જને મને પ્રશ્ન પૂછ્યો, 'માણસ મગજ વગર કેટલાં વર્ષ જીવી શકે?'

મેં ઉત્તર આપ્યો, 'મને ખબર નથી કે તમારી ઉંમર કેટલી છે?'

મૅડમ ખડખડાટ હસી પડ્યાં. પછી તો મારા અગાઉનાં અમેરિકાના પ્રવાસો વિશે જ પ્રશ્નો પૂછ્યા અને મને વિઝા મળી ગયો.

૧૯૯૯માં મારો અને મહેશ શાસ્ત્રીનો હાસ્યદરબારનો ન્યૂયૉર્કમાં પ્રથમ કાર્યક્રમ હતો, ત્યારે બકુલભાઈ ત્યાં મને મળવા ખાસ આવ્યા હતા. પરંતુ યાદગાર કાર્યક્રમ કોઈ હોય તો લાભપાંચમનો એક સુંદર કાર્યક્રમ. તેમાં તારક મહેતા, રતિલાલ બોરીસાગર, વિનોદ ભટ્ટ અને બકુલ ત્રિપાઠી જેવા ગુજરાતી સાહિત્યના શ્રેષ્ઠ હાસ્યલેખકો ઉપસ્થિત હતા. મને પણ આ પ્રસંગે બોલવાની તક મળી હતી. મેં મજાકમાં કહેલું કે દૂધ વેચવાવાળા સારા, રોજના ગ્રાહકને માગેલા દૂધ ઉપરાંત રાજી થઈને થોડું 'ઉપરિયામણ' વધુ આપે, શાકવાળા એકાદ ટમેટું કે બે મરચાં વધુ આપે, એમ હું આ કાર્યક્રમમાં આવી ચડ્યો છું.

બકુલભાઈએ વિપુલ પ્રમાણમાં સાહિત્યસર્જન કર્યું. ગુજરાત સમાચારમાં 'સોમવારની સવારે' ૧૯૫૩થી અને 'કક્કો બારાખડી' ૧૯૬૩થી. 'જન્મભૂમિ પ્રવાસી'માં 'તરંગ અને તુક્કા' ૧૯૬૭થી ૧૯૯૨ઃ પચીસ વર્ષ. આ ઉપરાંત માસિકોમાં પ્રગટ થતા લેખો. આટલું લખવા છતાં તેમણે પુસ્તકો માત્ર ૧૬ જ પ્રગટ થવા દીધાં. જે છપાવાને યોગ્ય હોય અને પુસ્તકરૂપે પ્રસિદ્ધ થવા માટે ઉચિત હોય એટલું જ સાહિત્ય છપાવ્યું એ એમના જીવનની અજોડ ઘટના છે. બીજી મને નોંધપાત્ર વાત એ લાગી કે તેમને રણજિતરામ સુવર્ણચંદ્રક મળ્યો માત્ર ચોવીસ વર્ષની વયે. ૧૯૪૬માં 'કુમાર'માં પ્રગટ થતી નિબંધિકાઓએ તેમને લેખક તરીકે પ્રસ્થાપિત કરી દીધા અને રણજિતરામ સુવર્ણચંદ્રકના અધિકારી બનાવી દીધા, પણ તે તેમને ૧૯૮૮માં મળેલો. રણજિતરામ સુવર્ણચંદ્રક સ્વીકાર્યો ૧૯૯૬માં. કારણમાં કવિ ટી. એસ. એલિયેટની વાત 'નોબેલ પ્રાઇઝ મળ્યા પછી કોઈ સર્જકે નવું કંઈ કર્યું નથી', બકુલભાઈને સ્પર્શી ગઈ. તેમને થયું 'સંતૃપ્તિ એટલે તો આત્મહત્યા!' એટલે તેમણે સ્વીકારવિધિ ૧૯૯૬ સુધી વિવેકપૂર્વક ઠેલ્યે રાખી. તેમના જ શબ્દોમાં જોઈએ તો 'ઈ.સ. ૧૯૯૬ સુધીમાં હાસ્ય એટલે શું તેની કંઈક સમજણ પડવા માંડી. વિચારો પ્રગટ્યા, પ્રમાણવા જેવા લાગ્યા, ગોઠવાયા અને 'હાસ્ય એટલે પ્રભુ સાથે મૈત્રી' એ સ્વીકાર-પ્રવચન મુદ્રિત કરી વહેંચવાની હિંમત આવી.'

શ્રી જયંતી દલાલ વિશે લખતાં બકુલભાઈએ તેમની નાટ્યપ્રવૃત્તિનો ઉલ્લેખ કર્યો છે. તે જોઈએ તેમના જ શબ્દોમાંઃ

'મને યાદ આવે છે જયંતીભાઈ કે શહેરના જૂના ટાઉનહૉલમાં પ્રથમ હરોળમાં બેઠા છે, કારણ એ એકાંકી હરીફાઈના નિર્ણાયક છે. આપણે છીએ ઊઘડી રહેલા પડદા પાછળ મંચ પર.

પ્રેક્ષકમિત્રો હવે આવે છે એકાંકી – 'સર્વનામ'; લેખક શ્રી જ્યોતીન્દ્ર દવે, દિગ્દર્શક શ્રી બકુલ ત્રિપાઠી. પાત્રોમાં છે: બકુલ ત્રિપાઠી, શ્રી હસુભાઈ શાહ, શ્રી હરિભાઈ વસા, શ્રી પ્રબોધ શાહ વગેરે વગેરે. નાટક પૂરું થાય છે.

જયંતીભાઈ એ જ એમની ગૌરવભરી ચાલે મંચ પર આવે છે. અમે વિંગમાં મોં વકાસીને ઊભા છીએ અને જયંતીભાઈ કહે છે. 'સર્વનામ' નાટકમાં વિશેષણમાં પાત્રના માથા પર રંગીન ફૂમતું બાંધીને દિગ્દર્શકે સરસ સૂઝ રાખવી...

વહાલા વાચકમિત્રો, શ્રોતામિત્રો, એ દિગ્દર્શક તે તમારો વહાલો મિત્ર બકુલ ત્રિપાઠી એ વિશેષણનું પાત્ર ભજવનાર તમારો અતિ વહાલો મિત્ર બકુલ ત્રિપાઠી... અને અહાહાહા, તે દિવસે દેડકાની જેમ ફૂલીને ફા... ળકો થઈ જનારો ગુજરાતનો આવતી કાલનો અદ્‌ભુત રંગકર્મી તે... બકુલ ત્રિપાઠી.

બકુલ ત્રિપાઠીએ પછી ઉશ્કેરાઈને જયંતીભાઈના ચાર એકાંકીઓનું દિગ્દર્શન કરી નાખ્યું.

'આંધી'થી પ્રભાવિત થઈ રેડિયો નાટકો લખ્યાં, ભજવ્યાં, પ્રોડ્યૂસ કર્યાં! કદાચ હજી બકુલ ત્રિપાઠી શેક્સપિયરની જેમ ૩૮ નાટકો લખશે, પણ... કોણ લખાવશે? જયંતીભાઈ નથી.'

સાહિત્યની વીણાના લગભગ તમામ તાર બકુલભાઈએ છેડી બતાવ્યા છે. તો કાવ્ય કેમ બાકાત રહે.

એમણે રાધાને કહ્યું –
રાધા સો ગીત તારાં લખવાં કબૂલ છે,
કૃષ્ણનું નામ નહીં આવે!
બોલ, તને મંજૂર છે? મંજૂર છે? મંજૂર છે?
બંસરીની વાત નહીં આવે.
હવે રાધાનો જવાબ જુઓ.
કપરું છે કામ! ભલી તમને આ હોંશ છે
કે કાનાનું નામ નહીં લેવું.
પણ કેમ કરી ગીત તમે રચશો રાધાનું?
એના એક એક અક્ષરમાં કાનો.
કૃષ્ણ એ જ શબ્દ છે ને કૃષ્ણ એ જ લય છે,

ને આપણે તે કંઠ કૃષ્ણ ગાતો,
આપણાથી છૂટે કેમ આપણો જ નાતો?
કવિ છોડો ને છૂટવાની વાતો,
કવિ છોડો ને છૂટવાની વાતો.

અને છેલ્લે...

રડમસ મોઢું કાં કરો? નથી કરુણ કોઈ વાત,
પરપોટા ચળકે ફૂટે, ક્યાંય દીઠો અપવાદ?
કાળ અનંત એ પાણીડા આપણ કંકર રૂપ
ફેંકાયા, ડૂબ્યા ભલે, કૂંડાળાં અદ્દ્ભુત.
જિંદગી કૉમિક ખેલ છે. મૃત્યુ એ ક્લાઇમૅક્સ,
મફત ખેલ જોવા મળ્યો થૅંક્સ પરમેશ્વર થૅંક્સ.

□

વનેચંદની અંતિમ યાત્રા : અલવિદા દોસ્ત...

પ્રાચીન ગ્રીસની એક પૌરાણિક કથા છે. સિસિફસ નામનો યુવાન તેનું પાત્ર છે. સિસિફસ એક મોટા પથ્થરને અથાગ પરિશ્રમ કરી, તનતોડ મહેનત કરી એક પહાડ પર ચડાવે છે. તે શિખરે પહોંચવાની અણી પર હોય છે ત્યાં કોઈ કારણસર પથ્થર છટકી જાય છે અને પાછો ગબડતો ગબડતો તળેટીમાં આવીને સ્થિર થઈ જાય છે. સિસિફસ ફરી નીચે ઊતરે છે. પૂરતી સાવધાનીથી ફરી પથ્થરને ઉપર ચડાવવાની મથામણમાં લાગી પડે છે. છેક ઉપર સુધી પહોંચી જાય છે. હવે તો શિખર સાવ પાસે જ છે ત્યાં અચાનક પથ્થર વળી પાછો હાથમાંથી છૂટી જાય છે અને ગબડતો ગબડતો નીચે આવી જાય છે.

હતાશાથી ભરેલા હૈયે, થાકેલા શરીરે અને નિરાશ મન સાથે સિસિફસ ફરી પ્રયત્ન કરે છે અને નિષ્ફળ જાય છે. અનંતકાળથી આ ઘટના ચાલ્યા જ કરે છે.

આ જ સ્થિતિ છે માનવીની. એ સત્તાના, સંપત્તિના, સુખના પથ્થરને, પૈસાના, પ્રતિષ્ઠાના પ્રસિદ્ધિના પથ્થરને જીવતરની સફળતાના શિખર સુધી પહોંચાડવા રાત-દિવસ મહેનત કર્યા જ કરે છે. સિદ્ધિ હાથવેંતમાં હોય છે, સફળતા પ્રાપ્ત થવાની તૈયારીમાં હોય છે ત્યાં ન જાણે શું વિઘ્ન આવી પડે છે અને સત્તા, સંપત્તિ, સ્થાન, સુંદરી કે સુખનો પથ્થર કોઈ કારણસર છૂટી જાય છે, કમનસીબ સિસિફસની જેમ. કવિઓને આ રૂપક ગમ્યું, લેખકોને પસંદ પડ્યું. વિષાદી વિચારધારા ધરાવનાર પ્રત્યેકને તેમાં જીવતરની વાસ્તવિકતા લાગી, પણ હાસ્યકારની આ દૃષ્ટિ નથી. તો પછી હાસ્યકારની દૃષ્ટિ શું છે? વાંચો શ્રી બકુલ ત્રિપાઠીનું 'હાસ્ય એટલે પ્રભુ સાથે મૈત્રી.' સિસિફસ અને લૉરેલ અને હાર્ડી - બંનેનાં ઉદાહરણોની તેમણે નોંધ કરી છે.

લૉરેલ અને હાર્ડી – જગતનાં ખ્યાતનામ હાસ્યનટો, હોલિવૂડના અજોડ હાસ્ય અભિનેતાઓ. આ બંને કૉમેડિયનો એક ભારે પિયાનો કોઈ શ્રીમંતના નિવાસસ્થાનમાં ગોળાકાર સીડી પર ધીરે ધીરે આગળ ધકેલી ઉપર ચડાવી રહ્યા છે. બંને પિયાનોને જે રીતે ઉપર ચડાવવા મથે છે તેમાં જ લોકો ખડખડાટ હસી પડે છે. બંનેનો અભિનય જ Best action comedy સર્જે છે. એકનું લાંબું શરીર બીજાનું સ્થૂળ જાડું શરીર, બંનેની ગંભીર મુખમુદ્રા, ઉપરથી કપરું કામ, ભારે પિયાનો અને પાછો સીડી વાટે ઉપર ચડાવવાનો. બંને પ્રયત્ન કર્યા જ કરે છે અને લોકો હસ્યા જ કરે છે. એમાં કોઈ ગફલતથી પિયાનો છટકી જાય છે અને ગોળાકાર સીડી પરથી ધડધડ કરતો નીચે ઊતરવા લાગે છે. બંને આશ્ચર્યથી આ દશ્ય જોઈ રહે છે, પરંતુ આ પિયાનો છે, સિસિફસનો પથ્થર નથી. એ પડતાં પડતાં વાગવા માંડે છે અને એમાંથી સંગીતની સૂરાવલી સર્જાય છે. આ છે હાસ્યકારની દષ્ટિ. એ જીવતરના બોજને પથ્થર નથી સમજતો, પિયાનો સમજે છે જે પડતાં પડતાં પણ વાગે છે.

ડૉ. રાહી માસૂમ રઝાએ લખ્યું છે,

વૈસે હમ ભી તાર હૈં કિસી સાજ કે
ચોટ ખાતે રહે ગુનગુનાતે રહે

જીવતરને મૂલવવાની હાસ્યકારની દષ્ટિ અનોખી હોય છે, Satire – કટાક્ષનું અમોઘ શસ્ત્ર કલાકારને હાથવગું હોય છે, ક્યારેક એ અસ્ત્રાની ધાર જેવું બની શકે છે. ચાર્લી ચૅપ્લિનના The Great Dictator અને Modern Times તેનાં ઉત્તમ ઉદાહરણો છે. જુઓ Modern Timesમાં ચાર્લી ચૅપ્લિન યંત્રવાદને કઈ રીતે મૂલવે છે? મિલનું ભૂંગળું વાગે છે. મજૂરોનો સમૂહ દષ્ટિગોચર થાય છે. પછી બે દશ્યો ચાર્લી ચૅપ્લિને યોજ્યાં છે. પ્રથમ દશ્યમાં ઘેટાંનો વિશાળ સમૂહ એક સરખાં નીચાં માથાં તાલબદ્ધ, એકસરખી રીતે હલાવતાં હલાવતાં કતલખાનાના ઝાંપામાં દાખલ થાય છે. તરત બીજું દશ્ય આવે છે. મિલનું ભૂંગળું વાગે છે અને મજૂરોનો વિશાળ સમૂહ નીચાં માથાં એકસરખી રીતે હલાવતાં હલાવતાં મિલનો દરવાજો ખૂલે છે અને દાખલ થાય છે. માનવજીવન જ જ્યાં રહેંસાઈ જતું હોય એવા યંત્રવાદથી સમાજના થોડા ધનવાનોની સુખસગવડો અને આર્થિક સમૃદ્ધિ વધે તેને દેશનો વિકાસ ન ગણી શકાય. ગાંધીજીએ એ વખતની પરિસ્થિતિને અનુલક્ષી લખ્યું છે: 'ઘણાને નિચોવવાને ખાતર થોડા માણસોના હાથમાં ધન અને સત્તા એકત્રિત કરવાની મુરાદ પાર પાડવા સાચા કામનું સંગઠન કરવું તેને હું તદ્દન અન્યાય અને પાપ સમજું છું.' માનવી માનવી મટી મશીન બની જાય એવું

જીવન શું કામનું? જીવનમાં વર્ષો ઉમેરાતાં જાય એ જરૂરી છે કે વર્ષોમાં જીવન ઉમેરાય એ જરૂરી છે?

વસ્તુ ખોવાય એની થાય અહીં વેદના
અને વર્ષો ખોવાય એનું કંઈ નહીં?
અનંત આ દોડનો અંત જ આવે નહીં
અને જીવનનો અંત આવે એનું કંઈ નહીં?

થાન ત્યારે નાનું ગામ હતું. અમારા જૂના મકાનની આગળ અત્યારે જ્યાં પરશુરામનગર છે ત્યાંથી વાડીઓની શરૂઆત થતી હતી. મેં જીવણને કોહ હાંકતો જોયો છે. ઘેઘૂર વડલો, વડલાની છાંયામાં સમાઈ જતો કૂવો. કૂવાનું પાવઠું, ધોરિયો અને બળદ હાંકવાનું પૈયું. જીવણ કોહ હાંકતો જાય અને સાથે દુહા ગાતો જાયઃ

પ્રેમને વાચા હોત તો જગત આખું જોગી થઈ જાત,
હલકીને હેમાળે જાત, ભગવાં પેરી ભૂદરા.

મને થતું કે જીવણ કામ કરે છે કે જલસા કરે છે? તળાવને કાંઠે પ્રાથમિક શાળાનું મકાન ચણાતું ત્યારે મજૂરણબાઈઓ ટિપ્પણી ટીપતાં ટીપતાં જે ગીતો ગાતી –

એવા આવે છે ધરતીના સાદ રે,
હાલો ભેરુ ગામડે હાલો ભેરુ ગામડે.

આ સાંભળીને મને થતું આ પણ જીવનનો એક રંગ છે. ગામડું ગામ હોય, સરખી સહેલીઓ પાણી ભરવા જતી હોય, આગળ-પાછળ હોય તો હારે થઈ જાય, સુખ-દુઃખની વાતો થતી હોય, ગરીબ ઘરની દીકરીઓ હોય, ફાટેલાં વસ્ત્રો હોય, માથે બેડું હોય, હાથમાં ડોલ હોય, બેડું પાછું ફૂટેલું હોય, પોષ મહિનાની ઠંડી હોય એમાં ઉપરથી બેડામાંથી પાણી ટપકતું હોય, સાંજનું ટાણું હોય, સૂરજ આથમતો જતો હોય, વાતો કરતી બંને સાહેલીઓનાં અંગ ધ્રૂજતા હોય છતાં માથે બેડાં હોય અને એ જ્યારે વાતુએ ચડી હોય, દિવસ પૂરો થાય પણ તેમની વાતો પૂરી ન થાય.

શીશ ઘડા કર ડોલ હૈ ગિલે તન થહરાઈ,
કરે ન બાતાં ત્રિયન કી ચાહે દિન કટ જાય.

ગામને પાદરે નદી હોય, નદી સુધી પહોંચવા પગદંડી હોય, સરખી સાહેલીઓ હારબંધ બેડાં નદીકિનારે ઊટકીને હારબંધ હાલી આવતી હોય, એમનાં ઝગારા મારતાં બેડાં માથે સૂર્યનાં કિરણો સુવર્ણની રેખાઓ અંકિત કરી દેતાં હોય, સૂર્યોદય

પહેલાં 'જાગને જાદવા કૃષ્ણ ગોવાળિયા' જેવા પ્રભાતિયાથી ઉષાનું સ્વાગત થતું હોય કે ઘંટી પર દયણું દળતાં રેલાતા સ્વરો... આ બધી વીતેલા જમાનાની વીસરાતી જતી સ્મૃતિઓ છે. ફરી આ બધું યાદ કરવાથી શું? વ્યથા બીજી કંઈ નથી. હું થાનમાં થાનને શોધવા પ્રયત્ન કરું છું, જે હવે માત્ર સ્મૃતિ બની ગયું છે. એ પરશુરામ પૉટરી, એ પરશુરામનગરનું ઓપન ઍર થિયેટર. એમાં અમે ભજવેલાં નાટકો, એ વૉલીબૉલનું મેદાન, રમતાં ખેલાડીઓ... ૬ર વર્ષ ચાલેલા ગણેશોત્સવનાં સુખદ સંસ્મરણો, ગણેશોત્સવમાં અમે નાટકો ભજવતાં. હું જ લખતો. 'આજ અને કાલ', 'સૂરજદાદાનો ગોખ', 'કરમની કઠણાઈ', 'મુસાફિર', 'માંગડાવાળો' જેવાં નાટકોમાં મેં લખ્યાં છે. મેં લખેલા નાટક 'આજ અને કાલ'માં હું બાપુનું પાત્ર ભજવતો અને વનેચંદ જીવલાનું પાત્ર લેતો. વનેચંદ જન્મજાત હાસ્યકાર હતો. એ ભણતો ત્યારે ભણવાનું તેને યાદ નહોતું રહેતું, પણ નાટકના ગમે તેવા લાંબા સંવાદો તે શબ્દેશબ્દ ગોખી નાખતો. ડૉ. રાણાસાહેબને આ પ્રવૃત્તિમાં ગજબનો રસ હતો. અમારું નાટક હતું 'આજ અને કાલ'. તે દિવસે રાણાસાહેબની ડેલીએ ચાલીસ મહેમાનો પધાર્યા હતા. લખતર, કડુ, રાજકોટ, હજામચોરા, મોરબી, રાણાસાહેબે સગાંસંબંધીઓ મિત્રો-સ્નેહીઓને પત્રો લખ્યા હતા, 'માસ્તરનું નાટક છે. જરૂર આવજો. મજા આવશે.' મહેમાનો ભોજન કરી સમયસર આવી ગયા. સૌએ પોતાનું સ્થાન સંભાળ્યું. પરદો ખૂલવાની સૌ આતુરતાપૂર્વક રાહ જોઈ રહ્યા હતા ત્યાં જાહેરાત થઈ: 'હવે આપની સમક્ષ રજૂ થાય છે કીર્તિ કલા મંડળ થાનગઢ દ્વારા આયોજિત નાટક "આજ અને કાલ". જેનો પાત્રપરિચય આપની સમક્ષ રજૂ થશે.' પરદો ખૂલ્યો અને જાહેરાત થઈ: 'બાપુ...! જાહેરાત થતાં જ બાપુની વેશભૂષામાં સજ્જ થઈ સ્ટેજ પર પ્રવેશ કર્યો અને પસાર થઈ ગયો. મારા હાથમાં હોકાની નળી હતી. મારા પસાર થયા પછી ત્રીસેક ફૂટ માત્ર નળી જ પસાર થતી દર્શાવી અને તરત જાહેરાત થઈ: જીવલો...! જીવલાના પાત્રમાં હાથમાં બાપુનો હોક્કો લઈ વનેચંદે પ્રવેશ કર્યો. વનેચંદને જોતાં જ લોકોએ આનંદની છોળો ઉડાડી, જોરદાર તાળીઓથી તેના પાત્રને વધાવી લીધું. પાત્રો આવતાં ગયાં. કારભારી, ઉત્તમચંદ શેઠ, દલપત વૈદ્ય, રામદાસ, કાસમ જમાદાર, મેરામણ દરજી, હરજીવન કામદાર... પાત્રપરિચય પૂરો થયો. નાટકનો પ્રથમ અંક શરૂ થયો. બાપુની ડેલીનું દશ્ય હતું. સ્થાનિક પરિસ્થિતિમાંથી સર્જાતા હાસ્યરસિક પ્રસંગોને સાંકળીને મેં આ નાટક લખ્યું હતું.

રમૂજી પ્રસંગો રજૂ થતા જતા હતા. લોકો ખડખડાટ હસતા જતા હતા. એમાં બાપુ માંદા પડે છે. મહેમાનોને ખબર પડે છે એટલે મહેમાનો બાપુની

તબિયત જોવા આવે છે. બાપુ મૂંઝાઈ જાય છે. હું મારા સંવાદો બોલતો હતો એમાં રાણાસાહેબને ત્યાં પધારેલા મહેમાનો તરફ જોઈ મેં કહ્યું, 'જીવલા, જીવલા. આ મને દરદ નહીં મારે પણ મે'માન મારી નાખશે.' જીવલાએ તરત કહ્યું, 'બાપુ, વેવાઈને રહોળી થઈ ત્યારે તમેય નહોતો મહિનો ટૂંકો કરી આવ્યા'તા?' મહેમાનો આ સાંભળી બહુ જ ખુશ થયા. ત્યાર પછી જીવલો દલપત વૈદ્યને બોલાવી લાવે છે. દલપત વૈદ્ય બાપુની નાડ પારખીને કહે છે, 'બાપુ જૂની શરદી છે. હારે તાવ છે. આમાં મૂંઝાવા જેવું કંઈ નથી. સારીપઠ સૂંઠ નાખી સવાર, બપોર, સાંજ બાપુ સુખડી ખાવ ને એટલે આ બધું જ મટી જશે.' બાપુ વિચારીને કહે, 'જાઓ વૈદરાજ તમારે ત્યાંથી બનાવીને લેતા આવો. આ દવાના કામરિયા આંય કોઈને ફાવે નો ફાવે, માત્રામાં ફેર પડે અને નહીંને દરદ ઊથલો મારે તો એક કરતાં બીજી થાય.'

બાપુની વાત સાંભળી દલપત વૈદ્ય મોળા પડી ગયા.

જીવલો કહે, 'વૈદરાજ, હવે મોડું કરો મા. ઈ ખાધાના દરદ ખાધેથી મટે સમજ્યા?'

આજે વનેચંદ નથી. છે તેની સ્મૃતિમાં મિત્રો – સ્વજનો – સ્નેહીઓએ વહાવેલાં અશ્રુ અને અંતરમાંથી ઊઠે આક્રંદ.

અલવિદા દોસ્ત... અલવિદા...

ઊઠો મનવા મળો છલછલ
આ મહેફિલની રજા લઈ લ્યો
જવાનું એક દિન તો છે
ગમે કે ના ગમે તોયે
ભરી પ્યાલો મૂકી, ચાલી,
નીકળવાની મજા લઈ લ્યો.

□

પ્રેમનો રસ તું પાને પિચ્છધર

સત્યને જાણ્યા વગર પ્રેમના પંથે પ્રયાણ થઈ શકે નહીં અને પ્રેમની પહેચાન વગર સત્યને સમજી શકાય નહીં. જ્યાં પ્રેમ હોય છે ત્યાં જ સત્ય હોય છે અને જ્યાં સત્ય અને પ્રેમ હોય છે ત્યાં કરુણા હોય છે. જે માનવીમાં સત્ય, પ્રેમ અને કરુણા હોય છે. એ જે કરે તે સત્ય હોય છે. સાચું હોય છે. તેનું આચરણ જગત માટે આદર્શ બની જાય છે.

Truth means to see the thing as it is, સત્ય એટલે જે છે તે જોવું.

Love means dedication without any expectation. પ્રેમ એટલે કંઈ પણ અપેક્ષા વગરનું સમર્પણ. Compassion means passion for all. કરુણા એટલે સર્વ માટે લાગણી.

સત્ય, પ્રેમ કે કરુણાને વ્યાખ્યાબદ્ધ ન કરી શકાય, કારણ કે આ વિચારનો વિષય નથી, અનુભૂતિનો વિષય છે. અનુભૂતિની અભિવ્યક્તિ કરવાનો પ્રયાસ માત્ર થઈ શકે. સત્ય, પ્રેમ અને કરુણા – આ ત્રણમાંથી પ્રેમ વિશે હું થોડી વાત કરીશ.

માનવીનું હૃદય જ્યારે પ્રેમથી ભરેલું હોય છે ત્યારે મન ખાલી હોય છે. મન જ્યારે પ્રેમના વિચારોથી ભરેલું હોય છે ત્યારે હૃદય ખાલી હોય છે. જેના પ્રત્યે તમને માન હોય, જેનું તમે સન્માન સાચા હૃદયથી કરતાં હોય એના પ્રત્યે તમે પ્રેમની લાગણી અનુભવી શકશો અને જેના પ્રત્યે તમને પ્રેમ હશે તેનું તમે અહિત નહીં કરી શકો. એક જ વ્યક્તિ પ્રત્યેના ભાવને સમષ્ટિ સુધી વિસ્તારો કે સમગ્ર સમષ્ટિ પ્રત્યેના ભાવને એક જ વ્યક્તિમાં કેન્દ્રિત કરો એનું નામ પ્રેમ છે.

કબીરસાહેબે કહ્યું છે,

યહ તો પ્રેમ કા ઘર હૈ, ખાલા કા ઘર નાહીં।
શિશ કાટ ભૂઈ ધરે ફિર પૈઢે માંહી॥

આ પ્રેમનું ઘર છે, માશીનું ઘર નથી;
માથું કાપી ભોંય પર ધરી પછી અંદર પ્રવેશવાનું છે.

પ્રેમ ન બાડી ઉપજે પ્રેમ ન હાટ બિકાય।
રાજા પ્રજા જેઈ રુચે શીશ દેઈ લે જાય॥

પ્રેમ વાડીમાં ઊપજતો નથી કે હાટે વેચાતો નથી, રાજા-પ્રજા જેને ગમે તે માથું મૂકીને લઈ જાય,

આ માર્ગ માથું મૂકીને ચાલવાનો માર્ગ છે જેમાં માત્ર આપવાનું જ છે, સામે કાંઈ અપેક્ષા રાખવાની નથી.

કબીરસાહેબના પુત્ર અને શિષ્ય કમાલે પણ આ જ વાત કહી છે.

સમજ બૂઝ દિલ ખોજ પ્યારે આશિક હોકર સોના ક્યા?
જિસ નૈનો સે નીંદ ગંવાઈ તકિયા લેક બિછૌના ક્યા?
રુખા સુખા રામ કા ટુકડા ચિકના ઔર સલોના ક્યા?
કહત કમાલ પ્રેમ કે મારગ શીશ દિયા ફિર રોના ક્યા?

ફરી એ જ સમર્પણની વાત જુદા ઢંગથી રજૂ થઈ છે. આ જ તો આશિકોની રીત છે. પ્રેમમાં તન અને મન ન્યોછાવર કરી દેવા, રોવું, જુલ્મો સહેવા અને છતાં તેને પ્રેમ કરવો.

હૈ રીત આશિકોં કી તનમન નિસાર કરના।
રોના સિતમ ઉઠાના ઔર ઉનસે પ્યાર કરના॥

વિદ્વત્તા, પાંડિત્ય, તત્ત્વજ્ઞાનનું અહીં કામ નથી. એટલે તો નરસિંહ મહેતાએ લખ્યું,

પ્રેમરસ પાને તું મોરના પિચ્છધર
તત્ત્વનું ટૂંપણું તુચ્છ લાગે.

શાસ્ત્રો, પુરાણો, પોથીઓ વાંચી વાંચીને જગત મરી ગયું, કોઈ પંડિત થઈ ન શક્યા. અઢી અક્ષર પ્રેમના જે વાંચી શક્યા, સમજી શક્યા, અનુભવી શક્યા એ પંડિત થઈ શક્યા.

પોથી પઢી પઢી જગ મૂઆ હુઆ ન પંડિત કોઈ।
ઢાઈ અક્ષર પ્રેમ કા પઢે સો પંડિત હોઈ॥

પ્રેમના ઉત્કટ ભાવોને ભાષા દ્વારા વ્યક્ત કરવાના આ બધા પ્રયાસો છે, છતાં તેની મર્યાદા દર્શાવતા પ્રયાસ કરનાર લખે છે,

સાજન બાતા સ્નેહી કી ઇસ મુખ કહી ન જાય।
મૂંગે કો સપનો ભયો સમજ સમજ પછતાય॥

મૂંગાને સપનું આવ્યું હોય તો એ કઈ રીતે તેનું વર્ણન કરે?

પ્રેમમાં મહત્ત્વનો ભાગ ભજવે છે, નયન. આંખો. અજાણી અણિયાળી આંખોથી જે વીંધાઈ જાય છે એની વ્યથા જોઈએ અમૃત ઘાયલસાહેબના શબ્દોમાં,

અમે ધારી નહોતી એવી અણધારી કરી લીધી,
અજાણી આંખડીએ ચોટ ગોઝારી કરી લીધી.
મને કાંઈક વાત તો કરવી હતી અલગારી મારા મન,
વળી કોની હારે તેં પ્રીત પરબારી કરી લીધી?
અજાણી આંખડીના એ કસબની વાત શી કરવી?
કલેજું કોતરી નાજુક મીનાકારી કરી લીધી.

આંખો ને નયનોને ઠપકો પણ શું આપવો? પોતે જ પ્રેમમાં પડે અને પોતે જ રોયા કરે.

નયના તુમ બુરો ભયો તુજ સે બુરો ન કોઈ।
આપ હી પ્રીત લગાય કે આપ હી દેત રોઈ॥

પ્રિયતમના વિરહમાં શરીર સુકાતું જાય છે પણ નયનો નથી સુકાતાં. એ તો ભરપૂર પાણી ભરી લાવે છે.

સાજણ તમારા સ્નેહમાં સુકાણાં અમ શરીર;
એક પાપી નૈણાં નો સૂક્યાં ઈ તો ભર ભર લાવ્યાં નીર.

એટલે જ યુવાનો હસીનોને વિનંતી કરે છે.

કત્લ કર દો નજરોં સે બાત બન જાયેંગી દોનોં કી।
તુમ્હેં ખંજર ઉઠાને કી હમેં સર ઝુકાને કી॥

નજરનું વધુ એક સુંદર ઉદાહરણ. એક શાયરને એક દિવસ મયખાનાના રહસ્યની ખબર પડી ગઈ.

અય સાકી રાઝ ખુલ ગયા તેરે મયખાને કા।
કામ કરતી હૈ નજર નામ હૈ પૈમાનેં કા॥

આજ મહોબત જ્યારે માલિક માટે હોય છે ત્યારે આશિકને અહેસાસ થાય છે –

વો થે ન મુઝ સે દૂર ન મૈં ઉન સે દૂર થા।
આતા નહીં નજર તો નજર કા કસૂર થા॥

અહમ્‌નો પરદો વચ્ચેથી દૂર થઈ જાય છે એ જ ક્ષણે નજર બદલાઈ જાય છે અને નજરાના પણ બદલાઈ જાય છે. કશ્તી બદલાઈ જાય છે, સામે કિનારો પણ બદલાઈ જાય છે.

નજરેં બદલ ગઈ નજરાના બદલ ગયા।
કશ્તી બદલ ગઈ કિનારા બદલ ગયા॥

યુવાન અવસ્થા હોય, મોર બનીને મન થનગાટ કરતું હોય, કોઈ અણિયાળી આંખોથી વીંધાઈ જવા માટે હૈયું આકુળવ્યાકુળ થતું હોય ત્યારે જ પ્રેમના ભાવો ઉદ્‌ભવે છે.

મરતાં સુધી ન ભૂલો એવું અહીં જિગર છે
ઝંખે નજર સદાયે એવી મીઠી નજર છે;
આંખો માંહી વસો કે આવી વસો જિગરમાં,
એ પણ તમારું ઘર છે આ પણ તમારું ઘર છે.

યુવાવસ્થામાં પાછા યુવાનો જે વહેવારની વાત કરે છે ત્યારે એ સાંભળવા જેવી હોય છે.

વહેવારની આ વાત છે તકરાર ના કરો,
બેશક કે આપ મને પ્યાર ના કરો;
ધીમું હસી હસીને તમે વાર ના કરો,
થાઓ ભલા અને ફૂલને તલવાર ના કરો.

મહોબતમાં આશિક કુરબાન થઈ જવા તૈયાર હોય છે. અહમ્‌નું વિસર્જન કરી પ્રિયતમાના દ્વાર પર એ દરવાન થઈ જવા પણ તૈયાર હોય છે.

મહોબતમાં તમારા નામ પર કુરબાન થઈ જાશું,
સફરમાં કંટકોની વેદનાનું ગાન થઈ જાશું
તમારું આંગણું દીઠા તણો સંતોષ તો રહેશે,
હશે જો બંધ દ્વારો તો અમે દરવાન થઈ જાશું.

પ્રત્યેક પ્રેમીને વિરહની અગનજ્વાળામાંથી પસાર થવું પડે છે. વિરહની અગ્નિમાં તપીને પ્રેમ વિશુદ્ધ બનતો જાય છે. પ્રેમની પાવક જ્વાળામાં ભળેલો વાસનાનો ધુમાડો શમી જાય છે. રહે છે માત્ર પ્રેમ. પ્રેમી અને પ્રિયતમા વચ્ચે મૂલ્યવાન હાર હોય છે એ પણ નથી ગમતો અને સમય એવો આવે છે કે વચ્ચે પહાડો આવી જાય છે.

રહીમન એક દિન વે રહે બિચ ન સોહત હાર।
વાયુ ઐસી વહ ગઈ બિચન પરે પહાર॥

વિરહની વેદના અસહ્ય હોય છે. એ જેણે સહી હોય એ જ સમજી શકે છે. જુઓ મીરાંની વિરહ અવસ્થા.

ધાન ન ભાવે નીંદ ન આવે વિરહ સતાવે મોય।
ઘાયલ સી મૈં ઘુમત ફિરું મેરો દરદ ન જાને કોય॥

વિરહની વેદનામાંથી પસાર થવું એ પ્રત્યેક પ્રેમીયુગલની નિયતિ છે. પછી એ લયલા-મજનૂ હોય, શીરી-ફરહાદ હોય, લાણશી-ગોરલ હોય, રોમિયો-જુલિયેટ હોય, પદ્મા અને માંગડાવાળો હોય, દેવરો અને આણલદે હોય કે પછી રાધા અને કૃષ્ણ હોય. રાધા પોતાનો આક્રોશ, વ્યથા અને વેદના કઈ રીતે વ્યક્ત કરે છે? રાધા કાગડાને કહે છે,

કાળજું કાઢી ભોંય ધરું લઈ કાગા ઊડી જા;
માધવ બેઠા મેડીએ ઈ ભાળે એમ ખા.

આ છે રાધાની વેદના. તો પછી માધવના હૈયાનું શું? રાધાની વેદના તો સૌ જાણી શક્યું પણ માધવની વેદના કોઈ જાણી ન શક્યું. કારણ? રાધાની વેદના તો દુનિયાએ જાણી પણ માધવની વેદના અજાણી... હૈયાના ગોખમાં સંઘરીને રાખી હોઠ પર કદીયે ન આણી.

પ્રેમના માર્ગે પ્રયાણ કરનાર પથિક સત્યની મંજિલે આવી પહોંચે છે અને સત્યના માર્ગે સફર કરનાર યાત્રી પ્રેમના ભવન પર પહોંચી જાય છે.

જ્યાં સત્ય હોય છે, પ્રેમ હોય છે ત્યાં કરુણા હોય છે. આ ત્રણે સદ્‌ગુણના સહારે યાત્રીની યાત્રા સરળ બને છે, એ સાધનાપંથ પર પ્રસન્નતાથી ચાલતો જાય છે અને ગાતો જાય છે.

જ્યોત સે જ્યોત જગાતે ચલો।
પ્રેમ કી ગંગા બહાતે ચલો॥

□

ઇન્સાન બનો, ઇન્સાન બનો

શિષ્ય ઐસા ચાહિયે જો ગુરુ કો સબકુછ દેત
ગુરુ ઐસા ચાહિએ જો શિષ્ય સે કુછ ન લેત

બાળકદાસ બાપુ આવા ગુરુ હતા. શિષ્ય પાસેથી કંઈ પણ અપેક્ષા નહોતા રાખતા, પરંતુ સામે શિષ્ય રામદાસ અને મંગળદાસ એવા મૂર્ખ હતા કે બાપુને કારણ વગરની કષ્ટિ બહુ આપતા. બાપુ ઘણી ના પાડે તો પણ બંને બાપુના પગ કચરીને પુણ્ય મેળવવા ગુરુસેવાનું આ કાર્ય અચૂક કરતા. રામદાસ અને મંગળદાસ ગુરુના પગ એવા કચરતા કે એ પગ કચરાવ્યાનો થાક બાપુને બે કલાકે ઊતરતો. અમે ઘણી વાર બાળકદાસ બાપુ સાથે આ મૂર્ખ શિષ્યોની ચર્ચા કરતા. નટુ તો કહેતો પણ ખરો કે આ બંને શિષ્યો એવા મૂર્ખ છે કે ધૂણીની ઓલવાતી આગને ફૂંક મારવા જતાં જો બાપુની દાઢીમાં આગ લાગી જાય તો તે ઓલવવાને બદલે બેય બીડી સળગાવવા દોડે. બાપુ ખડખડાટ હસતા અને કહેતા: ‘બંનેમાં સમજદારી થોડી ઓછી છે એટલે તો મારી પાસે રાખું છું. બીજે ક્યાંય રહે અને હેરાન થાય તો?’ બાપુની કરુણા જોઈ મને આનંદ થતો. હું બાપુને કહેતો, ‘બાપુ, એમની મૂર્ખાઈને લીધે આપને કેટલું સહન કરવું પડે છે?’ બાપુ કહેતા, ‘એ એમની મૂર્ખાઈમાં બીજાને હેરાન કરે એના કરતાં હું જ હેરાન થાઉં એમાં શું ખોટું છે?’

બાળકદાસ બાપુ જ્ઞાની હતા, અનુભવી હતા. વાદળી જેમ તડકો ખમીને છાંયો પાથરે છે, વૃક્ષો પોતાને પથ્થર મારનારને મિષ્ટ ફળ આપે છે, નદી જેમ ગામની ગંદકી વહાવી લોકોને નિર્મળ નીર પૂરું પાડે છે તે જ રીતે સંતો સંતાપો સહી પોતાના જીવન દ્વારા સમાજને સાચો રાહ બતાવે છે.

હું ઘણી વાર બાપુને કહેતો, ‘આ સંતો તો પહાડના ગુરુશિખર પર બંધાવેલ ગુરુ દત્તાત્રેયના મંદિરમાં લટકાવેલા ઘંટ જેવા હોય છે. ચાલી ચાલીને થાકી જાવ ત્યારે ગુરુશિખરે પહોંચો. મંદિરમાં પ્રવેશ કરો અને વગાડો તો જ ઘંટ વાગે. એ જ રીતે સંતોને પૂછીએ તો જ જવાબ આપે.’ બાળકદાસ બાપુ પણ પૂછ્યા વગર બોલતા નહીં. એ કહેતા, ‘જીવનમાં જ્યારે સાચા પ્રશ્નો ઉદ્ભવે છે, ત્યારે જ સાચા જવાબો મળે છે. લોકોને માત્ર સમસ્યાના ઉકેલમાં રસ હોય છે, સમસ્યામાં નહીં.’

જ્યાં સુધી જીવન છે ત્યાં સુધી સમસ્યાઓ તો રહેવાની જ છે. કોઈ પણ ઘટનાને સમસ્યા ન બનાવે ત્યાં સુધી એ સમસ્યા બનતી નથી. સમસ્યા મહત્ત્વની નથી, સમસ્યા કઈ રીતે હલ કરવામાં આવે છે તે અભિગમ મહત્ત્વનો છે.

અમારા ગામમાં પાંજરાપોળની શેરીમાં રોગચાળાની જેમ ફાટી નીકળેલા લગનગાળામાં બે ફુલેકાં સામસામાં આવી ગયાં. એક ફુલેકું ખોડાભગતની શેરીમાંથી આવ્યું અને બીજું પોસ્ટઑફિસ પાસેથી નીકળ્યું. સામેવાળાએ કહ્યું, 'એ જરાક મારગ દેજો એટલે અમારું ફુલેકું નીકળી શકે.' ત્યારે આ તરફવાળાએ કહ્યું, 'તમે ત્યાં જ ઊભા રહો એટલે અમારું ફુલેકું નીકળી જાય.' વાત આટલી જ હતી, પણ વટે ચડી ગઈ. પછી તો જે સંવાદોની આપ-લે થઈ છે!

'એ ખસી જવા ફુલેકું નથી કાઢ્યું.'

'તો પછી અમેય બંગડિયું નથી પહેરી, બહુ પાણીવાળા છો તો આવો સામા.'

'તો તમેય ઓછા ઊતરશો નહીં.'

'એ તો થઈ જાવ ભાયડા.'

સામસામા હાકોટાપડકારા થયા. કરસન અને રામજી બૂંગિયો મંડ્યા ઢોલ વગાડવા અને જીવલાની શરણાઈમાં સિંધૂડો રાગના સૂર રેલાયા. ત્યાં તો વરરાજા ખુદ તલવારો લઈ સામસામા મેદાને પડ્યા. થોડી જ વારમાં પાંજરાપોળનો ચોક સમરાંગણ બની ગયો. કંઈક ઘવાણા. કોઈ ઘા કરી ભાગી ગયા, તો કોઈ ઘા ઝીલી ત્યાં જ પડી ગયા. પોલીસપાર્ટી આવી. તખુભા ફોજદારે ઘાયલ થનારને હૉસ્પિટલ પહોંચાડ્યા અને બાકીનાને જેલભેગા કર્યા. બૈરાંમાં રોકકળ શરૂ થઈ. બાળકો બીકનાં માર્યાં રાડો પાડવા મંડ્યાં. આનંદઉલ્લાસભર્યાં લગ્નગીતોને બદલે મોતના મરસિયા ગાવા પડે એવી દશા થઈ ગઈ.

આ જ પાંજરાપોળની શેરી અને આ જ ચોકમાં એક વરસ પછી આ જ પ્રમાણે બે ફુલેકાં પાછાં સામસામાં આવ્યાં. ખોડાભગતની શેરીવાળાએ કહ્યું, 'ખસો અમને જાવા દ્યો'. આ તરફના ફુલેકાવાળા કહે, 'તમે ખસી જાવ.' આમ સામસામી રકઝક ચાલી. પણ ત્યાં તો તરત જ બંને બાજુએથી બબ્બે વડીલો વચ્ચે આવ્યા. એમણે કહ્યું, 'સો વાતની એક વાત. પાંજરાપોળના ફાળામાં જે વધુ રકમ આપે તે મોટો ભાઈ, ઓછા આપી શકે તે નાનો ભાઈ. મોટા ભાઈના ફુલેકાને જવા દેવાનું, નાના ભાઈને ઊભા રહેવાનું.' આ નક્કી થયું અને પાંચસો એકથી સામાવાળાએ શરૂઆત કરી. પાંચસો એક, છસ્સો, સાતસો પચાસ, એક હજાર પૂરા, બારસો, તેરસો, ચૌદસો, પંદરસો ને એકાવન... તરત પોસ્ટઑફિસવાળા ફુલેકાના વડીલોએ કહ્યું: 'જવા દ્યો, મોટા ભાઈને જવા દ્યો.' નાના ભાઈનું ફુલેકું

ખસી ગયું. મોટા ભાઈનું પસાર થયું. પાંજરાપોળને સારું એવું ભંડોળ ભેગું થઈ ગયું. અબોલ પ્રાણીઓ માટે ઘાસચારાની વ્યવસ્થા થઈ ગઈ. બંને ફુલેકાં ગામમાં હેમખેમ ફરીને ઘરભેગાં થઈ ગયાં અને નિરાંતે સૂઈ ગયાં.

ચાકરી કરવા માટે બંને શિષ્યો વચ્ચે પગ માટે કજિયો થતો એટલે ગુરુએ પગના ભાગ પાડી દીધા હતા.

રામદાસનો જમણો પગ.

મંગળદાસનો ડાબો.

ઘણી વાર સમસ્યાઓનું સર્જન કરવામાં આવે છે. વાતમાં કંઈ માલ હોતો નથી. એક વાર બન્યું એવું કે બાળકદાસ બાપુ સવારથી કામ કરી કરીને થાકી ગયેલા. બપોરના હરિહર કરી જરાક લાકડાની પાટ માથે બાપુએ લંબાવ્યું. ખૂબ થાક્યા હોવાથી બાપુને ઊંઘ આવી ગઈ. બાપુ ડાબા પગ માથે જમણો પગ રાખીને, આંટીએ પગ નાખીને સૂતા હતા. રામદાસ તરણેતર ગયો હોવાથી એકલો મંગળદાસ બાપુની ચાકરી કરવા આવ્યો. મંગળદાસે આવી જોયું. રામદાસનો જમણો પગ તેના ડાબા પગ પર પડ્યો હતો. આ દશ્ય જોતાં મંગળદાસ ક્રોધના આવેશમાં ધ્રૂજવા લાગ્યો. 'રામદાસનો પગ મારા પગ માથે?' મંગળદાસે ખૂણામાં પડેલી લાકડી ઉપાડી અને રામદાસના પગને એક વળગાડી. અચાનક હુમલો થવાથી બાપુ ચીસ પાડી જાગી ઊઠ્યા. સામે લાકડી લઈ ઊભેલા મંગળદાસને બાપુએ જોયો. મંગળદાસ એટલું જ બોલ્યો, 'રામદાસનો પગ મારા માથે?' અને કોઈ વિજેતા યોદ્ધો રણક્ષેત્ર છોડી ચાલી નીકળે તેમ તે ચાલી નીકળ્યો.

તરણેતરથી પાછા આવી ગયેલા રામદાસને સમાચાર મળ્યા કે મંગળદાસે એના પગને લાકડી મારી છે. આટલું સાંભળતાં જ રામદાસના ગુસ્સાનો પાર ન રહ્યો. એણે આવીને મંગળદાસના પગને એક લાકડી ફટકારી બાપુને પથારીવશ કરી નાખ્યા. અમે બાપુની તબિયત જોવા ગયા ત્યારે તેઓ આ બંનેને સમજાવતા હતા: 'રામદાસનો પગ હોય કે મંગળદાસનો પગ હોય, સરવાળે તો મારા પગ છે. પથારીવશ તો હું થઈ ગયો.' પછી અમારા તરફ ફરીને બાપુએ સમજાવ્યું, 'આપણા દેશમાં ઘણી વાર આંદોલનો થાય છે, ચળવળો થાય છે, સભાઓ ભરાય છે, સરઘસો નીકળે છે, હુલ્લડો થાય છે ત્યારે શાળા, કૉલેજો, સરકારી કચેરીઓ, બસો, મોટરો વગેરેને તોડીફોડી, બાળી નાશ કરવામાં આવે છે. એ નુકસાન સરવાળે માદરેવતનને છે, હિન્દુસ્તાનને છે. સરહદ પર લોહી ગમે તે જવાનનું વહે, જેનું વહે તે જવાન કોઈ બહેનનો ભાઈ, કોઈ પિતાનો પુત્ર, કોઈ માતાનો લાડલો, કોઈ ભાઈનો ભાઈ, તો કોઈ દોસ્તનો દોસ્ત જરૂર હશે.'

યુદ્ધ માનવીના મનમાં પ્રથમ વિચાર તરીકે આકાર પામે છે. વિચાર ઇચ્છાનું સ્વરૂપ ધારણ કરી લે છે. ઇચ્છાની તીવ્રતા વધતાં એ આકાંક્ષામાં બદલે છે અને આકાંક્ષા જ્યારે મહત્ત્વાકાંક્ષામાં બદલે છે, ત્યારે યુદ્ધના નગારે પહેલો ઘા પડે છે. સત્તા માટે, સંપત્તિ માટે, સુંદરી માટે કે પછી મુલક મેળવવા થયેલાં યુદ્ધોથી માનવજાતિનો ઇતિહાસ ખરડાયેલો છે.

'યુદ્ધ માનવીના મનમાં વિચારરૂપે ઉદ્‌ભવે છે એટલે યુદ્ધથી રક્ષણ મેળવવા સંરક્ષણના કિલ્લાની દીવાલ પણ માનવીના મનમાં જ બાંધવી જોઈએ.' આ પ્રકારનું લખાણ યુનોના ખતપત્રમાં છે. સંરક્ષણની મનમાં બંધાતી દીવાલ એટલે પ્રેમની દીવાલ, સમજણની દીવાલ, માનવતાની દીવાલ, જે દીવાલ પર ટકરાઈને યુદ્ધના ગમે તેવા પ્રબળ વિચારો વ્યર્થ બની જાય. કોણ આવી દીવાલ ચણી શકે? જેના હૈયામાં કરુણાનો સ્રોત વહેતો હોય તેવા કરુણવાન મહામાનવો આ કાર્ય કરી શકે, સમજણનો સેતુ એ જ બાંધી શકે.

લિચ્છવીઓનું નામનિશાન મિટાવી દેવા શાક્યોની સેનાએ પ્રયાણ કર્યું અને આ સમાચાર મળતાં જ લિચ્છવીઓની સેના લોહીથી ભૂમિને રંગી નાખવા સામે મેદાને પડી. ધસમસતાં પૂરની જેમ આવતી સેનાઓ એક સ્થાને અચાનક અટકી ગઈ. બંને રાજવીઓના મુખમાંથી શબ્દો સરી પડ્યા, 'પ્રભુ આપ?'

ચૈતરવૈશાખના પ્રખર તાપમાં ભગવાન બુદ્ધ રસ્તામાં ધ્યાનસ્થ મુદ્રામાં બેઠા હતા. શાક્ય સમ્રાટે કહ્યું, 'પ્રભુ, આ ગ્રીષ્મના વિષમ કાળમાં આવી ધગધગતી રેતી પર?'

ભગવાન બુદ્ધે કહ્યું, 'રાજન, ગ્રીષ્મકાળની આવી રેતી પર બેસવામાં દેહને આટલું કષ્ટ પડતું હોય તો યુદ્ધમાં ઘાયલ થનાર સૈનિકોના દેહને કેટલું કષ્ટ પડશે? જીવમાત્ર મૃત્યુના દંડથી ભયભીત છે એટલે હે રાજન, ન હિંસાનું આચરણ કરો ન આચરનારને ઉત્તેજન આપો.'

ભગવાન બુદ્ધની વાણી સાંભળી બંને સૈન્યો પાછાં ફરી ગયાં અને ભીષણ સંહાર થતો અટકી ગયો.

એક વાર લંકા જીતવા માટે તૈયારી કરતાં રાજા માનસિંહને કવિ ગંગે એક દોહો કહ્યો હતો:

માન માન તું માન દીજો દાન ન લિજીએ
રઘુવીર દીનો દાન વિપ્ર વિભીષણ જાન કે.

આટલું સાંભળતાં જ રાજા માનસિંહે લંકાવિજયનો વિચાર છોડી દીધો.

માંડુના રાજમહાલયમાં કત્લેઆમ ચલાવતા શહેનશાહ હુમાયુનું લશ્કર અચાનક અટકી ગયું. એક ખંડમાંથી સંગીતના સૂરો આવી રહ્યા હતા. કત્લેઆમ છોડી સિપાહીઓ સંગીત સાંભળવામાં લીન બની ગયા. આ સમાચાર કોઈએ હુમાયુને આપ્યા. હુમાયુએ પોતે આવી જ્યારે આ સ્વરો સાંભળ્યા ત્યારે તે 'આફરીન આફરીન' પોકારી ઊઠ્યો. હુમાયુએ ખુશ થઈ કલાકારને કહ્યું, 'માગો જે માગવું હોય તે માગો.' કલાકારે કહ્યું, 'હજૂર આ કત્લેઆમ બંધ કરાવો.' તરત શહેનશાહનો હુકમ છૂટ્યો. યુદ્ધવિરામ જાહેર થયો. ફોજે વિદાય લીધી. શહેનશાહે કલાકારનું નામ પૂછ્યું. કલાકારે જણાવ્યું: 'બૈજનાથ ઉર્ફે બૈજુ બાવરા.'

વિદાય લેતા સૈન્યને હજી બૈજુના સંગીતના સૂરો સંભળાતા હતા.

ઇન્સાન બનો, ઇન્સાન બનો,

ઇન્સાન બનો કર લો ભલાઈ કા કોઈ કામ... ઇન્સાન બનો.

□

જરા, મરણ અને વિજોગ

એક જગ્યાએ લાંબો સમય બેસી રહેવું પડે છે ત્યારે પગમાં ખાલી ચડી જાય છે. એટલો ભાગ સંવેદનહીન બની જાય છે. આવું જ ઘણી વાર મન માટે જીવનમાં બને છે. મનને ખાલી ચડી જાય છે. માનવીને કંઈ ગમતું નથી, ખાસ કરીને કોઈ સ્વજન જ્યારે હંમેશ માટે વિદાય લે છે ત્યારે મન મૂંઝાયા કરે છે.

જીવ ઢંઢોળે ઝૂંપડાં અને જૂને નેખમ જાય,
મન વાંળ્યું વળે નહીં અને ખોરડું ખાવા ધાય.

જીવતરના ઉમંગથી છલકતું એ જ ખોરડું એક દિ' ખાવા ધોડે છે. એ જ પાણિયારું હોય છે. એ જ થોભલિયું હોય છે. તુલસીક્યારો પણ એનો એ જ હોય છે અને એ જ ફળિયું છતાં એમ થયા કરે છે.

અણોહરા ફળિયાને નેવા ઝૂકીઝૂકીને પૂછે,
ઝાલર ટાણે તુલસીક્યારો કોરી આંખો લૂછે.
રાત બધી દીવાને થાતું નથી આંખ બે પેલી,
નથી પ્રભાતે પરસાળે કાંઈ હવે ગીતને હેલી.
આમ જોઈએ તો સ્વર્ગથીયે સોહામણું આ માનવને મર્ત્યલોક,
પણ એમાં ત્રણ વસ્તુ અળખામણી જરા, મરણ અને વિજોગ.

સંસારમાં આ ત્રણ વસ્તુ જો ન હોત તો એ સ્વર્ગથી પણ સોહામણો છે. વૃદ્ધાવસ્થા આવે છે અને સાથે અનેક વ્યથાઓ લાવે છે. શ્રીમંત પ્રવાસીઓ સ્ટેશન પહોંચે એ પહેલાં એમનો સામાન બેડિંગ, બૅગ, ટિફિન, છત્રી, વૉટરબૅગ વગેરે સ્ટેશન પહોંચી જાય છે એમ વૃદ્ધાવસ્થા આવે છે તેની સાથે જ સરસામાન સ્ટેશન ભેગો થવા મંડે છે. પ્રથમ દાંત જતા રહે છે, મોડા આવે છે ને વહેલા જાય છે, પછી પરિસ્થિતિ જોઈ વાળ રંગ બદલે છે અને માથેથી ઊતરી હાલતા થાય છે.

જટડો કહે જટડી ગઈ ચટકતી ચાલ,
જિસે અંબોડો વાળતાં ઇસે પડી ગઈ ટાલ.

આંખે ઝાંખપ આવે છે, નયનજ્યોત બુઝાવા લાગે છે. કાન શ્રવણશક્તિ ગુમાવે છે. ગાત્રો શિથિલ થતાં જાય છે અને શરીર શક્તિ ગુમાવતું જાય છે.

સામાન ધીરે ધીરે સ્ટેશન પહોંચી ગયો છે, હવે આપણે પ્રસ્થાન કરવાનું છે, આ વાત સમજાવા માંડે છે. માનવી આવી બધી વાતો કરે છે, વૃદ્ધાવસ્થાની, રોગોની, મૃત્યુની. પરંતુ બધું બીજા માટે. માંદા કો'ક પડશે, મરશે કો'ક. ઘરડા પણ થાવું હોય એ ભલે થાય હું નહીં, પોતાની જાતને બાકાત રાખીને જ વિચારે છે. આ તો પાંસઠસિત્તેરની અવસ્થાએ માનવી પહોંચે છે ત્યારે તેને ઊંડે ઊંડે ખાતરી મંડે છે થવા કે 'આ તો ગાજતુંવાજતું માંડવે આવી રહ્યું છે.'

સમજદાર પ્રવાસી સમયસર સ્ટેશન પહોંચી જાય છે. પોતાનો ડબો શોધી, પોતાની બર્થ ગોતી, સરસામાન ગોઠવી નિરાંતે સફર શરૂ કરે છે. જનારાના ચહેરા પર હાસ્ય હોય છે વિદાય આપનારાની આંખોમાં આંસુ.

જબ તુમ આયે જગત મેં જગ હંસા તુમ રોયા
ઐસી કરની કર ચલો તુમ હંસો જગ રોયા॥

અમારા ગામના માનભાઈ ગઢવી, એ જન્મજાત હાસ્યકાર હતા, તદ્દન સાદી વાતમાંથી એ હાસ્ય સર્જી શકતા.

અમે દર વર્ષે ૨૫ ડિસેમ્બરના રોજ થાનથી બાંડિયા બેલી જતા. ઘરના ભાતે, ચાલીને જવાનું અને ચાલીને આવવાનું. બાંડિયા બેલી પહોંચી કોઈ કુંડમાં નાહતા, કોઈ ઝાડ પર ચડતા. સમગ્ર હાઈસ્કૂલનાં વિદ્યાર્થી ભાઈ-બહેનોના આનંદનો પાર નહોતો રહેતો. ઓછામાં ઓછા ખર્ચે અમે વધુમાં વધુ આનંદ માણતાં. શાળામાં ઠાકરસાહેબ હેડ માસ્તર હતા. હું આસિસ્ટન્ટ શિક્ષક. હાઈસ્કૂલનાં તમામ શિક્ષક ભાઈબહેનો પણ ઉત્સાહપૂર્વક પ્રવાસમાં ભાગ લેતાં, પ્રવાસના બીજા દિવસે ડૉક્ટર રાણાસાહેબના ફળિયામાં અમારા ડાયરાની જમાવટ થઈ હતી. એમાં મેં ગંભીર થઈ વાતની શરૂઆત કરી. મેં કહ્યું, 'માનભાઈ, કાલે બાંડિયા બેલી ગયા પણ હું અને ડૉક્ટરસાહેબ ઉતાવળમાં ભાતાં ભૂલી ગયા.' મેં તો માત્ર આટલું જ કીધું ત્યાં ભાઈએ કહ્યું, 'અરે બાપા, ભારે કરી છોકરામાતરનું તમે બેય ખાઈ ગયા.' મેં કહ્યું, 'એ તો કોઈના ભાતામાંથી સુખડી, કોઈમાંથી મોહનથાળ, પૂરી, અથાણાં, બટેટાનું શાક એમ બધું ભેગું કરીને કોળિયા, સાથે એકાદ લોટો છાશ પીધી, પણ ઓલું ઘરનું ભાતું હોત ને તો જરા સોધરી વળત, થોડોક સંતોષ વધુ થાત.' માનભાઈ કહે, 'બાપા તેં કેદી ઘરનું ખાધું અને કેદી સોધરી વળી. આ પાર્ટીમાં ને પાર્ટીમાં તે બાંધો બાંધી.' માનભાઈની વાત સાચી હતી. અવાલિયાના શ્રી મોહનદાસજી બાપુ કહેતા, 'પાર્ટી ગમે

તેની હોવે માસ્તર તો હોવે હોવે ને હોવે.' ડૉક્ટર રાણાસાહેબને ઘેર ભાગવત સપ્તાહ હતી. ગામેગામથી મહેમાનો પધારેલા. કથાનો સમય થાય ત્યાં સુધી અમે કથામંડપ નીચે બેસી અલકમલકની વાતો કરતાં, એમાંથી મોરબીથી પધારેલા સાહેબે પોરબંદરના મહારાજા નટવરસિંહજી સાહેબની એક વાત કરી. મહારાજા ઇંગ્લૅન્ડથી કપરકાબીનો સુંદર ડિઝાઇનવાળો સેટ ખરીદી લાવેલા. એ મૂલ્યવાન ટી-સેટમાં ચા લઈ તેમનો વિશ્વાસુ નોકર રામજી આવતો હતો. ભૂલથી રામજીનો પગ કાર્પેટમાં ભરાયો અને રામજી ગોઠિયું ખાઈ પડી ગયો. કીમતી ટી-સેટના ભાંગીને ભુક્કા થઈ ગયા, પણ મહારાજાશ્રી એટલું જ બોલ્યા કે રામજી તને તો નથી લાગ્યું ને?

સર આઇઝેક ન્યૂટનનાં વર્ષોનાં સંશોધનના કાગળો તેમના પ્રિય કૂતરા ડાયમન્ડની ભૂલને કારણે સીધા ફાયર પ્લેસની ફાયરમાં પડ્યા અને સળગી ગયા, વર્ષોની મહેનત વ્યર્થ ગઈ. ન્યૂટને આ દૃશ્ય જોયું અને શાંત ચિત્તે માત્ર એટલું જ કહ્યું, 'Diamond, Diamond Dust thou know thou hast done?' (ડાયમન્ડ, ડાયમન્ડ તું જાણે છે તેં શું કર્યું છે?) આવી વાતો પૂરી થઈ મહેમાનો ભોજન માટે ગોઠવાઈ ગયા. એમાં થાળી-વાટકો લઈ આવતા ભીમજીનો પગ શેતરંજીમાં અટવાણો. ભીમજીને ગુલાટિયું આવી ગયું, વાટકા થાળીમાંથી પડી ગયા. આ દૃશ્યો જોઈ હું ગંભીર થઈ બોલ્યો, 'ભીમજીભાઈ તમને તો લાગ્યું નથી ને?' અને બધા મહેમાનો ખડખડાટ હસી પડ્યા, માનભાઈ ગઢવીએ તરત મને કહ્યું, 'બાપા તું ક્યાં? રાજા નટવરસિંહજી ક્યાં? વળી આ કો'કના ઘરમાં તને દાતારી કરતાં શરમ નથી આવતી? મહેલ મહારાજાનો હતો, નોકર એમનો હતો, ટી-સેટ એમનો હતો. અહીં તારું કાંઈ ખરું?' માનભાઈ બોલતા રહ્યા અને સૌ હસતા હતા. આ પ્રકારના નિર્દોષ આનંદમાં માનભાઈનું સમગ્ર જીવન વ્યતીત થયું. જીવનની અંતિમ ક્ષણો નજીક હતી ત્યારે મેં તેમને પૂછ્યું, 'માનભાઈ, વિદાયવેળાએ તમારા મનમાં કેવા ભાવો જાગે છે, શા વિચારો આવે છે?' ભાઈ કહે, 'બાપા રાંક માણસને વિલાયતનું આમંત્રણ મળ્યું હોય અને પોતાના સરસામાન સાથે સમયસર સ્ટેશન પહોંચી જાય અને હરખમાં વિચારે કે ક્યારે ટ્રેન આવે અને ક્યારે હું બેસી જાઉં એમ હું તૈયાર થઈને બેઠો છું. મનમાં કોઈ રંજ નથી. મિત્રો, સ્નેહીઓ સ્વજનો સાથે જે આનંદ કર્યો તે દૃશ્યો ઘણી વાર સ્મૃતિપટ પર દેખાય છે અને વિલીન થાય છે.'

ખરેખર પૂરા આત્મસંતોષ સાથે માનભાઈએ વિદાય લીધી. જીવન સાર્થક કર્યું. સ્વ. ભગવાનદાસજી શર્માએ નવરાત્રિ મહોત્સવમાં સતત ૨૫ વર્ષ સુધી લોકોને રામકથાનું રસપાન કરાવ્યું. સાથે મણિરાયજી પગપેટી વગાડતા અને અમરદાસજી ખારાવાળા તબલાં પર સંગત કરતા. શર્માજી કહેતા, 'કાંઠે બેઠો છું.' માનભાઈ ગઢવી મજાક કરતા, 'કોકને ધક્કો દેવા.' કાંઠે બેસવાનું કહેતાં કહેતાં ૧૦૨ વર્ષ વહી ગયાં. શર્માજી મને કહેતાં, 'હું જ્યારે ગાંધીજીને મળ્યો ત્યારે ગાંધીજી મને જોઈ ખુશ થઈ

ગયેલા. અત્યારે તો મેં બ્રહ્મચારીનો વેશ કાઢ્યો છે, પણ તે દિવસે તો હું સાચો બ્રહ્મચારી હતો. મારું ખુલ્લું શરીર, દાઢી, માથે વાળ બાંધેલા. મને જોઈ ગાંધીજીએ પૂછ્યું, 'જુવાન શું કામ કરો છો?' મેં કહ્યું 'બાપુ રામકથા કરું છું.' ગાંધીજીને આનંદ થયો મને એમણે એટલી જ શીખ આપી કે, 'જીવન પણ એ પ્રમાણે જ જીવજો.' બસ ત્યારથી આજ સુધી મેં જીવન પણ રામકથાના આદર્શ મુજબ જીવવા પ્રયાસ કર્યો છે.' શર્માજીનું સ્થાન તેમના પૌત્ર શ્રી જનકભાઈ શર્માએ સંભાળ્યું છે અને છેલ્લાં ૨૮ વર્ષથી તેઓ રામકથાનું રસપાન કરાવે છે, નવરાત્રિમહોત્સવમાં થાનગઢમાં. અમરદાસજી ખારાવાળાને હું કહેતો, 'બાપુ આપને ઘડપણ ક્યારેય નહીં આવે.' અને એ પણ કહેતા, 'મારા જીવનનો અંત આમ જ આવશે, મને ઘડપણ નહીં આવે.' છેલ્લે પૂજ્ય મોરારિબાપુની દૂધરેજમાં કથા હતી ત્યારે મળેલા. એટલો જ તરવરાટ, એ જ ઉત્સાહ એ જ ચેતનાથી ધબકતું જીવન... મને ઘણી વાર વિચાર આવે છે કે હું સદ્ભાગી છું. મને કેવા કેવા સંતો, સજ્જનો, સ્નેહીઓનો સંગાથ મળ્યો? પૂજ્ય સંપૂર્ણાનંદ બાપુ જેમની કરુણા પર આજ મારું મકાન આશિયાના ઊભું છે. તેમના ૧૦૦મા જન્મદિવસે હું મંગલેશ્વર હાજર રહ્યો હતો. જ્યારે જુઓ ત્યારે એટલા જ પ્રસન્ન ચિત્ત, એટલા જ સ્વસ્થ. આદરણીય કે. કા. શાસ્ત્રીજી સમગ્ર જીવન દરમિયાન કાર્યરત રહ્યા. મૂર્તિમંત કર્મયોગી, સમર્થ વાર્તાકાર કાનજી ભૂરા બારોટે છેલ્લી વાર્તા થાનગઢમાં કરી. એમને જ્યારે રાષ્ટ્રપતિ એવૉર્ડ મળ્યો ત્યારે મેં કાનજીભાઈને પૂછ્યું, 'કાનજીભાઈ, આ પ્રસંગે આપને કેવી લાગણી થઈ?' કાનજીભાઈએ કહ્યું, 'રાષ્ટ્રપતિશ્રીએ સન્માન કર્યું ત્યારે જિંદગીમાં ખોટા દાંત ઘણી વાર કાઢ્યા છે, પણ સાચું રોયો તે દી.' કેવો સચોટ પ્રતિભાવ? દિવાળીબહેન ભીલે પણ મને આમ જ કહ્યું હતું. 'મને પદ્મશ્રીનો એવૉર્ડ મળ્યો ત્યારે હું મન મૂકીને રોઈ હતી.' ડૉક્ટર રાણાસાહેબે જિંદગીનાં ૮૨ વર્ષ સુધી દવાખાનું સંભાળ્યું. ૮૪મા વર્ષે રાણાસાહેબનું અવસાન થયું. વણથંભી સક્રિયતા અને હળવી રમૂજવૃત્તિને ડૉક્ટર આલ્બર્ટ શ્વાઇટ્ઝરે સ્વાસ્થ્યનું રહસ્ય ગણાવ્યું છે. જીવનમાં પૂરતું કામ હોય અને એ પૂરું કરવા જેવું સ્વાસ્થ્ય હોય એટલું જ પૂરતું છે.

> કોણ રે બાંધે અમને તોરણે?
> અમે તો પાનખરનાં પીળાં પાન.
> આવો વસવસો રાખવાથી જરૂર નથી કદાચ વ્યથા જરૂર રહેશે.

> પાતોં સે પત્તા ગિરા પવન ઉડા લે જાયા
> પાતોં સે પત્તા કહે અબ ફિર મિલોંગે નાહી॥

□

જીવનમાં જામેલું મેસૂબનું ચોસલું

અમારા ગામમાં મેં અને વનેચંદે સૌપ્રથમ નામના કાઢી હોય તો જમવામાં. અમે ઘણું ખાઈ જતા. બંને જમવા બેસતા એટલે ચાર લાડવા તો દાળ વગર આરોગી જતા. પાંચમા લાડવાથી દાળનો સહારો લઈ બે લાડવા પૂરા કરતા. આમ અમે પ્રથમ તો જમવામાં પંકાઈ ગયા હતા. આ સિવાય અમારો રમૂજી સ્વભાવ. અમને જાનમાં લોકો લઈ જતા, ખૂબ ખવરાવતા અને અમારી વાતો સાંભળીને સૌ ખડખડાટ હસી પડતા.

હાસ્યને માનભર્યું સ્થાન હવે મળ્યું છે. સાહિત્યના 'હાસ્યમંદિર'માં હાસ્યનો વિધિસરનો પ્રવેશ કરાવ્યો હોય તો રમણભાઈ નીલકંઠે, નહીંતર હાસ્યરસને શૃંગારનો પેટારસ ગણવામાં આવતો. તેનું આગવું કોઈ સ્વતંત્ર સ્થાન નહોતું.

રમણભાઈ નીલકંઠે ભૂદેવોની ભોજનપ્રિયતાને હાસ્યાસ્પદ બનાવી સુંદર હાસ્યનું સર્જન કર્યું છે.

પ્રસંગ કંઈક આ પ્રકારનો છે. હું ભોજનશાળામાં જમવા જઈ રહ્યો હતો. રસ્તામાં પ્રાણશંકરભાઈ મળ્યા. બે યુવાનો બંને બાજુએથી બાવડેથી પકડી પ્રાણશંકરભાઈને ધીરે ધીરે ચલાવીને ઘર સુધી પહોંચાડવા પ્રયાસ કરી રહ્યા હતા. પ્રાણશંકરભાઈ એટલું જમ્યા હતા કે પોતે પોતાના પગ પર પ્રયાણ કરી ઘેર પહોંચી શકે તેમ નહોતો. એટલે યુવાનોની મદદથી ચાલી રહ્યા હતા. મેં તેમને પૂછ્યું, 'પ્રાણશંકરભાઈ જમ્યા?' નિ:સાસો નાખી તેમણે કહ્યું, 'એ જમ્યા તો પ્રેમશંકરભાઈ જે પાછળ આવે છે.' હું કુતૂહલવશ આગળ વધ્યો. મારા આશ્ચર્ય વચ્ચે છએક યુવાનો પ્રેમશંકરભાઈને ખાટલા પર સુવાડી સીધો ખાટલો જ ઉપાડી ઘરભેગા કરી રહ્યા હતા. ભીનો ટુવાલ નિચોવી પેટ પર રાખેલો અને બે યુવાનો તેમને પંખો નાખી કંઈક રાહત આપવા પ્રયાસ કરી રહ્યા હતા, બાકીના ખાટલો ઉપાડીને ચાલતા હતા. મેં પ્રેમશંકરભાઈને પૂછ્યું, 'પ્રેમશંકરભાઈ જમ્યા?' પ્રેમશંકરભાઈએ મહામહેનતે આંખો ખોલી અને જણાવ્યું, 'શું ખાક જમ્યા, જમ્યા

તો કરુણાશંકર, જે હજી ત્યાં જ છે.' હું ભોજનશાળાએ પહોંચ્યો, કરુણાશંકરભાઈની સ્થિતિ જોઈ. અતિ આહારથી એ નહોતા ઊભા થઈ શકાતા. નહોતા બેસી શકતા. તેમના પેટનો વિસ્તૃત વિસ્તાર ઝગારા મારતો હતો, ગોળના રવાનું શણિયું ગોળ ઉપાડતાં કદાચ ફાટી જશે તો? એ બીકના લીધે મજૂર રવો ન ઉપાડે એમ યુવાનો મૂંઝવણમાં પડી ગયા હતા. પગ પેટનું વજન ઝીલી શકે તેમ નહોતા અને પેટને સ્વતંત્ર સહાય કરી શકાય તેમ નહોતી. કરુણાશંકરભાઈને આસન પર જ રાખી તાત્કાલિક દલપત વૈદ્યને બોલાવવામાં આવ્યા. તેમણે હવાબાણ હરડેની બે ગોળી ગળી જવા કરુણાશંકરને જણાવ્યું ત્યારે કરુણાશંકરે લાચારીથી કહ્યું, 'એટલી જગ્યા હોત તો એક લાડવો વધુ ન ખાત?'

રમણભાઈ નીલકંઠે ગુજરાતી સાહિત્યની પ્રથમ સળંગ હાસ્યરસિક નવલકથા ૧૯૯૦માં રચી 'ભદ્રંભદ્ર.' સર્વાન્ટિસે 'ડૉન હિકોટે'ની રચના કરી તેમાં મુખ્ય પાત્ર ડૉન ક્વીકઝોટ અને તેનો સાથીદાર સાંકો પાંઝા. અહીં ભદ્રંભદ્રમાં ભદ્રંભદ્ર પોતે નાયક છે અને તેમનો સાથીદાર છે અંબારામ. આ સિવાય અન્ય કોઈ સામ્ય નથી. બંનેની પૃષ્ઠભૂમિ, વાતાવરણ, કટાક્ષ અંગેના વિષયો અલગ છે. રમણભાઈ નીલકંઠ સુધારાવાદી હતા અને એમણે જેમના પ્રત્યે ઊભા વેતરી નાખે એવા કટાક્ષો કર્યા છે તે પાત્રો તેમની સામે હયાત હતાં. દા.ત., 'ભદ્રંભદ્ર'માં આવતું વલ્લભરામનું પાત્ર એ મણિલાલ નભુભાઈ પરથી રચાયેલું છે. નડિયાદમાં મણિલાલને નભુગોરનો મણિલાલ એ રીતે ઓળખવામાં આવતા. 'ભદ્રંભદ્ર'માં તેમને શંભુ પુરાણીના ભાણેજ 'વલભો' – આ રીતે રજૂ કરવામાં આવ્યા છે.

આ જ રીતે મનસુખરામ ત્રિપાઠી અને તેમના પુત્ર તનસુખરામ ત્રિપાઠી. અહીં 'ભદ્રંભદ્ર'માં પ્રસન્નમનશંકર અને કુશલવપુશંકર રૂપે રજૂ થયા છે. 'ભદ્રંભદ્ર' પછી જ્યોતીન્દ્ર દવે અને ધનસુખલાલ મહેતાએ 'અમે બધા' સળંગ હાસ્યરસિક નવલકથા રચી, જેમાં સરી જતાં સૂરતનાં સુખદ સંસ્મરણો વિશુદ્ધ હાસ્યરૂપે આલેખાયેલાં છે. મૂળ વાત તો જીવનપથ પર મેં અને વનેચંદે કઈ રીતે પ્રગતિ સાધી અને કેમ સૌપ્રથમ જમવામાં પ્રતિષ્ઠા પ્રાપ્ત કરી એ હતી, પણ પ્રગતિના માર્ગમાં અવરોધો આવે એમ વચ્ચે આડવાતો આવી ગઈ. વનેચંદની ભોજનપ્રિયતાનું એક ઉદાહરણ એ જ અમને મિત્રોને રામનવમીની પાર્ટીમાં ઘણી વાર કહેતો. એ વખતે ઉપાશ્રયમાં રહી ધર્મધ્યાન કરી બે દિવસ ઉપવાસ કરનારને 'બશેર ભાર' આપવામાં આવતો. આ બશેર ભાર એટલે શુદ્ધ ઘીનો એક કિલો મેસૂબ. વનેચંદને મેસૂબ બહુ ભાવતો. આમ તો બધા મિત્રોને ભાવતો પણ બહુ સારા ઘરે લગ્નપ્રસંગ હોય તેમાં જ મેસૂબનો મેળ પડતો. મોટા ભાગે બુંદી અને મોહનથાળ મિષ્ટાન્નમાં

રહેતાં. વનેચંદે પ્રથમ તો ઉપાશ્રયમાં થતા ઉપવાસ અને ત્યાર પછી મળતાં મેસૂબની પાકી તપાસ કરી લીધી. મેસૂબ આરોગવાનું સુખ પ્રાપ્ત કરવું હોય તો બે દિવસના ઉપવાસના કઠણ દુઃખ દ્વારા જ એ પ્રાપ્ત થઈ શકે તેમ છે એવી પૂર્ણ પ્રતીતિ થયા પછી વનેચંદે ઉપવાસીની યાદીમાં નામ નોંધાવ્યું અને બે દિવસના ઉપવાસ ખેંચી કાઢ્યા. જેની પ્રતીક્ષા હતી એ ઘડી આવી પહોંચી. વનેચંદને 'બશેર ભાર' સુપરત થયો. વનેચંદે મુદ્દામાલ સંભાળી લીધો. ઘેર જઈ ઓરડાંનાં બારણાં બંધ કરી બશેરેબશેર મેસૂબ એકલો એક જ વખતે આરોગી ગયો. બે દિવસના નક્કોડા ઉપવાસ પછી સીધું આવું ભારે ભોજન વનેચંદને વસમું પડ્યું. રાત્રે ઝાડા શરૂ થયા, ડૉ. ધનુકાકાએ દવા આપી. સારવાર કરી, ચોથા દિવસે વનેચંદ સાજો થઈ ગયો, પણ દવાનું બિલ આવ્યું બાવીસ રૂપિયા. અમે મિત્રો ખબરઅંતર પૂછવા ગયા, બધાએ વનેચંદને કહ્યું: 'ભલા માણસ, ભાઈબંધદોસ્તારને તો તારે યાદ કરવા'તા, ભલે ન યાદ કર્યા પણ તારે મેસૂબ થોડો થોડો રોજ ખાવો તો ને? વનેચંદે એકરાર કર્યો કે બે દિવસના ઉપવાસ કર્યા હોવાથી મારામાં એ વખતે વિવેકબુદ્ધિ નહોતી.

મારે ત્યાં ડિનર ટેબલ પર મેં મીઠાઈનું પૅકેટ જોયું – ખોલ્યું તો એમાં મેસૂબ હતો. મેસૂબ જોતાં જ મને વનેચંદની યાદ આવી. મિત્રો સમક્ષ તેની આ પ્રસંગની રજૂઆત અને મિત્રોનું ખડખડાટ હસવું યાદ આવ્યું. વનેચંદ ગંભીર પ્રસંગ પણ હળવાશથી લઈ શકતો.

એક વાર સુલેમાન પટેલ મને હું શાળાએ જતો હતો ત્યાં રસ્તામાં મળી ગયો. સુલેમાને મને કહ્યું, 'ભારે કરી, વનેચંદના બાપા ગુજરી ગયા.' મેં કહ્યું, 'અરે પણ કાલે જ મેં તેમને દુકાને બેઠેલા જોયા હતા. એમ એક દિવસમાં માણસને શું થઈ જાય?' અમે વાતો કરતાં કરતાં વનેચંદના મઠની શેરી પાસેના જૂના ઘરે પહોંચી ગયા. ચારે તરફ શોકનું વાતાવરણ હતું. પરિવારના સભ્યો બહારગામથી આવી ગયા હતા. મિત્રો-સ્નેહીઓ વનેચંદ અને પરિવારને આશ્વાસન આપતા હતા. અમે પણ જઈ બેઠા અને સુલેમાને શરૂઆત કરી.

'વનુ, ભારે કરી. બાપા હજી પાંચ વરસ બેઠા હોત તો સારું હતું.' વનેચંદે સુલેમાનને કહ્યું, 'આ બેઠા જો.' સુલેમાન મૂંઝાઈ ગયો. તરત મેં વાત સંભાળી લીધી. મેં કહ્યું, 'હું રસ્તામાં સુલેમાનને કહેતો હતો કે કાલે જ મેં તેમને દુકાને બેઠેલા જોયા હતા.' સુલેમાન માંડ માંડ એટલું બોલી શક્યો કે 'તો પછી ગુજરી કોણ ગયું?' વનેચંદ કહે, 'મારી બા ગુજરી ગયાં.'

મારે એક વાર આવું થયું હતું. હું દેસાઈસાહેબની ઑફિસમાં દાખલ થયો અને જે દૃશ્ય જોયું તે જોઈ હું દુઃખી થઈ ગયો. દેસાઈસાહેબ રોઈ રહ્યા હતા. મેં પૂછ્યું, 'સાહેબ શું થયું?' દેસાઈસાહેબ કહે, 'મારી બા ગુજરી ગયાં. ઘેરથી નીકળ્યો ત્યારે મને પણ ખબર નહોતી, આ તાર વાંચ્યા પછી ખબર પડી.' મેં કહ્યું: 'ભારે કરી સાહેબ. મા ઈ મા,

'હું મોઢે જ્યાં બોલું મા ત્યાં તો મને સાચે ન નાનપણ સાંભરે
આ મોટપની મજા મને કડવી લાગે કાગડા.'

હું સાહેબને આશ્વાસન આપતો હતો ત્યાં સાહેબના પટાવાળા જાદવજીએ પ્રવેશ કર્યો. જાદવજીએ મને પૂછ્યું, 'સાહેબ કેમ રોવે છે?' મેં કહ્યું, 'સાહેબનાં બા ગુજરી ગયાં છે.' જાદવજી કહે, 'મારી બા પણ ગુજરી ગયાં.' મેં કહ્યું, 'પણ સાહેબનો તો તાર આવ્યો છે; ઑફિસે આવ્યા પછી ખબર પડી. ઘરના કોઈને તો ખબર પણ નથી.' જાદવજી કહે, 'એ તાર તો મેં મારા રજા-રિપોર્ટ સાથે સાહેબના ટેબલ પર મૂક્યો છે.' જાદવજીની વાત સાંભળી સાહેબે તારની વિગત પૂરેપૂરી જાણી ત્યારે સાહેબને ખબર પડી કે પોતાની બા નહીં જાદવજીનાં બા ગુજરી ગયાં છે. આપણા દેશમાં પણ આવું નહોતું બન્યું? જયપ્રકાશ નારાયણ જેવા લોકનેતા હજી જીવિત હતા અને સત્તાવાર જાહેરાત થઈ ગઈ કે તેઓ અવસાન પામ્યા છે.

મારે ત્યાં ડિનર ટેબલ પર પડેલા મીઠાઈના પૅકેટમાંથી મેં મેસૂબનું ચોસલું ઉપાડ્યું અને મને વનેચંદની યાદ આવી, અન્ય પ્રસંગો યાદ આવ્યા, પરંતુ ન હું ખુશ થયો કે ન ચિત્તમાં પ્રસન્નતા વ્યાપી, કારણ મીઠાઈના પૅકેટ સાથે અન્ય વસ્તુઓ પણ હતી. પ્લાસ્ટિકની સુંદર થેલી, આસનિયું, માળા, મૂમતી, નમો અરિહંતાણમ્‌ના મંત્રની તકતી, એક ડબી, ડબીમાં માળા. સાથે નોંધ હતી સ્વ. વનેચંદ ગુલાબચંદ શાહના સ્મરણાર્થે સ્વજનો, સ્નેહીઓને સાદર, સપ્રેમ. યોગેશ, રાજેશ અને રજની, વનેચંદના ત્રણે સુપુત્રોનાં નીચે નામો લખ્યાં હતાં.

દર વર્ષે વર્ગમિત્રો સાથે રામનવમીના દિવસે બાંડિયા બેલી જવું અને સૌએ સાથે મળી જીવતરનો આનંદ માણવો. આ ક્રમ અમારો ૫૩ વર્ષથી ચાલુ છે. આ વર્ષે ૧૮-૮-'૦૬ના રોજ અમે મિત્રોએ ખાસ મિટિંગ ડોળિયા મુકામે રાખી. વર્ષોથી ચાલ્યા કરતી ચર્ચાનો મુદ્દો એક જ હતો. પરિવાર સાથે હરિદ્વાર, હૃષીકેશ, દિલ્હી અને આગ્રાના પ્રવાસે જવું, પણ આ વખતે નક્કી કરી નાખ્યું કે જવું, ગમે તે સંજોગોમાં જવું. અગાઉથી રિઝર્વેશન કરાવી ટ્રેનમાં સુખેથી પ્રવાસ કરવો, પરંતુ અફસોસ, વનેચંદે ઉતાવળ કરી. એ પરિવાર, મિત્રો, સ્નેહીઓ સ્વજનોને મૂકી

એકલો અનંતના પ્રવાસે નીકળી ગયો. રામનવમીની પાર્ટીમાં સતત ૫૩ વર્ષથી અચૂક હાજરી આપનાર વનેચંદ હવે કદીયે નહીં આવે. હવે તો મને પણ એમ થાય છે કે

> હરદમ લથડતો શ્વાસ વધુ ચાલશે નહીં,
> આ પાંગળો પ્રવાસ વધુ ચાલશે નહીં.
> લાગે છે શૂન્ય મોતની સરહદી નજીક છે,
> આ વાણીનો વિલાસ વધુ ચાલશે નહીં.

□

આવ, ભાણા, આવ!

મારા નાના પુત્ર અફઝલે મને કહ્યું, 'પપ્પા, મારે બૂટ લેવા છે.' મેં કહ્યું: 'બૂટની શું કિંમત છે?'

અફઝલ કહે, 'બસો ચાળીસ રૂપિયા અને વીસ રૂપિયા મોજાંના.'

મેં તેને બસો સિત્તેર રૂપિયા આપ્યા અને કહ્યું: 'લઈ લેજે બૂટ-મોજાં અને વધે તે રાખજે.'

એક કલાકમાં એ બૂટ-મોજાં લઈ પાછો આવ્યો. તેના ચહેરા પર આનંદ હતો. આંખોમાં ઉલ્લાસ. તરત નવાં બૂટ-મોજાં પહેરી તે સ્કૂલે જવા રવાના થયો... એ સ્કૂલે ગયો અને હું શૈશવનાં સ્મરણોમાં સરી પડ્યો. અફઝલ જેવડી મારી બાર વર્ષની ઉંમર. એ અમારા ગામની નાનકડી મોચીબજાર – પાંચ-છ દુકાનો, તેમાં કામ કરતા જેઠામામા, દુદામામા, ભગતમામા. બધા મોચીને અમે મામા કહેતા. એ બજારમાં મેં બૂટ માટે જે ધક્કા ખાધા છે, જીવનમાં જે યાતના સહી છે, જે દુઃખો વેઠ્યાં છે તેનાં સ્મૃતિમાં સંઘરાઈને પડેલાં ચિત્રો એક પછી એક મારા માનસપટ પરથી પસાર થવા લાગ્યાં.

સૌપ્રથમ તો બૂટ માટે મારે વડીલો પાસે વિધિસર ડિમાન્ડ રજૂ કરવી પડતી. પ્રથમ ભાઈને – છોટુભાઈને, પછી અમીનાબહેનને, પછી મારી બા સમક્ષ હું રજૂઆત કરતો, પછી મારા બાપુજીને જણાવતો. પરિવાર સામેના અસ્તિત્વને ટકાવી રાખવાના મહાન પડકાર સામે મારી સમસ્યા સૌને સાવ ક્ષુલ્લક લાગતી, એટલે કોઈ લક્ષ આપતું નહીં. સાતમ-આઠમનો મેળો, તરણેતરનો મેળો, ગણેશોત્સવ, નવરાત્રિ, લગ્નગાળો, શાળાના પ્રવાસો વગેરે પ્રસંગો બૂટ પહેરવાના પ્રસંગો ગણી શકાય. દિવાળી, બેસતું વર્ષ વગેરે પર્વોમાં બૂટ પહેરીને મહાલવાની તીવ્ર ઇચ્છા થતી અને અવારનવાર માગણી નામંજૂર થવા છતાં હું નેપોલિયનની જેમ હિંમત હાર્યા વગર પ્રયાસો ચાલુ રાખતો.

આખરે મારા બૂટ ખરીદવાનો પ્રશ્ન સમગ્ર પરિવાર માટે એક જટિલ સમસ્યા બની જાય તેટલી હદે મારા પ્રયાસો પહોંચતા, ત્યારે પરિવારના સમગ્ર સભ્યોની મિટિંગ મળતી. બૂટ કરતાં કઈકઈ બાબતો વધુ મહત્ત્વની છે તેની વિગતે ચર્ચા થતી. બૂટ મને અપાવવા જોઈએ તેનો સૈદ્ધાંતિક સ્વીકાર થતો, પરંતુ સમગ્ર પરિસ્થિતની સમીક્ષા

કર્યા પછી સરવાળે સર્વાનુમતે નક્કી થતું, 'જૂના બૂટને રિપૅર કરાવી, ફાટ્યા હોય ત્યાં થીગડાં મરાવી, નવી સગથળી નખાવી, પૉલિશ કરાવી, જોનાર ઓળખી ન શકે તેવા, નવા જેવા બનાવી દેવા.' મને આ નિર્ણય સંભળાવવામાં આવતો. નિર્દોષ છૂટવાને બદલે પાંચ વર્ષની સાદી કેદની સજા થાય અને આરોપી પાંજરામાંથી નિર્લેપભાવે સજા સાંભળે એમ હું પરિવારનો નિર્ણય સાંભળતો.

'મારા કરમે લખ્યું કથીર' એમ વિચારી જૂના જોડા રિપૅર કરાવી લેતો. પછી તો રિપૅર કરાવી-કરાવી આડાંઅવળાં થીગડાં માર્યા પછી જોડાનો મૂળ આકાર જતો રહ્યો હતો. છેલ્લે પિતાની પરવાનગીથી મેં સોમલાને જોડા આપી દીધા. તેણે પણ પ્રથમ હાથમાં લઈ, પરીક્ષણ કરી, અમને પગે લાગી, વિનયપૂર્વક પાછા મૂકી દીધા, ત્યારે મારી નવા બૂટની માટેની માગણી પર મંજૂરીની મહોર મારવામાં આવી, 'દુદામામાને ત્યાં જઈ પરમાણું નાખી આવજે,' એવો હુકમ કરવામાં આવ્યો અને મારી ખુશીનો પાર ન રહ્યો.

ઉમંગમાં ને ઉમંગમાં હું દોડીને દુદામામાની દુકાને પહોંચ્યો અને કહ્યું, 'દુદામામા, મારા બૂટ સીવવાના છે. મારા બાપુજીએ કીધું છે. મારે લાલ બૂટ સિવડાવવા છે.' એકશ્વાસે હું ઘણું બોલી જતો. દુદામામા મને 'આવ, ભાણા આવ' કહી ચામડાં દૂર કરી બેસવાની જગ્યા કરી આપતા. પછી પિતાના, માતાના, ભાઈના – બધાના સમાચાર પૂછતા. હું કહેતો, 'પણ પરમાણું પહેલા લઈ લ્યોને!' દુદામામા ટાઇફૉઇડના દર્દીની ઝીણી – ઝીણી વિગતો ડૉક્ટર કાળજીપૂર્વક જાણી લે તે રીતે બૂટ અંગેની વિગતો મને પૂછી પૂછીને ધ્યાનમાં રાખતા. લાલ કે કાળા, વાધરીવાળા કે વાધરી વગરના, અણીવાળા કે ગોળ, બધું વ્યવસ્થિત પૂછી દુદામામા રેલવેનો એક તરફ લખાયેલો અને પાછળ કોરો એવો ચોપડો કાઢતા અને મને કહેતા, 'લે મૂક, ભાણા, પગ'. હું પગ મૂકતો અને જાડી પેન્સિલથી દુદામામા પરમાણું લીટી દોરીને લઈ લેતા. બૂટના પ્રોજેક્ટનો પ્રાથમિક તબક્કો આ રીતે પૂરો થતો.

હું પૂછતો, 'હું બૂટ ક્યારે લઈ જાઉં?' તે કહેતા, 'જોને ભાણા, આજે જાણે શનિવાર થયો. રવિ, સોમ, મંગળ અને જો બુધવાર પણ જાવા દે. એ ગુરુવારે લઈ જજે. વાર પણ સારો ગણાય.'

એ પાંચ દિવસ પસાર કરવા મારે માટે અસહ્ય થઈ પડતા. વળી ગુરુવારની કલ્પના કરતાં આનંદ થતો. શનિથી બુધ સુધીના દિવસો પસાર થશે, ગુરુવાર આવશે – હું બૂટ લઈ આવીશ નવાનક્કોર લાલ વાધરીવાળા... પહેરીને હું નિશાળે જઈશ, છોકરા-છોકરીઓ જોઈ રહેશે... પાંચ દિવસ પસાર કરી ગુરુવારે હું

ઉત્સાહમાં દુદામામાની દુકાને પહોંચતો અને કહેતો, 'મારા બૂટ? લાવો, મારા બૂટ જલદી આપી દ્યો.'

પરંતુ મારી આવી ઉત્કંઠાની દુદામામા માથે કોઈ અસર થતી નહીં. કાયમની ટેવ પ્રમાણે તેઓ કહેતા, 'આવ, ભાણા, આવ. છોટુમિયાં ક્યાં છે?'

હું કહેતો: 'દ્વારકા પાસે બરડિયા સ્ટેશન છે ત્યાં સ્ટેશન-માસ્ટર છે.'

'હાં, તો બરાબર...' દુદામામાની લાંબી વાત શરૂ થતી: 'અરે, ભાણા, હું તને કહેતાં ભૂલી ગયો. અમે જાણે આખું કુટુંબ દ્વારકા જાત્રાએ ગયા'તા, એમાં દ્વારકામાં આવતાંકને છોટુભાઈ ભેગો થઈ ગયો. અરે, પણ અમને જોઈને શું ખુશ થયો છે! મને કહે, 'મામા, તમે આંઈ ક્યાંથી?' મેં કહ્યું, 'આખું ઘર જાત્રાએ નીકળ્યા છીએ. હજી આ ગાડીમાંથી ઊતર્યા જ છીએ.' સાથે ગરમ ચા પી પછી મંદિરે દ્વારકાધીશનાં દર્શન કરાવ્યાં. આખું દ્વારકા ફેરવ્યાં અને છેલ્લે સ્ટેશને આવી ગાડીમાં સારી જગ્યા ગોતી બેસાડી દીધા. તે અમે સીધા આવતા રિયા, કાંઈ તકલીફ ન પડી. મોટો ઈ મોટો!'

દુદામામા એવી લાંબી રસપૂર્વક વાત કરતા કે મને બૂટ ભૂલવી દેતા, પણ હું કહેતો, 'પણ મારા બૂટનું શું? બૂટ ઝટ આપો ને!'

'અરે ભાણા, ઈ જ તો તને કહું છું. આ જાત્રામાં થોડા દિવસ કામ નથી થયું એમાં રહી ગયા છે, કામ તો, ભાણા, આખી જિંદગી કરવું જ છે ને! પણ જો, શુક્ર, શનિ, રવિ- એ સોમવારે લઈ જજે, બસ?'

હું રોવા જેવો થઈ જતો. 'તમે ખોટેખોટા ધક્કા ખવરાવો છો! બૂટ સીવતા નથી!' આવો બબડાટ કરી ભગ્નહૃદયે દરવાજો વટી જતો, ફરી મારી જાતને ઉત્સાહમાં લાવવા પ્રયત્ન કરતો: 'આટલા દિવસ ગયા ત્રણ દિવસ વધુ, એમાં શું?'

પાછો હું દુદામામાની દુકાને જતો. એ જ શાંતિ, એ જ સ્વસ્થતાથી દુદામામા કહે, 'આવ, ભાણા, આવ.' દોરાને મીણ ચડાવતાં ચડાવતાં એ મને આવકાર આપતા.

હું કહેતો, 'બૂટ આપી દો. તમે સોમવારે લઈ જવાનું કહ્યું હતું, આજે સોમવાર છે.'

દુદામામા કહેતા, 'અરે, ભાણા બેસ તો ખરો! હં... આ તારાથી મોટો શું કરે?'

હું કહેતો, 'અત્યારે પરશુરામ પોટરીમાં નોકરી કરે છે.'

બસ, આટલું સાંભળતાં દુદામામાની વાત શરૂ થતી: 'અરે, ભાણા, કરીમભાઈ, તે કાંઈ ભજન ગાય છે... બધાં જૂનાં ભજન – ગંગાસતી અને પાનબાઈનાં,

રવિસાહેબ અને ખીમસાહેબનાં! મોટો ભજન ગાય છે એ મને ખબર નહીં. મેં તો હમણાં અસ્થળની જગ્યામાં સાંભળ્યાં.'

હું અધીરો થઈ દુદામામાને વચ્ચે અટકાવી કહેતો, 'અરે, પણ મારા બૂટ આપી દો ને!'

'હવે, ભાણા, તારુંય રિયું ને મારુંય રિયું. એ શુક્રવાર પાકો જા, હવે વેણ ફરે તો કેજે, બસ?'

આમ મને ફરી વાયદો આપવામાં આવતો. હું આક્રોશ ઠાલવતો: 'જોજો, હું બૂટ લીધા વગર જવાનો નથી. ન સીવવા હોય તો ના પાડી દ્યો, પણ ધક્કા ખવરાવી ખવરાવી તોડી નાખો મા?'

દુદામામા કહેતા, 'તું નારાજ થા મા, ભાણા, હવે શુક્રવારનો શનિવાર ન થાય, બસ!'

આ બધું પાકે પાયે કરી હું દરવાજા સુધી પહોંચતો ત્યાં 'એ ભાણા' એમ હાંક મારી દુદામામા મને પાછો બોલાવતા, ગંભીર થઈ મને કહેતાં, 'જો ભાણા, ઉઘાડા પગે આવજે અને બૂટ પહેરીને જજે.' આટલી સૂચના મળતાં હું એટલો લહેરમાં આવી જતો કે ઉમંગમાંને ઉમંગમાં કુંવરજી વાઘજીની દુકાન વટી ગયા પછી મને યાદ આવતું કે 'છ મહિનાથી હું ઉઘાડે પગે તો છું જ!'

શુક્રવારે દુદામામા હવે શું બહાનું કાઢે છે તેનો પ્રથમ વિચાર કરીને, માનસિક રીતે તૈયાર થઈને, હું એમની દુકાને પહોંચ્યો. એ કાંઈ કહે તે પહેલાં મેં કહ્યું, 'લાવો બૂટ.'

દુદામામા કહે, 'ભાણા, કાળા કરવા છે કે લાલ?'

હું ક્રોધમાં ધ્રૂજવા માંડતો: 'અરે તમને દસ વાર કીધું છે લાલ કરવાના છે! પહેલે દિવસે જ નક્કી થયું છે ને અત્યારે પૂછો છો કે લાલ કરવા છે કે કાળા?'

દુદામામા કહે, 'હું તો લાલ કરતો'તો, પણ પછી થયું: ફૅશન કાળાની છે એટલે થયું: 'ભાણાને પૂછીને પછી આગળ વધવું.'

'અરે લાલ... લાલ... લાલ... હવે કાંઈ?' હું બોલીને ભાગતો અને 'ભાણા સોમવારે લઈ જજે' એવી સૂચના સાંભળતો ઘેર આવતો. વળી સોમવારે પહોંચીને હું કહેતો, 'લાવો બૂટ.'

દુદામામા સામે દીવાલ પર ઓઠામાં રાખેલ જોડા બતાવી કહેતા, 'જો રહ્યા.'

હું જોઈ રહેતો... લાલ, ચમકતા, અણીવાળા, વાધરીવાળા... હું ઓઠા સાથે બૂટ લઈ જવા અધીરો થઈ આગળ વધતો, ત્યાં દુદામામા કહેતા, 'ભાણા, બે દિવસ ઓઠામાં રાખવા પડશે, નહીંતર શું થશે – તને ડંખ પડશે સમજ્યો?'

મને તેમની વાત વાજબી લાગી. મેં કહ્યું, 'રાખો ઓઠામાં બસ? બે દિવસ પછી આવીને હું લઈ જઈશ.'

બે દિવસ પછી હું ગયો તો બૂટ પણ નહીં અને ઓઠું પણ નહીં. મેં કહ્યું, 'ક્યાં છે મારા બૂટ.'

'અરે, ભાણા!' કહી દુદામામાએ શરૂ કર્યું: 'વાત જાણે એમ થઈ કે સીતાપુરથી મગનભાઈનો સુરેશ આવ્યો'તો, ઈ આ બૂટ જોઈ ગયો. બસ સુરેશે હઠ લીધી, 'મારે તો આ જ બૂટ જોઈએ.' તે શેઠે ફૂલજીભાઈને મોકલ્યા. સુરેશ હારે આવ્યો ને બૂટ લઈ ગયો. મને થયું: ભાણાને આથી સારા બનાવી દઈશ. હવે તો જો, પરમ દિવસે મંગળવારે લઈ જજે. બે દિવસ આમ કે આમ...'

વળી દુકાને હાજર થયો ત્યારે દુદામામાએ એ જ સ્વસ્થતાથી, એ જ શાંતિથી મેડામાંથી ચોપડો ઉતાર્યો, ખોલ્યો, મારી સામે મૂકી કહે, 'મૂક, ભાણા, પગ.'

હું અવાચક થઈ ગયો. આંખે અંધારાં આવી ગયાં. મારો અવાજ ફાટી ગયો. 'શા માટે?' એટલું જ બોલી શક્યો.

'એ આગલું પરમાણું હાથવગું નથી રિયું. મૂળ વાત આમ હતી. હું તને કહી નો'તો શકતો. મને એમ કે ભાણો ખિજાશે.'

આ રીતનાં બહાનાં અને મારા અવિરત ધક્કાને અંતે આઠ મહિને મને બૂટ મળતા. મારી આકરી તપશ્ચર્યાનો અંત આવતો. દુદામામા સાચે જ મને બૂટ આપતા. વડીલોની બારોબાર મળેલી સૂચના મુજબ એક આંગળ મોટા સિવાતા, જેથી બે વર્ષ વધુ ચાલે. પણ મને તો બૂટ મળ્યાનો અનહદ આનંદ થતો. એ પહેરીને હું નીકળતો ત્યારે મને બજાર સાંકડી લાગતી. જોકે મેળા, લગ્નગાળો, પરીક્ષા, દિવાળી એવા બૂટ પહેરવાના શુભ પ્રસંગો તો વીતી જતા, પણ છેવટે બૂટ મળ્યાના આનંદમાં અગાઉનો વિષાદ નાશ પામતો.

તદ્દન સાધારણ વસ્તુ હોય, પણ તે મેળવવી જો અશક્ય બની જાય તો તેનું મહત્ત્વ ખૂબ જ વધી જાય છે.

મોટી ઉંમરે પરણનારાના લગ્નજીવન સફળ નીવડે છે. તેમના પ્રસન્ન દાંપત્યનું રહસ્ય કદાચ આ પણ હોઈ શકે.

શ્રીમંતોનાં બાળકોનાં જીવન નીરસ બની જાય છે, કારણ, બધું સહેલાઈથી તેમને મળી જાય છે. એટલે જ જાનકીનાથ બોઝ – સુભાષચંદ્ર બોઝના પિતા સુભાષબાબુને કહેતા, 'બેટા, પિતાની શ્રીમંતાઈ જેવી ઝેરી ગરીબાઈ આ જગતમાં બીજી એકે નથી.'

□

હાસ્યકાર હોવું એટલે શું?

માનવજીવનના ઉદ્દેશને એક જ શબ્દમાં સમાવી લેવો હોય તો એ શબ્દ છે 'આનંદ.' જિંદગીનાં છત્રીસ વર્ષથી લોકોને આનંદ આપવા મેં પ્રયાસો કર્યા છે. સ્ટેજ શો, આકાશવાણી, દૂરદર્શન, ટીવી ચૅનલો, અખબારની કૉલમો, મૅગેઝિન, નાટકો, દેશમાં અને વિદેશમાં કાર્યક્રમો દ્વારા જે માધ્યમ મળ્યું તે સ્વીકાર્યું છે. નિર્દોષ હાસ્ય સર્જવું અને રજૂ કરવું એટલો જ મારા જીવનનો ઉદ્દેશ હોવાથી મેં પણ થોડું વાંચ્યું છે, વિચાર્યું છે, મનન કર્યું છે. જિંદગીના વિવિધ અનુભવો કર્યા છે. ચિંતન કર્યું છે. માનવી જ્યાં સુધી સુખી થવાનો પ્રયાસ કરે છે ત્યાં સુધી એ દુ:ખી થયા કરે છે, કારણ કે Where there is pleasure, there is pain. જીવનમાં એક ક્ષણ એવી આવે છે કે માનવીને સુખની અસારતા સમજાઈ જાય છે. એ જ પ્રમાણે એક સમય એવો પણ આવે છે કે તેને દુ:ખની અસારતા પણ સમજાઈ જાય છે. માનવી જ્યારે સુખ અને દુ:ખ બંનેથી મુક્ત થઈ જાય છે પછી એ જે પામે છે તેનું નામ છે આનંદ. આનંદ એ સુખ અને દુ:ખ બંનેથી પર એવી અવસ્થા છે. માનવી જ્યારે રાગ અને વૈરાગ્યથી પર થઈ જાય છે ત્યારે એ વીતરાગી બની જાય છે. આનંદની મુશ્કેલી એ છે કે આનંદનું આયોજન ન થઈ શકે. એ સાવ સાહજિક રીતે આકસ્મિકપણે જીવનમાં આવે છે. 'You cannot cultivate joy; it happens.' તમે જેનું આયોજન કરી શકો છો તે માત્ર મઝા છે. ક્ષણિક સુખ છે કે સુખનો આભાસ છે.

જો આનંદ સંત ફકીર કરે
વો આનંદ નાહી અમીરી મેં
આવા આનંદની હું વાત કરું છું.

સમૃદ્ધિની ચરમસીમાએ અધ્યાત્મ શરૂ થાય છે. ભગવાન ઋષભદેવજીથી ભગવાન મહાવીર સુધીના તીર્થંકરો રાજવીઓ હતા કે રાજકુમારો હતા. સત્તા, સંપત્તિ, સમૃદ્ધિના સર્વોચ્ચ સ્થાન પર હતા, ભગવાન બુદ્ધ રાજકુમાર હતા, ભર્તૃહરિ અને ગોપીચંદ રાજાઓ હતા, સૂફી સંત ઇબ્રાહીમ અહમદ બલ્ખના સુલતાન હતા.

સમૃદ્ધિની ચરમસીમાએ જેમ અધ્યાત્મ શરૂ થાય છે તે જ રીતે કરુણતાની ચરમસીમાએ હાસ્ય નિષ્પન્ન થાય છે. વાંચો ચાર્લી ચેપ્લિનની આત્મકથા. રમકડાં રમવાની ઉંમરે એ રમકડાં વેચતો. કારણ, ગરીબી અને જીવતરની વ્યથા નહીં જીરવાતાં માતા લીલી હાર્લી પાગલ થઈ ગઈ, માતાને પાગલખાનામાં દાખલ કરી અને બે બાળકો સીડ અને ચાર્લીને અનાથ આશ્રમમાં મૂકવામાં આવ્યાં. અહીંથી તો તેની જિંદગી શરૂ થાય છે.

બીજો પ્રસંગ. દેશ માથે દુશ્મનોએ આક્રમણ કર્યું, એક દેશભક્ત યુવાન લશ્કરમાં દાખલ થઈ ગયો, મોરચે પહોંચ્યો, વીરતાપૂર્વક લડ્યો, દેશ વિજેતા બન્યો પણ કમનસીબે યુવાન યુદ્ધકેદી તરીકે પકડાઈ ગયો. તેની ઈમાનદારીથી ખુશ થઈને એને છોડવામાં આવ્યો. એ દેશ પાછો ફર્યો. લોકોની સ્મૃતિ બહુ અલ્પકાલીન હોય છે. એ તો યુદ્ધને જ ભૂલી ગયા હતા. ત્યાં આ યુવાનની વીરતાની ક્યાંથી કદર કરે! મહામહેનતે ટૅક્સ ભેગો કરવાની મામૂલી નોકરી મળી. એમાં પણ બેઈમાની કર્યાનો આક્ષેપ મૂકવામાં આવ્યો. એક તરફથી યુદ્ધથી કપાયેલા હાથની પીડા, એક તરફથી ભૂખે મરવાની વ્યથા, ઉપરથી બેઇજ્જતીની યાતના અને જેલજીવનનું દુઃખ. આ સ્થિતિમાં યુવાને જગતનો સર્વોત્તમ હાસ્યરસિક ગ્રંથ લખ્યો. આ યુવાનનું નામ સર્વાઇન્ટિસ, તેણે લખેલો ગ્રંથ 'ડૉન ક્વિક્ઝોટ' (ડૉન કિહોટે) અને દેશનું નામ સ્પેન. બાઇબલથી બીજા ક્રમે વંચાતો અને દુનિયામાં અનેક ભાષામાં જેના અનુવાદો થયા છે તે ગ્રંથ 'ડૉન ક્વિક્ઝોટ' આ સંજોગોમાં સર્જાયો.

વધુ એક ઉદાહરણ. અમેરિકાના કનેક્ટિકટ પરગણામાં હાર્ટફૉર્ડ નામનું ગામ છે. ત્યાં અમારો કાર્યક્રમ હતો. મેં કાર્યક્રમ પહેલાં પહેલું કામ જગવિખ્યાત હાસ્યલેખક માર્ક ટ્વેઇનનું ઘર જોવાનું કર્યું. કેટલું સુંદર, કેવું વિશાળ! કેટલાં અરમાનો અને ઉમંગથી માર્ક ટ્વેઇને આ મકાન બંધાવ્યું હતું? આર્થિક સ્થિતિ કથળતાં આ મકાન વેચીને વિદાય થતાં માર્ક ટ્વેઇનની વેદના કેવી હશે? જિંદગીના અઠ્ઠાવનમા વર્ષે

માર્ક ટ્વેઇનનું દેણું અઠ્ઠાવન હજાર ડૉલર સુધી પહોંચ્યું અને સાઠમા વર્ષે સાઠ હજાર ડૉલરને વટી ગયું.

માર્ક ટ્વેઇન જિંદગીના સાઠમા વર્ષે વહાલસોઈ પુત્રીના અવસાનના આઘાતને સહી પરિવારની જવાબદારી નિભાવવા વિશ્વપ્રવાસે નીકળ્યા હતા, હાસ્યરસિક કાર્યક્રમો આપવા, પૈસા રળવા, દેવું ઉતારવું અને પરિવારની આર્થિક જરૂરિયાતો પૂરી પાડવી. માર્ક ટ્વેઇન ભારતમાં પણ આવ્યા હતા. Mark Twain in India નામના પુસ્તકમાં આ વિગતો વર્ણવવામાં આવી છે.

એક પુત્રી મૃત્યુ પામી. બીજી અસહ્ય દર્દનો ભોગ બની અને જેને આધારે માર્ક ટ્વેઇનનું જીવન ટકી રહ્યું હતું તે ઓલિવિયા લેંગ્ડન – તેની પત્ની – પણ માર્ક ટ્વેઇનને છોડી સદાને માટે ચાલી ગઈ. આ બધાં દુઃખોને દિલમાં દફનાવી લોકોને ખડખડાટ હસાવ્યા.

કફન પર પાથરી ચાદર અમે મહેફિલ જમાવી છે,
દફન દિલમાં કરી દુઃખો ખુશાલી ખૂબ મનાવી છે.

માર્ક ટ્વેઇને કરજદારોની તમામ રકમ ચૂકવીને નિરાંતનો શ્વાસ લીધો.

૩, પાઉનેલ ટૅરેસ કેનિંગ્ટન રોડ પર ચાર્લી ચૅપ્લિનનું મકાન શોધવા લંડનમાં મેં અને મારા મિત્ર અનોપસિંહે બહુ પ્રયાસ કર્યો હતો. આખરે એક મકાન મળ્યું જેના પર લખ્યું હતું Charles Chaplin lived here. લંડનની બાજુમાં સ્ટેટફૉર્ડ અપોન એવોન – એવોન નદી પર આવેલું સ્ટેટફૉર્ડ ગામ – શેક્સપિયરનું જન્મસ્થાન છે ત્યાં હું બે વાર જઈ આવ્યો છું. કરમસદમાં સરદાર વલ્લભભાઈ પટેલનું નિવાસસ્થાન અને પોરબંદર ગાંધીજીનું જન્મસ્થાન અને મારા ગામથી વીસ કિમી દૂર ચોટીલામાં જૂની કોર્ટના મકાન પાસે પોલીસ લેનમાં આવેલા ઝવેરચંદ મેઘાણીના જન્મસ્થાનની ખાસ મુલાકાત લીધી છે. મકાન માનવીના પાયાની જરૂરિયાત છે. મારી જિંદગીના અડતાળીસમા વર્ષે મારું મકાન હું બનાવી શક્યો, એ પણ એક સંતની કરુણાને લીધે. પૂ. સંપૂર્ણાનંદ બાપુએ ત્રણસો વારનો પ્લૉટ મને ભેટ આપ્યો. બાપુએ કહ્યું, 'હાસ્યકારને સાંભળી સૌ ખડખડાટ હસે છે. તેનાં આંસુ બહુ ઓછા લોકો જુએ છે.' આ સાંભળી મારી આંખમાંથી આંસુની ધારા વહી. મારું સદ્ભાગ્ય છે કે મારાં આંસુ જોવાવાળા જ નહીં એ લૂછવાવાળા પણ મહાનુભાવો છે. પૂ. સંપૂર્ણાનંદ બાપુ, પૂ. મોરારિબાપુ, શ્રી ચમનભાઈ કામાલા નૈરોબીવાળા, શ્રી નવીનકાકા, શ્રી રસિકભાઈ, શ્રી મગનભાઈ દોશી, શ્રી જે.બી. જાડેજાસાહેબ. યાદી બહુ લાંબી છે. સંતની કરુણાના પાયા પર આજે મારું મકાન 'આશિયાના' બંધાયું છે. ૫-૧૦-૨૦૦૫ના રોજ તેને બરાબર ૨૦ વર્ષ પૂરાં થયાં છે. હાસ્યકાર જ્યારે

દુઃખો, યાતનાઓ, વ્યથાઓ, અનેક પ્રકારના સંતાપો સહી, સ્વસ્થ બની, એ સર્વથી પર થઈ ઉદાર મને વિશાળ દૃષ્ટિથી જ્યારે માનવજીવનની વિસંવાદિતાનું નિરીક્ષણ કરી હાસ્ય સર્જે છે ત્યારે એ નિર્દોષ નિર્દંશ ચિરંતન હાસ્ય સર્જી શકે છે.

આજથી છત્રીસ વર્ષ પહેલાં આવું નિર્દોષ – સહકુટુંબ સાથે બેસીને માણી શકાય તેવું, જ્યાં મર્યાદાનો સ્તર ઊંચામાં ઊંચો હોય એવું હાસ્ય સર્જવાની એક તીવ્ર ઝંખના મારામાં જાગી, એ ઝંખના જ મારો માર્ગ બની. હાસ્યવૃત્તિ તો મારામાં હતી જ. Sense of humour is the gift of God, હાસ્યવૃત્તિ ઈશ્વરદત્ત છે. એ માલિકની દેન છે. મેં માત્ર એ સાચવી છે, વિગતે વહેંચી છે. કલ્યાણજીભાઈને ત્યાં બાળકલાકારોને મેં જ્યારે કહ્યું કે Sense of humour is the gift of god ત્યારે એક નાની બાળાએ મને કહ્યું: In a way what you produce before the audience is your gift to god. મને આ નાની બેબી સોનાલીનું કથન ગમ્યું.

મેં નિર્દોષ હાસ્ય સર્જવાનો માત્ર પ્રયાસ કર્યો છે અને એ આજે પણ ચાલુ છે. મને પ્રેરણા મળી મહાત્મા ગાંધીજીના જીવનમાંથી. ગાંધીજીએ લખ્યું છે, 'મારામાં જો હાસ્યવૃત્તિ ન હોત તો મેં આત્મહત્યા કરી હોત.' બીજી વાત એમણે એક કરી છે કે ગંભીરતા વગરનું હાસ્ય અને હાસ્ય વગરની ગંભીરતા બંને વ્યર્થ છે.

હાસ્યલેખક ધનસુખલાલ મહેતાનાં પત્ની પાગલ થઈ ગયાં હતાં. ધનસુખલાલ રોજ તેમને ટિફિન આપવા જતા. કોઈએ તેમને પૂછ્યું, 'તમારાં પત્ની તો પાગલ છે, તો પછી તમે શું ટિફિન લઈને રોજ જાઓ છો. તમને ઓળખે છે ખરાં?' ધનસુખલાલ મહેતાએ કહ્યું: 'કેમ નહીં! એ છૂટા વાટકાનો ઘા કરે છે ત્યારે એ એટલા લોકો વચ્ચે ઊભેલા મને જ બરાબર આંટી જાય છે.' આમાં હાસ્ય છે, ગંભીરતા છે અને ઊંડા ઊતરો તો જીવતરની કરુણતા પણ છે. કવિશ્રી સુંદરમ્ મારી કૅસેટના રૅકર્ડિંગમાં શ્રોતા તરીકે બેઠા. મારી વાતો સાંભળીને નાના બાળકની જેમ ખડખડાટ હસ્યા. ત્યાર પછી અમે બેઠા, થોડી ચર્ચા કરી. એમણે મને સૂચન કર્યું, 'તમે બોલો છો તેમાં આનંદ ભરપૂર છે. હવે એક સત્ય ઉમેરો. જીવનનાં સાદાં સત્યો હળવાશથી રજૂ કરવા પ્રયાસ કરો.' મને કવિશ્રીની વાત ગમી. મેં પ્રયાસો પણ કર્યા છે.

એક ભાઈએ મને પૂછ્યું, 'મારે સારાં કામમાં થોડા પૈસા વાપરવા છે. મારે શું કરવું? મેં કહ્યું, 'જેના ઉછીના લીધા છે તેને પાછા દઈ દો.' આમાં હાસ્ય તો છે જ, જીવનનું સાદું સત્ય પણ છે. ઇસ્લામ મજહબ શીખવે છે. 'જેનો વ્યવહાર શુદ્ધ તેનો ધર્મ વિશુદ્ધ. નડો નહીં તો સમાજસેવા જ છે' આ પણ સાચું જ છે.

પ્રખર સાહિત્યકાર મનુભાઈ પંચોળી દર્શકે મને સણોસરા અને આંબલા બોલાવેલો. મેં કાર્યક્રમો આપ્યા. બધા બહુ ખુશ થયા. મુ. મનુભાઈએ મને કહ્યું, 'જુઓ એક વાતનું ધ્યાન રાખજો Humourમાં Realization થવું જોઈએ, પણ Reaction ન આવવું જોઈએ.' મેં ગાંધીનગરમાં મુખ્યમંત્રીશ્રી અને અન્ય મંત્રીશ્રીઓ અને વિધાનસભ્યો સમક્ષ ઘણી વાર કાર્યક્રમો આપ્યા છે, તેમની જ મજાકો કરી છે. એક મંત્રીએ ડ્રાઇવરને કીધું, 'આજે કાર હું ચલાવીશ.' ડ્રાઇવર નીચે ઊતરી ગયો અને બોલ્યો, 'ચલાવો, આ કાર છે, સરકાર નથી.' મંત્રીને કૂતરું કરડ્યું. બધાં અનુભવી કૂતરાંઓએ સલાહ આપી: 'તને આ શું સૂઝ્યું? હવે ચૌદ ઇન્જેક્શન લઈ લે નહીંતર મરી જઈશ ભાષણ કરી કરીને.' મંત્રીએ લગ્નમાં ઉદ્ઘાટનના વિચારમાં વરઘોડિયાંઓની છેડાછેડી કાપી નાખી. આવી મજાકથી સૌ ખૂબ ખુશ થયા છે, પણ કદી Reaction નથી આવ્યું. છેલ્લાં ૪૮ વર્ષથી વ્યસ્ત અને અતિવ્યસ્ત બે જ અવસ્થામાં જીવ્યો છું. હું સમજું છું કે આ જ કલાકારની જિંદગી છે. બંને છેડે સળગતી મીણબત્તી જેવું કલાકારનું જીવન છે. પીડામાંથી જે સર્જન કરી શકે છે, એ સર્જનનો આનંદ માણી શકે તેનું નામ જ કલાકાર...

વેરાન થયેલા ઉપવનની હું યાદ બનીને જીવ્યો છું,
હર પાનખરે હું વસંતની ફરિયાદ બનીને જીવ્યો છું.

□